AF741745

ബുദ്ധിസ്റ്റ് നീലാകാശങ്ങൾ

ദാർശനിക ലേഖനങ്ങൾ

Bodhi Books
Pathiyoor P.O., Kayamkulam
Alappuzha - 690508, Kerala, India
E-mail: bodhibooks03@gmail.com
Tel: +91 9447304886

BUDHIST NEELAKASANGAL
by **M.K. Harikumar**
Criticism/Philosophy
/ Malayalam

First Published: April, 2024

Typesetting: Bodhi Books
Cover & Book Design: Chembarathi Creatives

ISBN: 9788119770519

Price **Rs. 260**
Production No. B-B-169-1-100-03-24

Printed and bound in India by
Leo Digital, Kottayam

ബുദ്ധിസ്റ്റ് നീലാകാശങ്ങൾ

എം.കെ. ഹരികുമാർ

ബോധി ബുക്സ്
കായംകുളം - 690 508

എം.കെ. ഹരികുമാർ

കൂത്താട്ടുകുളം സ്വദേശി. മംഗളം, കേരളകൗമുദി എന്നീ പത്രങ്ങളിൽ പത്രാധിപസമിതിയംഗമായിരുന്നു. അക്ഷരജാലകം എന്ന പ്രതിവാര പംക്തി ഇരുപത്തിയഞ്ച് വർഷം പിന്നിട്ടു. ഇപ്പോൾ മെട്രോ വാർത്തയിൽ എഴുതുന്നു.അനുധാവനം (പച്ച മലയാളം), ഗുരുവും ആത്മാവിന്റെ രാഷ്ട്രീയവും (ഗുരുദേവൻ), ഉത്തര- ഉത്തരാധുനികത (സഹോദരൻ) എന്നിവയാണ് മറ്റു പംക്തികൾ. അങ്കണം അവാർഡ്, കേന്ദ്ര സർക്കാരിന്റെ ഫെലോഷിപ്പ്, കേരള സാഹിത്യ അക്കാദമിയുടെ വിലാസിനി പുരസ്കാരം, കേരള സാഹിത്യ അക്കാദമി സ്കോളർഷിപ്പ് തുടങ്ങിയവ ലഭിച്ചിട്ടുണ്ട്. 2007 മുതൽ ബ്ലോഗ് എഴുതുന്നു.

വിലാസം: മേട്ടുംപുറത്ത്, കൂത്താട്ടുകുളം പി.ഒ., എറണാകുളം.
പിൻ - 686662. ഫോൺ: 9995312097

എം.കെ.ഹരികുമാറിന്റെ കൃതികൾ

1) ആത്മായനങ്ങളുടെ ഖസാക്ക് 2)മനുഷ്യാംബരാന്തങ്ങൾ
3) അഹംബോധത്തിന്റെ സർഗാത്മകത
4) കഥ ആധുനികതയ്ക്ക് ശേഷം
5) വീണപൂവ് കാവ്യങ്ങൾക്ക് മുൻപേ
6) പുതിയ കവിതയുടെ ദർശനം 7) അക്ഷരജാലകം
8) നവാദ്വൈതം - വിജയന്റെ നോവലുകളിലൂടെ
9) എന്റെ മാനിഫെസ്റ്റോ 10) ചിന്തകൾക്കിടയിലെ ശലഭം
11) പ്രണയാഗ്നിയുമായി കാഫ്ക 12) ബഷീറിന്റെ പ്രയോജനം
13) മറവിയുടെ നിർമ്മാണം 14) എന്റെ ജ്ഞാനമുകുളങ്ങൾ
15) ഓർമ്മയുടെ ശാകുന്തളം 16) സാഹിത്യത്തിന്റെ നവാദ്വൈതം
17) ജലഛായ 18) സാഹിത്യത്തിന്റെ മതം
19) ദൈവദശകത്തിലെ ദൈവം 20) ശ്രീനാരായണായ
21) വാൻഗോഗിന് 22) ക്ലോദ് മോനെ -ജലം എന്ന സുവിശേഷം
23) എം.കെ. ഹരികുമാറിന്റെ സിദ്ധാന്തങ്ങൾ
24) യേശുവിന്റെ നിറം 25) കുറ്റിപ്പുഴ കൃഷ്ണപിള്ള
26) അക്ഷരജാലകം -1 27) അക്ഷരജാലകം -2
28) ഫംഗസ് 29) സർവ്വസ്വ ആത്മന: 30) ഉത്തര- ഉത്തരാധുനികത

പ്രസാധകക്കുറിപ്പ്

സാഹിത്യ വിമർശവും തത്ത്വചിന്തയും വിഷയങ്ങളാകുന്ന ലേഖനങ്ങളാണ് ബുദ്ധിസ്റ്റ് നീലാകാശങ്ങൾ എന്ന ഈ പുസ്തകത്തിന്റെ ഉള്ളടക്കം. സാഹിത്യ വിമർശത്തെ സർഗ്ഗാത്മകതയോടെ സമീപിക്കുന്ന, എഴുത്തുകാരനും വിമർശകനും ചിന്തകനുമായ എം.കെ. ഹരികുമാറാണ് ഇതിന്റെ രചയിതാവ്. ലാവണ്യാനുഭൂതിയുടെയും ദർശനിന്വേഷണത്തിന്റെയും വിവിധ അടരുകൾകൊണ്ട് ആലേഖനം ചെയ്യപ്പെട്ടിരിക്കുന്ന ഇതിലെ ഓരോ പ്രബന്ധവും ഉജ്ജ്വലമായ ഏതു കലാസൃഷ്ടിയെയും പോലെ മനോഹരമാണ്. സൂക്ഷ്മാന്വേഷണത്തിലെ കാർക്കശ്യവും ആവിഷ്കാരത്തിലെ സൂഷ്മതയും ആശയസ്ഥാപനത്തിലെ അനന്യതയും പുസ്തകത്തെ ശ്രദ്ധേയമാക്കുന്നു. ബോധി ബുക്സ് അഭിമാനത്തോടെ പുസ്തകം കൈരളിക്കു സമർപ്പിക്കുന്നു.

ആമുഖം

ഒരു സ്കൂളിലോ ഗ്രൂപ്പിലോ ഉൾപ്പെടാതെയാണ് എന്റെ ചിന്തകൾ വികസിച്ചിട്ടുള്ളത്. നവാദ്വൈതം, തനിമനസ്, ഉൾപ്പരിവർത്തനം, ഉത്തര-ഉത്തരാധുനികത എന്നീ സിദ്ധാന്തങ്ങൾ ഞാൻ ആവിഷ്കരിച്ചത് ഇങ്ങനെയാണ്. ഞാൻ ഒരു കൃതിയെക്കുറിച്ച് എഴുതുമ്പോൾ കഥാപരമായ ചില സൂചനകൾ നൽകുന്നതിനപ്പുറത്ത് മറ്റു ചില ലക്ഷ്യങ്ങളാണ് എനിക്കുള്ളത്. എന്റെ ആശയപരമായ, സൗന്ദര്യാത്മകമായ സമസ്യകൾ, ചോദ്യങ്ങൾ, അഭിമുഖങ്ങൾ, തീവ്രമായ വേദനകൾ തുടങ്ങിയവ പരിശോധിക്കാനും അതിനു പരമാവധി വ്യക്തത വരുത്താനുമാണ് ശ്രമിച്ചിക്കുന്നത്. ഇത് എന്റെ ആദ്യകൃതിയായ 'ആത്മായനങ്ങളുടെ ഖസാക്ക്' മുതൽ ആരംഭിച്ചതാണ്.

സാഹിത്യകൃതിയിലെ സൗന്ദര്യമൂല്യങ്ങൾ മനുഷ്യന്റെ ഒരു അതീതമേഖലയാണ്. അവിടെയാണ് കലയുടെ അപാരമായ ചില അനുഭവങ്ങളുള്ളത്. ഇതിൽ വ്യക്തിപരമായ കാഴ്ചകളും അലൗകികതയെക്കുറിച്ചുള്ള അന്വേഷണങ്ങളും പ്രാപഞ്ചികമായ സത്യത്തെക്കുറിച്ചുള്ള ചിന്തകളും കൂടിക്കലരുന്നുണ്ട്. ദാർശനികമായ ഒരു ആധി എന്നെ പിടികൂടിയിരിക്കയാണ്. അതെന്നെ വീണ്ടും വീണ്ടും വായിക്കാനും എഴുതാനും പ്രേരിപ്പിക്കുന്നു.

ഇവിടെ സമാഹരിക്കുന്ന ദാർശനിക ലേഖനങ്ങൾ സമീപകാലത്ത് എഴുതിയതാണ്. മനുഷ്യന്റെ സൗന്ദര്യപ്രപഞ്ചവും നിത്യമായ ആകുലതകളുമാണ് ഇതിൽ സമ്മേളിക്കുന്നത്. ഇവിടെ ഭാഷ ശലഭങ്ങളുടെ പറക്കൽ പോലെയോ, ജലോപരിതലത്തിലേക്കു പരൽമീനുകൾ കുതിച്ചുയരുന്നതു പോലെയോ എനിക്കനുഭവപ്പെട്ടു.

മനുഷ്യനെ ചൂഴ്ന്നു നിൽക്കുന്ന അസ്തിത്വവ്യഥ എന്ന അനുഭവമാണിവിടെ ഉയർന്നു വരുന്നത്. ഉന്മാദത്തിലേക്ക്,സ്വപ്നത്തിലേക്ക്, വ്യഥയിലേക്ക്, വെളിപാടിലേക്ക് നീണ്ടുപോകുന്ന അവസ്ഥയാണിത്. മനുഷ്യാവസ്ഥയുടെ അഗാധമായ സത്യങ്ങൾ ഒരു നക്ഷത്ര

സമൂഹം എന്ന പോലെ കാണാറാകുന്നു; ഉള്ളിൽ ജ്ഞാനത്താൽ വേവുന്ന ആന്തരികമായ അനുഭവം.

എം.കെ. ഹരികുമാർ

നവംബർ 30, 2023
കൂത്താട്ടുകുളം

മയിൽപ്പീലിക്കണ്ണുകളിലൂടെ നോക്കുമ്പോൾ

മയിൽപ്പീലിയിലെ കണ്ണുകൾ മനോഹരമാണെന്ന് ഏതൊരു കവിയും സമ്മതിക്കും. ആ കണ്ണുകൾ കൃഷ്ണമാണ്. അതിൽ അഗാധമായതെന്തോ ഉണ്ട്. ഒരു മയിലിന്റെ പീലികളിൽ ഇത്രയധികം കണ്ണുകൾ സൃഷ്ടിച്ചിരിക്കുന്നത് ഒരു പ്രതീതിയാണെങ്കിലും യാഥാർത്ഥ്യംപോലെ നമുക്ക് അനുഭവപ്പെടുന്നു. തൂവലുകൾ ഒന്നൊന്നായി മാറ്റി നോക്കിയാൽ കണ്ണുകളില്ല; ചേർന്നിരുന്നാൽ കണ്ണുകൾ നമ്മെ വ്യാമോഹിപ്പിക്കുകയാണ്. ആ കണ്ണുകൾ കാണുന്നുണ്ടാവും നമ്മെ, നാം കാണാത്ത വിധത്തിൽ!. ഇങ്ങനെ ചിന്തിക്കുന്നതും കവിതയല്ലേ? യഥാർത്ഥ കവിതകൾ യഥാർത്ഥ്യത്തിനെതിരെ നീങ്ങി അതിനെ കബളിപ്പിക്കുക തന്നെ ചെയ്യും.

എന്തൊക്കെയാവും മയിൽപീലി കണ്ണുകൾ നമ്മെ നോക്കുമ്പോൾ കാണുന്നത്? ഒരിടത്തും ഇരിക്കാൻ പറ്റാത്ത വിധം ജ്വരബാധിതരായ മനുഷ്യർ ഇന്നലെകളെ വഞ്ചിച്ചുകൊണ്ട് സ്വയം സ്വഭാവഹത്യ ചെയ്യുന്നു. ശാരീരികമായി ജീവിതത്തിൽ ഒരിടത്തും ഒരു അനുഷ്ഠാനവ്രതമില്ല. എല്ലാം വിലകെട്ട വസ്തുക്കളായി തള്ളിക്കളഞ്ഞിരിക്കുന്നു. ആ കണ്ണുകൾ നമ്മുടെ അനുനിമിഷമുള്ള ഇല്ലാതാകലിൽ സ്തംഭിക്കുകയാണ്. വികാരപ്രകടനം നടത്താനാവാതെ മൃത്യുവിനെ നേരിടുന്ന മൃഗങ്ങളുടെ ചേഷ്ടകൾക്ക് സമാനമാണത്.

ഗഹനതകൾ നമ്മോടു കൂടെയാണ് എപ്പോഴും. നാം കാലടികൾ വച്ച് മുന്നോട്ടു പോകുമ്പോൾ ഗഹനതയാണുണ്ടാവുക. എന്റെ 'ശ്രീനാരായണായ' എന്ന നോവലിൽ കാലുകളുടെ മുന്നോട്ടുള്ള സഞ്ചാരത്തെ വിവരിച്ചത് ഓർക്കുകയാണ്. ഓരോ കാലും മുന്നോട്ടു നിങ്ങുന്നു, പരസ്പര ധാരണയിലെന്നപോലെ. ഒരു കാൽ മുന്നോട്ടെന്നപോലെ പിന്നോട്ടും പോകണം. അതൊരു താളമായിത്തീരുന്നു.

ഈ താളം ഒരാഖ്യാനമാകുന്നതോടൊപ്പം ഗഹനവുമാണ്.

മയിൽപ്പീലി നമ്മെ എങ്ങോട്ടാവും പ്രലോഭിപ്പിക്കുന്നത്? നമ്മുടെ കണ്ണുകളെ വശീകരിക്കുന്ന നിറവിന്യാസത്തിനപ്പുറത്ത് അത് ലൗകികതീതമായ ലോകത്തിന്റെ സൂചനകളെയാവുമോ അന്തർവഹിക്കുന്നത്? നമ്മുടെ ലൗകിക ജീവിതത്തിനു കടന്നുചെല്ലാനാവാത്ത അതീതനിഗൂഢതകളിലേക്ക് കടക്കാനുള്ള കവാടങ്ങളാണോ ആ കണ്ണുകൾ?

ഷോപ്പനോർ

ജീവിതം പരമദുഃഖമാണെന്ന് പറഞ്ഞ മഹാദാർശനികനായ ഷോപ്പനോറുടെ മനോനിലയ്ക്ക് അജ്ഞാതമായ ഏതോ ഒരു പ്രതീക്ഷയല്ലേ മയിൽപ്പീലികൾ ഒരുക്കുന്നത്? കണ്ണുള്ളവർ കാണൂ എന്ന് അത് ആഹ്വാനം ചെയ്യുന്നപോലെ തോന്നുന്നു. ആ തോന്നലിൽ എന്തെങ്കിലും കഴമ്പില്ലാതിരിക്കുമോ? എന്തിനാണ് ഇത്രയും വശ്യമായ സൗന്ദര്യം ഒരു പക്ഷിയുടെ തൂവലിൽ പ്രകൃതി ഒരുക്കിയിരിക്കുന്നത്? അത് എങ്ങോട്ടോ തിരിച്ചുവച്ച ഒരു വാതിലാണ്, തീർച്ച. ശ്രീകൃഷ്ണന്റെ ശിരസ്സിൽ ചൂടിയ മയിൽപ്പീലിയെ ഈ അതാര്യതയെക്കുറിച്ചുള്ള മുന്നറിയിപ്പായി കാണാമോ?

ലൗകികജീവിതത്തെ വൈകാരികമായി സമീപിക്കുന്നവർക്കെല്ലാം ആത്യന്തികമായി നഷ്ടബോധവും നിരാശയുമാണുണ്ടാക്കുന്നത്. സന്തോഷത്തിന്റെ മിന്നൽ വല്ലപ്പോഴും വന്നുപോയാലും, മനുഷ്യമനസ്സ് അതിന്റെ തന്നെ വിധ്വംസകശക്തിയായി നിന്നുകൊണ്ട് ആ സന്തോഷത്തെ തകർക്കുന്നു.

വീണ്ടും നിരാശയിലെത്തുന്നു. സന്തോഷത്തെ നിലനിർത്താനുള്ള പാഠങ്ങൾ ഇനിയും പഠിക്കാൻ മനുഷ്യർക്ക് കഴിഞ്ഞിട്ടില്ല.

സന്തോഷത്തിനുവേണ്ടി തപസ്സിരിക്കാൻ പോകുന്നതിലർത്ഥമില്ല. അത് ഒഴിഞ്ഞു പോകലായിരിക്കും. സന്തോഷത്തിലായിരിക്കുന്നത് ജീവിച്ചിരിക്കുന്നതിന്റെ ഏറ്റവും അർത്ഥവത്തായ നിമിഷമാണ്. സന്തോഷം എപ്പോഴും ഉള്ളിൽനിന്നുതന്നെ തേടിക്കൊണ്ടിരിക്കണം. മയിലിന്റെ സന്തോഷം അതിന്റെ ശരീരത്തിലാണ് പ്രകടമാകുന്നത്. എന്നാൽ അത് ശോകാന്തമായ ഒരു വലയത്തിനുള്ളിലാണ് വസിക്കുന്നത്. അന്യാദൃശമായ ലാവണ്യത്തെയും ഭൗതികാതീതമായ സൂചനകളെയും അത് ഒരേ സമയം ചുമക്കുന്നു. ലാവണ്യം അതിനെ ഏകാന്തമാക്കുകയാണ്. മറ്റുള്ളതിൽ നിന്നുള്ള വിച്ഛേദം സ്വയമൊരു സമസ്യയാക്കുകയും ചെയ്യുന്നു. ഭാഷാജ്ഞാനി ഭാഷയറിയാത്തവരുടെയിടയിൽ വന്നാൽ എന്തു ചെയ്യും? അതുപോലെയാണിത്. സന്തോഷം ഒരാളിൽ യഥാർത്ഥത്തിൽ നിലനിൽക്കുന്നു

ണ്ടോ? അത് ഒരുവൻ ഏതോ പ്രാചീന സാരത്തിന്റെ ബലത്തിൽ വികലമായി അനുകരിക്കാൻ ശ്രമിക്കുന്നതല്ലേ? പ്രണയവും അങ്ങനെയാണ്. പ്രണയത്തിന്റെ പ്രാചീനമായ പാഠങ്ങളെയാണ് ഒരുവൻ അനുകരിക്കാൻ ശ്രമിക്കുന്നത്.

എന്നാൽ ഓരോ നിമിഷവും അവൻ പരാജയപ്പെടുന്നു. കാരണം, അവൻ ഇന്ധനം നിറച്ച ഒരു വാഹനം മാത്രമാണ്. ഇന്ധനം തീരുന്ന മുറയ്ക്ക് അത് നിന്നുപോകുമല്ലോ. അതുകൊണ്ട് ആത്യന്തികമായ വിരസതയും ദു:ഖവും ചൂണ്ടിക്കാണിച്ചുതരുന്ന പരിമിതിയുടെ ഈ ലോകത്തെ മറികടന്നാലുണ്ടാകാവുന്ന മഹത്തായ വർണ്ണങ്ങളുടെയും മോചനത്തിന്റെയും സൂക്ഷ്മമായ ഒരു ആലേഖനമായി മയിൽപ്പീലിയെ കാണാവുന്നതാണ്. ഇതും ഒരു കാവ്യപരമായ നോട്ടമാണ്. കവിതയില്ലെങ്കിൽ മനുഷ്യനു ജീവിക്കാനാവില്ല. ആരെങ്കിലും എഴുതിയ കവിതയല്ലിത്. അതിനു എഴുതപ്പെട്ട കവിതകൾ തന്നെ വേണമെന്നില്ല. മനസ്സിലുണ്ടാകുന്ന വിഭ്രാമകവും പ്രലോഭനാത്മകവുമായ ചിന്തകളും മതി. അതീതതത്വത്തിലേക്കുള്ള പ്രലോഭനമാണത്.

യാഥാർത്ഥ്യത്തെ ഒടിച്ചു മടക്കി ഒരു മയിൽപ്പീലിയാക്കുന്നിടത്ത് മനുഷ്യൻ വിജയിക്കുന്നത് ഈ കവിതയിലൂടെയാണ്. അഹത്തിന്റെയും വിഷാദാത്മകത്വത്തിന്റെയും മൂടൽമഞ്ഞുവീണ് അടഞ്ഞുപോയ നമ്മുടെ അകകണ്ണുകൾക്ക് അപ്രാപ്യമായ കവിതയാണ് മയിലിന്റേത്. പൂർണമായി വിടർത്തിയ പീലികൾ കൂടിച്ചേർന്ന് പിന്നിലൊരു ഭിത്തിയായിരിക്കുന്നു. ആ ഭിത്തിയുടെ പശ്ചാത്തലത്തിൽ മയിൽ തന്റെ അലൗകികതയെ ആസ്വദിക്കുന്നു. അപൂർവമായ ഒരു ആവിർഭാവമായി അത് ലോകത്തെ നിരീക്ഷിക്കുകയാണ്. ഉത്തരമില്ലാത്ത അലങ്കോലങ്ങളിലേക്ക് ചോദ്യങ്ങൾ എറിഞ്ഞുകൊണ്ടിരിക്കുന്നു ;ഓരോ ചോദ്യവും തന്നിലേക്ക് തന്നെ തിരിച്ചുവരുമെന്ന് അറിഞ്ഞുകൊണ്ടു തന്നെ.

മരണാനന്തരമായ സൗഖ്യത്തിന്റെ കോഡ് ചിറകിലൊളിപ്പിച്ച പക്ഷിയാണ് മയിൽ. അത് യാഥാർത്ഥ്യത്തെ പ്രതീതിയും കവിതയുമാക്കി, നമുക്കിടയിൽ നിരാശയുടെയും വിമുഖതയുടെയും ലോകത്തെ ചലനാത്മകമാക്കുന്നു. വിചിത്രമായ രീതിയിൽ തന്റെ മാറുന്ന മനോനിലക ളെ കാണിച്ചുതരുന്ന ആ പക്ഷിക്ക് പക്ഷേ, സ്വന്തം സൗന്ദര്യത്തിൽ നിന്നുള്ള സൗഖ്യം കിട്ടുന്നില്ല. അത് ഇവിടെ, നശ്വരതയുടെ ഈ ചതുപ്പിൽ വ്യഥയെ സ്നിഗ്ദ്ധമാക്കുകയാണ്.

സൗന്ദര്യത്തോടൊപ്പം ഒരു യുവതിക്ക് കടുത്ത ദാരിദ്ര്യവും നേരിടേണ്ടി വന്നാൽ എങ്ങനെയെല്ലാം ഭൗതികമായി സങ്കോചപ്പെടു

ത്തുമോ അതിനു സമാനമാണ് മയിലിന്റെ പീലിവിശേഷം. അത് ഈ ലോകത്തിന്റെ രഹസ്യത്തിന്റെ വിചിത്രമായ കണ്ണുകളെ ഉൾക്കൊള്ളുന്നു. പരത്തെക്കുറിച്ചുള്ള ഭ്രമിപ്പിക്കുന്ന സൂചനയാണതെന്ന് ചിന്തിക്കുന്നതിൽ സാർത്ഥകമായ ചിലതുണ്ട്. ജീവിതം പതിതവും ചപലവുമായി തുടർന്ന് ക്രൂരതകളിൽ വീഴുമ്പോൾ നമ്മെ തൊട്ടു കടന്നു പോകുന്ന വസന്തങ്ങൾ അറിയുന്നില്ലല്ലോ. ഏകാന്തതകളിൽ നങ്കൂരമിട്ടിരിക്കുന്ന അജ്ഞേയമായ ശക്തിയെക്കുറിച്ച് സംസാരിച്ചവരുണ്ട്.

വേഗതയേറിയ ബുള്ളറ്റു ട്രെയിനുകളിൽ യാത്ര ചെയ്തുകൊണ്ടല്ലല്ലോ ഭാരതത്തിലെ ഋഷികൾ പ്രപഞ്ചത്തെക്കുറിച്ച് സാരം ഗ്രഹിച്ചത്.

അകന്നുമാറിയിരിക്കുക, നിശ്ശബ്ദതയെ ആയുധമാക്കുക, പ്രകൃതിയിലേക്ക് കൂടുതൽ അടുക്കുക തുടങ്ങിയ കാര്യങ്ങളിലെല്ലാം മനുഷ്യന്റെ അറിയപ്പെടാത്ത ഉണ്മയുമായി ബന്ധമുള്ള എന്തോ ഉണ്ട്. നിശ്ശബ്ദതകളിൽ ഏതോ ജാലകം തുറക്കുന്നുണ്ട്, പൊരുളുകളിലേക്ക്.

മിലാൻ കുന്ദേര

മയിൽപീലി വിടർത്താതെ, പിന്നിലേക്ക് നീട്ടി നിവർത്തി, വാലറ്റം തറയിൽ തട്ടുന്ന രീതിയിൽ വിരിച്ചുനിർത്തുന്നത് മറ്റൊരു വിതാനമാണ്. യാതൊന്നും പ്രതീക്ഷിക്കേണ്ടതില്ലാത്ത ഒരു ലോകത്ത് വ്യവസ്ഥകൾ മിഥ്യയാണെന്ന സന്ദേശമാണിത്. മിലാൻ കുന്ദേര (Milan Kundera) പറഞ്ഞു, അസുഖകരമായ ഒരു സത്യമാണെന്ന് സൂചിപ്പിച്ചുകൊണ്ടു തന്നെ സ്വന്തം ഇഷ്ടപ്രകാരം ജീവിക്കുന്ന യാതൊരാളെയും ഇവിടെ കാണാനില്ല. അത് നമ്മൾ മാത്രം മനസ്സിലാക്കുന്നില്ല. തന്നിൽ നിന്നു തന്നെ ഒഴിഞ്ഞ് നിൽക്കുന്നതാണ് നമ്മുടെ വിധി. മഹത്തായതെന്തോ നമ്മുടെ സമീപത്തുണ്ട്. പക്ഷേ, അത് അദൃശ്യമാണ്. അത് നമ്മെ തൊട്ടു കടന്നു പോവുകയാണോ? ശതകോടി ജീവികളിൽ വിശേഷപ്പെട്ട അറിവുകളുള്ളവ എന്തോ ജീവനിൽ തരപ്പെടുത്തുന്നു, രഹസ്യസ്വഭാവമുള്ള തരംഗങ്ങളായി. ആ സിദ്ധികൾ പ്രകൃതിയിൽ തന്നെ നഷ്ടപ്പെടുന്നു.

അമെരിക്കൻ ഫോട്ടോഗ്രാഫർ തബീതാ സോറൻ (Tabitha Sorren) എടുത്ത Surface Tension എന്ന പേരിലുള്ള ഫോട്ടോഗ്രാഫുകൾ നമ്മൾ സ്വയം എങ്ങനെ കണ്ടെത്താമെന്ന ചിന്തയാണ് പങ്കുവയ്ക്കുന്നത്. എല്ലാ നരകക്കാഴ്ചകളും ക്രൂരതകളും നമ്മൾ കാണുന്നത് മൊബൈലിലോ ടെലിവിഷനിലോ ആണ്. സ്ക്രീൻ നമ്മെ മനുഷ്യത്യരഹിതമായ മരവിപ്പിലേക്ക് തള്ളിയിരിക്കുക

യാണ്. ഇത് അനുഭവിപ്പിക്കുന്നതിനായി അമൂർത്ത ചിത്രകലയുടെ സങ്കേതം ഫോട്ടോഗ്രാഫിൽ അവർ ഉപയോഗിച്ചിരിക്കുന്നു. ആത്മീയ മായ ഒരു അവ്യക്തതയാണ് ഫ്രെയിമിൽ നിറയുന്നത്. നമ്മൾ എങ്ങ നെയാണ് സ്ക്രീൻ ഉപയോഗിച്ച് ലോകത്തെ മറച്ചുപിടിക്കുന്നതെന്ന് കാണിച്ചുതരുകയാണ് സോറൻ.

സമരം ചെയ്യുന്നവരെ ഓടിക്കാൻ പൊലീസ് ടിയർഗ്യാസ് പ്രയോ ഗിക്കുന്നു. സോറന്റെ കലാപരമായ ഫോട്ടോഗ്രാഫ് ദൈവത്തിന്റെ ചില ലിപികൾ മയിൽപീലിക്കണ്ണുകളിൽ വായിക്കാനാവുമോ? രഹസ്യങ്ങൾ ജീവിതത്തെ മറികടന്നും നില്ക്കുകയാണല്ലോ ;ജീവി തത്തിലല്ല.

ബിംബങ്ങളും ചലനങ്ങളും കൂടിക്കുഴഞ്ഞു നമ്മളിൽതന്നെ നിശ്ശേഷ്ഠമായി തീരുന്ന അനുഭവം. ഫോൺ സ്ക്രീനിലൂടെ കിട്ടുന്ന ചിത്രങ്ങൾ നമ്മെ കബളിപ്പിക്കുന്നുണ്ട്. അതിൽ സ്വാഭാവികമായ ഒരു മാസ്കുണ്ട്. ഈ ചിത്രണങ്ങളിലൂടെ നമ്മൾ യാതൊന്നിനെ ക്കുറിച്ചും ഉത്ക്കണ്ഠയില്ലാത്തവരാകുന്നു. നമ്മുടെയുള്ളിൽ ഈ ഡിജിറ്റൽ കൂമ്പാരം ഒരു നിശ്ചലതയെ നിർമ്മിക്കുന്നു. നമുക്ക് ക്രൂരമായി രക്ഷപ്പെടാനുള്ള ഒരു പാതയാണത്. പൊലിസ് ടിയർ ഗ്യാസ് പ്രയോഗിക്കുമ്പോൾ ഇരകൾ ചിതറുന്നു. എന്നാൽ ആ സമയം നമ്മൾ ചിതറുന്നുണ്ടോ? നമ്മളിൽ എന്തായിരിക്കും സംഭവി ക്കുക? നമ്മൾ ആ ചിതറലിനു മുന്നിൽ ഫോൺസ്ക്രീനിനെ തന്നെ മറയാക്കുന്നു.

സ്ക്രീനിന്റെ മറയ്ക്കപ്പുറത്ത്, നമുക്ക് അജ്ഞാതമായ ക്ഷോ ഭങ്ങളാണുള്ളത്. ഒരാളുടെ പരിധികളെ എടുത്തുകാണിക്കുകയാ ണത്. വാസ്തവത്തിൽ കാണുന്നതെന്തോ തൊട്ടുടുത്ത നിമിഷ ത്തിൽ അത് നമുക്ക് അന്യമാവുകയാണ്. അന്ത:കരണത്തിന്റെ കുത്തനെയുള്ള കയറ്റങ്ങളിൽ നമുക്ക് മനസ്സിലാവുന്നത് ചൂണ്ടുവി രലിന്റെ സ്പർശം മാത്രം.

ലോകത്തെ സദാ ത്രസിപ്പിക്കുന്ന മയിൽ ഒരു ദൗത്യമെന്നപോലെ പീലി വിടർത്തി വട്ടം തിരിയുന്നു. എന്നാൽ ആ ദൗത്യം, സൗന്ദര്യം ഉൾക്കൊള്ളാൻ ലോകത്തിനാവുന്നില്ല. ലോകം മയിലിനെ കൊന്ന് ബൊമ്മയാക്കി വഴിവക്കിൽ പ്രദർശിപ്പിക്കുന്നു. മയിലെണ്ണ ഔഷധ മാണല്ലോ. മയിൽപ്പീലിയും മയിലെണ്ണയും രണ്ടു ധ്രുവങ്ങളിലല്ലേ നിലനിൽക്കുന്നത്? സൗന്ദര്യത്തെ കപടമായി വാഴ്ത്തുന്ന, തക്കം കിട്ടിയാൽ നല്ലതെല്ലാം കൊഴിച്ചു കളയുന്ന, സ്വന്തം സ്നേഹത്തെ വെറുപ്പിലേക്ക് പരിവർത്തനം ചെയ്യുന്ന മനുഷ്യന്റെ ലോകത്ത് മയിലിന്റെ മഹത്വവും നൃത്തവും മറ്റൊരു ഭാഷയാണ്, സംവാദമാണ്.

ഒരു ലോകവീക്ഷണത്തിന്റെ ബാഹ്യഘടന അതിൽ കാണാം. നാശോന്മുഖമായ ഒരു ചുറ്റുപാടിൽ എങ്ങനെ ഉദ്ബോധനാത്മകമായവിധം ശരീരത്തെ ഉപയോഗിക്കാമെന്നതാണ് മയിലിന്റെ പാഠം. ആർത്തുല്ലസിക്കുന്ന ഒരു ഓർമ്മ അവിടെ കളിക്കുകയാണ്. ആ ഉദാരതയും ആകർഷണീയതയും ഈ ലോകം ഉൾക്കൊള്ളുന്നേയില്ല ;അങ്ങനെ നടിക്കുകയാണെന്നങ്കിലും.

എല്ലാ ഈശ്വരന്മാരും അതിലൂടെ കാണുകയാണ്

മയിലിന്റെ പ്രാചീനതയിലാണ് മനുഷ്യന്റെ കണ്ണ്. അവന്റെ സൗന്ദര്യബോധം ഒരു നിർമ്മിതിയാണ്. മയിലിന്റേത് സ്വാഭാവികമായ ഒരു ആവിഷ്കാരമാണ്. ശരീരത്തിൽ എന്തിനെയും മഹത്വമുള്ളതാക്കാൻ പോന്ന തൂവലുകളുള്ള ഒരു ജീവി, ലോകം ദരിദ്രമായതുകൊണ്ട് ഒറ്റപ്പെടുകയാണ്. ജ്ഞാനവും വിവേകവുമുള്ളവർ എല്ലായിടത്തും തോറ്റു പോകുന്നത് എത്ര നിസ്സഹായമാണ്!. അവർ പരാജിതരാണെന്ന് ആരെങ്കിലും ഉച്ചത്തിൽ വിളിച്ചു പറയുകയാണെങ്കിലോ? പരാജിതരുടെ ലോകത്ത് നിസ്സംഗതയോടെ വന്ന് നൃത്തം ചെയ്യേണ്ടിവരുന്ന ഒരു ജീവിയുടെ മനോഗതങ്ങൾ എവിടെയും തൂവിപ്പോവുകയാണ്, വെറുതെ.

ഒരിടത്തും എത്തില്ലെന്ന് ഉറപ്പുള്ളതുകൊണ്ടുതന്നെ അത് നൃത്തം വയ്ക്കുന്നു. നിഗൂഢതയുടെ നേർക്കുള്ള ഒരു ജീവന്റെ ഏറ്റവും സഹതാപാർദ്രമായ നോട്ടമാണത്. നശ്വരതയെ അത് നമ്മിലേക്ക് തുളച്ചി റക്കുന്നു. തന്റെ മേൽ ദൈവം ചുമത്തിയിട്ടുള്ള ഒരു കർമ്മം എന്ന നിലയിൽ അത് വിദ്വേഷത്തിന്റെയും അന്ധതയുടെയും നടുവിൽ നേത്രങ്ങൾ തന്നെ വിന്യസിക്കുന്നു. എല്ലാ ഈശ്വരന്മാരും അതിലൂടെ കാണുകയാണ്. ജീവിതം ആത്യന്തികമായി ഒരു മറഞ്ഞുപോകലാണ്, അനന്തതയിലേക്ക്. ആരും അറിയാത്ത വിധം അത് അടഞ്ഞതാണ്. യേറ്റ്സ് പറഞ്ഞതുപോലെ, ദുരന്തങ്ങളാൽ നിയന്ത്രിതമാണ് ജീവിതമെന്നറിയുമ്പോഴാണ് നാം ജീവിക്കാൻ തുടങ്ങുന്നത്. അറിയത്തക്കതല്ലാത്ത ശത്രുക്കൾക്കെതിരെ പൊരുതിക്കൊണ്ട്, വികാരങ്ങൾ പാഴാക്കിക്കൊണ്ട് അതിവേഗം കുതിക്കുന്നതിനെ ജീവിതമെന്ന് വിളിക്കാം.

മറവികൊണ്ടാണ് മയിലുകൾ നൃത്തം സാധ്യമാക്കുന്നത്. ഇന്നലെകളിൽ ചെയ്ത നൃത്തം പാഴായിപ്പോയതിൽ അതിനു ദുഃഖമില്ല. മറവി ഒരു സ്വാതന്ത്ര്യമാണ്, വ്യഥയിൽനിന്നൊഴിയാൻ. എന്നാൽ ഓർക്കുന്തോറും നാം പുതിയ വ്യക്തികളാവുകയാണ്. ഓർമ്മകൾക്ക് യാദൃച്ഛികതയുണ്ട്. നമ്മുടെ ഇഷ്ടത്തിനൊത്തല്ലല്ലോ ഓർമ്മകൾ അവതരിക്കുന്നത്? അത് അവിചാരിതമായി സംഭവി

ക്കുകയാണ്.

ഇങ്ങനെ പുതിയതാകാനാണ് മയിലുകൾ നൃത്തം വയ്ക്കുന്നത്.

മൗറിസ് ബ്ളാങ്ക്ഷോ

മൗറിസ് ബ്ളാങ്ക്ഷോ (Maurice Blanchot) യുടെ അഭിപ്രായത്തിൽ ഓർമ്മ ഭൂതകാലത്തിന്റെ സ്വാതന്ത്ര്യമാണ്. അതിന് ഒരു വർത്തമാനകാലമില്ല. അത് ഒരോർമ്മയുടെ വർത്തമാനത്തെ സ്വീകരിക്കുകയുമില്ല. ഒരു കാര്യത്തിന്റെ ഓർമ്മയെക്കുറിച്ച് ബ്ളാങ്ക്ഷോ പറയുന്നത് ഇപ്രകാരമാണ്: "The irremediable character of what has no present, of what is not even there as having one been there "

ഒരു വർത്തമാനകാലമില്ലാത്ത ഒന്നാണത്; അതിൽ നിന്ന് ഒട്ടും കുറയ്ക്കാനാവില്ല. ഒരിക്കൽ സംഭവിച്ചതായിപോലും അത് നിലനിൽക്കുന്നില്ല. അതൊരിക്കലും സംഭവിച്ചിട്ടില്ല, ഒറ്റത്തവണ എന്ന നിലയിൽപോലും. എന്നാൽ അത് ആരംഭിക്കുന്നു, വീണ്ടും വീണ്ടും, അനന്തമായി. അതിനു അന്ത്യമില്ല, തുടക്കവുമില്ല. അതിനു ഭാവിയുമില്ല.

എന്താണ് ഇതിനർത്ഥം? ഓർമ്മ ഒരു ജലരേഖയാണ്. അത് സംഭവിച്ചപ്പോഴേ ഇല്ലാതായി. അതവിടെയില്ല, പഴയ രീതിയിൽ. അതിന് വർത്തമാനമില്ല. ഭൂതകാലത്തിലും അതില്ല. എന്നാൽ അത് യാത്ര ചെയ്യുന്നു, വീണ്ടും വീണ്ടും. അതിനു തുടക്കമില്ലാത്തതുപോലെ അന്ത്യവുമില്ല. അത് നമ്മുടെ മനസ്സിൽ സൃഷ്ടിക്കപ്പെടുകയാണ്. ഓരോ തവണയും പുതുതാവുകയാണ്.

മയിൽ നൃത്തം ചെയ്യുമ്പോൾ ഈ സത്യം കൂടുതൽ തെളിയുന്നുണ്ട്. ഒരിക്കൽ ചെയ്ത നൃത്തം അതോർക്കുന്നില്ല. അതുകൊണ്ട് വീണ്ടും വീണ്ടും നൃത്തംചെയ്യുന്നു. ഓർമ്മയിൽനിന്ന് വീണ്ടും വീണ്ടും പുതുതാവുകയാണ് ചെയ്യുന്നത്.

നൈമിഷികമായ ആനന്ദങ്ങളുടെ അപാരത

നഷ്ടപ്പെട്ടത് വീണ്ടെടുക്കാൻ ഇങ്ങനെ ആത്മാവിൽ ദരിദ്രമാകുകയേ നിർവ്വാഹമുള്ളു. ലോകം ഉൾക്കൊള്ളാത്ത ഒരു പ്രകടനമാണത്. ലോകത്തെ ഏറ്റവും വലിയ ദാരിദ്ര്യം മയിലിന്റേതാണ്. അത് കാണികളെ പ്രതീക്ഷിക്കാതെ തന്നെ പീലി വിടർത്തുകയാണ്. ഏറ്റവും മനോഹരവും അതീവരഹസ്യാത്മകവുമായ ഒരു നിഗൂഢശ്രംഖല ചിറകുകളിൽ വിന്യസിച്ച് അത് ഭാവിയെക്കുറിച്ച്, മരണാനന്തര ശാന്തിയക്കുറിച്ച് സന്ദേശം നൽകുന്നു. വാക്കുകളിലൂടെ പകരാനാവാത്ത ആ സൗന്ദര്യം മനുഷ്യനിൽ ആഘാതമാണ്;

അതുകൊണ്ടുതന്നെ അവൻ അതിന്റെ ഉപരിതലത്തിൽ മാത്രം ഒരുങ്ങുന്നു. വായുവിൽ വാൾകൊണ്ട് വെട്ടുന്നത് സ്വാർത്ഥമാണ്, മുറിവേല്ക്കാൻ ആരെങ്കിലും ഉണ്ടായാലും ഇല്ലെങ്കിലും, ക്ഷോഭം തീർക്കാൻ ആകാശം മതി. ശൂന്യതയിൽ കത്തിക്കയറി ഇല്ലാതാകുന്നതിനെ ജീവിതമെന്ന് വിളിക്കാമോ?

ആർ. ഡി. ലെയിംഗ്

ഫ്രിജോഫ് കാപ്ര (Fritjof Kapra) യുടെ Uncommon Wisdom എന്ന ഗ്രന്ഥത്തിൽ സ്റ്റാനിസ്ളാവ് ഗ്രോഫ്, ആർ. ഡി. ലെയിംഗ് എന്നീ മന:ശാസ്ത്രജ്ഞന്മാരുമായുള്ള സംഭാഷണം ചേർത്തിട്ടുണ്ട്. അതിൽ ലെയിംഗ് മനോരോഗത്തെക്കുറിച്ച് പറയുന്നത് ശ്രദ്ധേയമാണ്:

"There is no Schizophrenic person : there is only a Schizophrenic system" (Swimming in the same ocean)

യഥാർത്ഥത്തിൽ മനോരോഗിയായ ഒരു വ്യക്തിയില്ല; അങ്ങനെയുള്ള ഒരു സമൂഹമാണുള്ളത്. സൗന്ദര്യത്തിന്റെ മുന്നിൽ മാനവരാശിയാകെത്തന്നെ അന്ധതമസ്സുകളായി മാറുകയല്ലേ ചെയ്യുന്നത്? അഗാധവും ലോകത്തിന്റെ പരിധികൾ കടന്നുപോകുന്നതുമായ സൗന്ദര്യധാരകളെ മനുഷ്യന് കണ്ടെത്താനാവുന്നില്ല. അവനു ചുറ്റിനുമുള്ള ജീവികൾക്കെല്ലാം ബഹുവിധമായ മറ്റു സിദ്ധികളുണ്ട്. ശലഭങ്ങൾ അനായാസേന ആനന്ദം നേടുന്നു. ഈച്ചകൾ അത്ഭുതകരമായ ആകാരത്തിൽ, (വളരെ നേർത്ത കാലുകളിൽ അവ ചലനത്തെ സുഗമമാക്കുന്നു) പറക്കുന്നു. തേനീച്ചകൾ വിചിത്രമായ സാമൂഹ്യവ്യവസ്ഥ സൃഷ്ടിക്കുന്നു. തുമ്പികൾ പ്രാസാദസൗഖ്യത്തിന്റെ തികഞ്ഞ പ്രകൃതത്തിൽ വായുവിൽ പറന്നു നിൽക്കുന്നു. സ്നിഗ്ധവും സുതാര്യവുമായ ആ വാലിൽ, ചിറകിൽ പ്രപഞ്ചത്തിന്റെ ഏറ്റവും വിലപിടിപ്പുള്ള കനിവിന്റെ വൈഡൂര്യം അണിഞ്ഞിരിക്കുന്നു.

സ്വപ്നങ്ങൾ തോറ്റുപോകുന്ന വിധം ആ ചിറകുകൾ ജീവത്താണ്. ജീവിതത്തിന്റെ നശ്വരതയെയും ഓർമ്മകളായി ഇല്ലാതാകുന്ന അവസ്ഥയെയും തോല്പിക്കുന്ന വിധം തുമ്പികൾ എല്ലാ വ്യവസ്ഥകളെയും നിർവീര്യമാക്കി മറ്റൊരു ഭാഷയിൽ സംവദിക്കുന്നു. തീർച്ചയായും നമ്മുടെ അസ്തിത്വത്തിനരികിൽ അവയുണ്ടാകണം. നമ്മൾ ഇരുട്ടിൽ തപ്പിത്തടയുമ്പോൾ, നമ്മുടെ സകല ബുദ്ധിവൈഭവങ്ങളും ഉപയോഗിച്ച് നാം നരകിക്കുമ്പോൾ, ജീവിതാനന്തരമായ ഹർഷത്തിന്റെ പൊരുൾ എന്നപോലെ തുമ്പികൾ അതിന്റെ സ്വയം സമ്പൂർണമായ ആകാരത്തിൽ സ്വപ്നങ്ങൾക്കുപോലും

അതീതമായ ബാലൻസ് നിലനിർത്തുന്നു.

അസ്തിത്വപരമായ ഭാരക്കുറവോടെ ജീവിക്കുന്നതാണ് അതിന്റെ സൗഖ്യം. നശ്വരത വന്നു ഭയപ്പെടുത്തുന്നില്ല; കാരണം, അത് നശ്വരതയുടെ തന്നെ പ്രസാദമാണല്ലോ. തുമ്പി, അവിടെ അസ്തിത്വത്തിന്റെ തീവ്രദു:ഖമല്ല; നൈമിഷികമായ ആനന്ദങ്ങളുടെ ഒരു അപാരതയാണ്. മാനവനു നിഷേധിക്കപ്പെട്ട ആനന്ദങ്ങളുടെ അതാര്യത. ആ അതാര്യതയെ വർണാഭമാക്കുകയാണ് മയിൽ.

ഒരു സമൂഹം മുഴുവൻ ബധിരരാകുന്നത് എന്തുകൊണ്ടാണ്? അല്ലെങ്കിൽ ഒരു വംശം മുഴുവൻ ബധിരരാകുന്നത്? തോറോയുടെ 'വാൽഡണി' (Waldon) ൽ കൊതുകുകളുടെ സംഗീതത്തെക്കുറിച്ച് വിവരിക്കുന്നുണ്ട്. കൊതുകുകൾ രാത്രിയിൽ ഉറങ്ങുന്നേയില്ല. അവ പാടുകയാണ്. നിർഭാഗ്യവശാൽ, ആ പാട്ട് കേൾക്കാനുള്ള സിദ്ധി നമുക്കില്ല. നമ്മുടെ കാതുകൾ പകുതി അടഞ്ഞതാണല്ലോ. കൊതുകുകൾ തങ്ങളുടെ മനോഹരമായ സംഗീതം കേൾപ്പിക്കാൻ വേണ്ടി മനുഷ്യന്റെ കാതുകൾക്കുള്ളിലേക്ക് കയറി വരികയാണ്. എന്നാൽ മനുഷ്യൻ അപാരമായ ആ സംഗീതം ഏൽപ്പിച്ച ആഘാതത്തിൽ മുഷിയുകയാണ്. അവൻ ക്രുദ്ധനാവുന്നു. അതുവരെ ശാന്തനും സൽസ്വഭാവിയുമായിരുന്ന വൻ ആക്രമിക്കാൻ തുടങ്ങുന്നു.

മയിലിനെ നോക്കൂ ;അത് ശാന്തതയിൽ സ്വയം നിറയ്ക്കുകയാണ്. ലോകം മനസ്സിലാകാത്ത അസ്തിത്വത്തിന്റെ ഒരു പടലം മയിൽ തന്റെ ശരീരത്തിലും നൃത്തത്തിലും വഹിക്കുകയാണ്. ചലിക്കുന്നതാകട്ടെ മറ്റൊരു താളത്തിലും. ലോകം ചുരുങ്ങിപ്പോകുമ്പോൾ നിഷ്കളങ്കമായി ദുഃഖിച്ചുകൊണ്ട് സ്വയം ആരായുന്ന പോലെ. മയിൽ പ്രത്യക്ഷതയിൽ ഒരു അടയാളമാണ്. ഓർമ്മകളെ വീണ്ടെടുക്കുകയാണെങ്കിൽ ആ അടയാളത്തിന്റെ നിഗൂഢത വെളിവാകും. അസംഗതമായ സമയത്ത് അടിച്ചേല്പിക്കപ്പെട്ട ഒരു നിയോഗംപോലെയാണ് അത് പീലി വിടർത്തുന്നത്.

നഷ്ടപ്പെട്ട ലാവണ്യാത്മക ലോകങ്ങൾ

ജർമ്മൻ ചിത്രകാരനായ ഫ്രാൻസ് മാർക് (Franz Marc, 1880-1916) പറഞ്ഞു, മൃഗങ്ങളിലെ ശുദ്ധമായ ജീവിതാവസ്ഥ തന്നിലെ നന്മകളെ ഉണർത്തി വിട്ടുവെന്ന്. കാരണം നമ്മേക്കാൾ നൈസർഗ്ഗികമായ പ്രകൃതിയോട് അവ പ്രതികരിക്കുന്നു. അവയ്ക്ക് വ്യാജമായി നോക്കാനാവില്ല, വ്യാജമായി സംസാരിക്കാനാവില്ല;അഭിനയിക്കാനുമറിയില്ല. എന്താണോ ശാരീരികമായ വ്യവസ്ഥയിലൂടെ രൂപപ്പെടുന്നത്, അത് സ്വാഭാവികമായി പ്രകാശിപ്പിക്കുകയാണ്. മയിലിന്റെ

നൃത്തം കാണുമ്പോൾ മനുഷ്യന് അവന്റെ നഷ്ടപ്പെട്ടതും കുഴിച്ചു മൂടപ്പെട്ടതുമായ ലാവണ്യാത്മക ശുദ്ധതകളെക്കുറിച്ച് ഓർമ്മ വരേണ്ടതാണ്.

ഫ്രാൻസ് മാർക്

ജൈവമായ വിനിമയങ്ങളെ പങ്കിലമാക്കി തുലച്ചുകളഞ്ഞ മാനവ സമുദായത്തിനു ആ നൃത്തം ഒരാദിമമായ ജൈവാവിഷ്കാരമാണ്.

ഒരു പരാജയപ്പെട്ട കലാകാരന്റെ ജീവിതമാണ് മയിലിന്റേത്. കാണികൾ ഇല്ലാതെയും ആവിഷ്ക്കാരം വേണ്ടിവരും. കാണികൾ ഉണ്ടെങ്കിലും, മയിലിന്റെ അസ്തിത്വപരമായ ധർമ്മസങ്കടങ്ങൾ ആരും ഗൗനിക്കുന്നുമില്ല. അമെരിക്കൻ ഗായിക അമാൻഡ പാമർ (Amanda Palmer) പറഞ്ഞത് ഇതാണ്: You're a good artist when you make somebodyelse experience or feel something deep or unexpected ". ഒരു നല്ല കലാകാരനാകണമെങ്കിൽ മറ്റൊരാളെ അഗാധമായത് അല്ലെങ്കിൽ അപ്രതീക്ഷിതമായത് അനുഭവിപ്പിക്കണം. എന്നാൽ കലാകാരന്മാർ അപ്രതീക്ഷിതമായത് ആവിഷ്കരിച്ചാലും അത് തിരിച്ചറിയപ്പെടണമെന്നില്ല. അതുകൊണ്ട് നല്ല കലാകാരന്മാർ പരാജയപ്പെടുന്നു. ഇത് തന്നെയല്ലേ മയിലിന്റെ ജീവിതത്തിലും കാണാനാവുന്നത്? മയിലിന്റെ പരാജയങ്ങൾ കലാകാരന്റെ ജീവിതത്തെ കണ്ണാടിയിലെന്നപോലെ പ്രതിഫലിപ്പിക്കുന്നു.

ഒരു മാധ്യമമെന്ന നിലയിൽ ആ പീലി വിടർത്തുന്നതിൽ കലാപ്രക്രിയയാണുള്ളത്. മാധ്യമം തന്നെ കലയാണല്ലോ. ഒരു മാധ്യമത്തിനു അതിന്റെ പ്രത്യക്ഷതയിൽ, ഘടനയിൽ, വ്യവഹാരപ്രക്രിയയിൽ കലയായിരിക്കാതെ തരമില്ല. മയിൽ തന്റെ അസംബന്ധം നിറഞ്ഞ ജീവിതത്തെ പീലികൾകൊണ്ട് മറച്ച് കലയാക്കുന്നു. പുറംലോകത്തെ അതാര്യതയെ, ശൂന്യതയെ നേരിടാനാവാതെ വരുമ്പോൾ, അത് തന്നിൽതന്നെ സ്വയം ആവിഷ്കരിച്ച് അസ്തിത്വത്തെ ലഘുവാക്കുന്നു.

പുലി വിഷാദരോഗിയാണ്; മനുഷ്യനും?

Straw dogs :Thoughts on humans and other Animals എന്ന പുസ്തകം എഴുതിയ ജോൺ ഗ്രേ (John Gray) പറയുന്നുണ്ട്, പ്രകൃതിയിലെ ജീവികൾ (മനുഷ്യനൊഴികെ) അവയുടെ ജീവിതത്തിനപ്പുറം മറ്റൊരു അർത്ഥവും കാണുന്നില്ലെന്ന്. മനുഷ്യൻ മൃഗമല്ലാത്തതുകൊണ്ടാണത്രേ അവനു ചരിത്രമുള്ളത്. അവൻ അറിയത്തക്കതല്ലാത്ത ജീവിതത്തിന്റെ ആകെത്തുകയായി പൂർവ്വകാലത്തെ എഴുതിവയ്ക്കുന്നു. ഒരു പൂച്ചയ്ക്ക് അതിന്റെ ആവശ്യമില്ല. പൂച്ച തന്റെ സ്വഭാവത്തെ, പ്രകൃതിയെ നന്നായി മനസ്സിലാക്കുന്നതുകൊണ്ട് എപ്പോഴും സന്തോഷം നേടാൻ കഴിയുന്നു എന്നാണ് ഗ്രേ പറയുന്നത്.

ആത്മബോധമില്ലാത്തതുകൊണ്ട് മറ്റു ജീവികൾ അസ്തിത്വപ്രതിസന്ധി (Existential Dilemma) അഭിമുഖീകരിക്കുന്നില്ല എന്നു ജോൺ ഗ്രേ പറയുന്നതിനോട് യോജിക്കാനാവില്ല. അവയുടെ മേൽ അടിച്ചേൽപ്പിക്കപ്പെട്ട ഒരു പ്രതിസന്ധിയുണ്ട്. അത് സ്വന്തം പ്രകൃതിയെ മനസ്സിലാക്കാത്തതുകൊണ്ട് സംഭവിക്കുന്നതല്ല. ഭൂരിപക്ഷം ജീവികളും അവയേക്കാൾ ശക്തിയുള്ള ഒരു എതിരാളിയോ, ഒരു കൂട്ടം എതിരാളികളോ അടുത്തുവരുമ്പോൾ തീർച്ചയായും അവ പ്രാണരക്ഷാർത്ഥം ഓടുകയാണ് ചെയ്യുന്നത്. അവയുടെ ബുദ്ധിയുടെ പരമാവധി ഉപയോഗിച്ച് രക്ഷപ്പെടാൻ ശ്രമിക്കും ;സർവശക്തിയുമുപയോഗിച്ചു ചെറുക്കുകയും ചെയ്യും. ഇതിനപ്പുറം, വിശ്രമിക്കുമ്പോഴും ഇരതേടുമ്പോഴും ജീവികൾ അഭിമുഖീകരിക്കുന്ന അസ്തിത്വപ്രശ്നങ്ങൾ വേറെയാണ്.

ജീവിതത്തിൽ ഒരർത്ഥം കണ്ടെത്താനുള്ള ശ്രമമാണ് അസ്തിത്വപ്രതിസന്ധിയുണ്ടാക്കുന്നത്. ഒരു ജീവിയും മുൻകൂട്ടി അനുവാദം

ചോദിച്ചിട്ടല്ലല്ലോ ജനിക്കുന്നത്. മനുഷ്യനും അങ്ങനെയാണല്ലോ. മഹാബുദ്ധിശാലിയായ മനുഷ്യനു സ്വന്തം ജന്മത്തിന്റെ കാര്യത്തിൽ ഒരധികാരവും പ്രയോഗിക്കാൻ നിവൃത്തിയില്ല. അവൻ എവിടെയോ ജനിക്കുന്നു ;എങ്ങനെയോ ചിന്തിക്കാനുള്ള ശേഷി നേടുന്നു. ഇതൊന്നും അവന്റെ ആജ്ഞക്കനുസരിച്ച് സംഭവിക്കുന്നതല്ലല്ലോ. ജീവിതത്തിൽ എന്തെങ്കിലും നേടണമെങ്കിൽ അവന് പ്രതികൂലസാഹചര്യങ്ങളെ നേരിടേണ്ടി വരും. അവൻ ഒരർത്ഥം കണ്ടെത്താൻ പാടുപെടണം. എല്ലാ നിരർത്ഥകതകളും തിരിച്ചടികളും അവനെ മാത്രം ആശ്രയിച്ചാണിരിക്കുന്നത്. അവന്റെ അനുഭവങ്ങളുടെ കേന്ദ്രവും ഉത്തരവാദിത്തവും മറ്റൊരാളിലേക്ക് കൈമാറാനാവില്ല. അവൻ ചെയ്യുന്ന പ്രവൃത്തികളുടെ ഭാഗധേയം അവനറിയില്ല. അസ്തിത്വം എന്തിനാണെന്ന പ്രാഥമികമായ ചോദ്യത്തിനു തൃപ്തികരമായ ഉത്തരമില്ലാതിരിക്കെ, അവൻ സ്വന്തം ഭാവനയ്ക്കൊത്ത് ചിലതെല്ലാം കണ്ടുപിടിക്കുന്നു ;മൂല്യങ്ങൾക്കായി പരതുന്നു. മൂല്യങ്ങളുടെ അടിമയായാൽ സ്വാസ്ഥ്യം ലഭിക്കുമെന്ന് കരുതി അതിനുള്ളിലേക്ക് വലിഞ്ഞു ഒരു ദോഷൈകദൃക്കായി മാറുന്നു. തനിക്കു പുറത്തുള്ളതെല്ലാം തെറ്റാണെന്ന് അവൻ വിചാരിക്കുന്നു. തന്റെ യുക്തിയാണ് ഏറ്റവും സത്യമുള്ള വാൾ എന്ന മിഥ്യാധാരണയിൽ അവൻ എത്തിച്ചേരുന്നു. അതേസമയം തന്റെ നിശ്ചിതമായ സൂത്രവാക്യങ്ങൾക്ക് പുറത്ത് അപ്രവചനീയമായ ഒരു ലോകമുണ്ടെന്ന് ചിന്തിക്കുന്നവനാണ് അസ്തിത്വവ്യഥയനുഭവിക്കുന്നത്.

സ്വതന്ത്രമായി നിന്ന് അവൻ ജീവിതത്തിലെ കർമ്മങ്ങൾക്ക് എന്തെങ്കിലും അർത്ഥമുണ്ടോ എന്നു ചിന്തിക്കുന്നു. വിശ്വാസിയാകാൻ മനസ്സില്ലെങ്കിൽ കഷ്ടപ്പെടും. അർത്ഥമില്ലാതെ ഉഴറും. തന്റെ വികാരങ്ങൾ തന്നെ ചതിക്കുന്നുണ്ടോയെന്ന് ചിന്തിക്കാൻ തുടങ്ങും. ഇത് ജീവി എന്ന നിലയിലുള്ള കുഴപ്പമാണ്. ജീവിക്കുന്നതുതന്നെ ഒരു കുഴപ്പമായി തീരുകയാണ്. കാരണം, യാതൊന്നാണോ തീരുമാനിക്കുന്നത്, അത് ആത്യന്തികമായി ശരിയാകണമെന്നില്ല; തുടക്കത്തിൽ ശരിയാണെങ്കിലും പിന്നീട് തെറ്റിപ്പോകുന്നു. ശരിയാണെന്ന് തോന്നുന്ന നിമിഷത്തിൽ പല സാധ്യതകൾ ഉണ്ടായിരിക്കാം. ഏതെങ്കിലുമൊന്നു തിരഞ്ഞെടുക്കുകയേ മാർഗ്ഗമുള്ളൂ. അതിന്റെയർത്ഥം ഒരു പ്രശ്നത്തിനു മുൻകൂട്ടി നിർമ്മിക്കപ്പെട്ട ഒരു ഉത്തരമില്ല എന്നാണ് ;നമ്മുടെ യുക്തിക്കനുസരിച്ച് കണ്ടെത്തുകയാണ്. അതിന്റെ പേരിലുള്ള വ്യഥ ഒരിക്കലും അവസാനിക്കുകയില്ല. ഇതാണ് മനുഷ്യന്റെ സ്വാഭാവികമായ അസ്തിത്വവ്യഥ. എന്നാൽ ഒരു പുലിയുടെ വ്യഥ ഇതിൽ നിന്ന് ഭിന്നമാണ്. അതിന്റെ

പ്രകൃതിയിൽ നിസ്സഹായമായ വിധത്തിൽ ഈ ദുരവസ്ഥ വിന്യസിക്കപ്പെട്ടിരിക്കുകയാണ്. പുലിക്ക് അതിന്റെ അനിവാര്യമായ വിധിയിൽനിന്ന് മാറിനിൽക്കാനാവില്ല. ധാർമ്മികമായ വ്യഥയെക്കുറിച്ച് മറ്റൊരു ജീവിയോടു സംവദിക്കാനാവില്ല. കാരണം, അതിന്റെ ജീവിതത്തിന്റെ നിലനിൽപ്പുതന്നെ അധാർമ്മികമായ കടന്നുകയറ്റത്തിൽ തളച്ചിടപ്പെട്ടിരിക്കയാണ്.

ജീവിതത്തിനുള്ളിലെ കാടുകൾ

അസ്തിത്വത്തെ നമുക്കു നിർവ്വചിക്കാൻ കഴിയുമോ? പലരും അതിനു ശ്രമിച്ചിട്ടുണ്ട്. ചിലർ തത്ത്വശാസ്ത്രത്തിലൂടെ മറികടക്കാൻ ശ്രമിച്ചു. സൗന്ദര്യം ഒരുപാധിയാണ്. വസ്തുക്കളിലെ സൗന്ദര്യം കണ്ടെത്താൻ ശ്രമിക്കുന്നതിൽ വ്യക്തിപരമായ സ്വഭാവവൈചിത്ര്യം ഒരു ഘടകമാണ്. വ്യക്തിപരമായ നോട്ടം ഒരാളുടെ അസ്തിത്വത്തിന്റെ സമസ്യയാണ്. എന്തുകൊണ്ടാണ് ഒരാൾ വേറിടാനായി, വസ്തുവിൽ തന്റേതായ തൊങ്ങലുകൾ വച്ചുപിടിപ്പിക്കുന്നത്? ശില്പപരമായ അലങ്കാരങ്ങളുണ്ടാക്കുന്നത്? സത്യത്തെയാണോ നാം അലങ്കരിക്കുന്നത്? അല്ലെങ്കിൽ സത്യത്തെ നോക്കാൻ ഭയമായിരിക്കും. സൗന്ദര്യത്തെ ഏതായാലും, സമീപിക്കാൻ പ്രയാസമാണ്. അപ്രതീക്ഷിതവും അപ്രവചനീയവുമായ സൗന്ദര്യത്തെ നേരിടാനാവാതെ കലാകാരൻ ഉന്മാദിയാവുകയാണ് ചെയ്യുന്നത്. സൗന്ദര്യം തീയാണ്. അതിനടുത്തേക്ക് ചെന്നാൽ വെന്തുപോകും. സാധാരണമായ ജീവിതം തള്ളിക്കളഞ്ഞുകൊണ്ട് അപാരതയെക്കുറിച്ചുള്ള വാക്കുകൾക്കായി കലാകാരന്മാർ ജീവിതത്തിനുള്ളിലെ കാടുകൾ അന്വേഷിക്കുന്നു. ഒരു തണൽ, തീർത്തും അനൈഹികമായ തണൽ അവിടെ തേടാവുന്നതാണ്.

സൗന്ദര്യത്തിന്മേൽ നമുക്ക് ഒരു ഉപാധിയും സാധ്യമല്ല;അത് ഒരു വ്യാഖ്യാനവും കാഴ്ചയുമാണ്. ചന്ദ്രികാചർച്ചിതമായ രാത്രി ഓരോ മനുഷ്യന്റെയും വ്യഥ എന്ന അർത്ഥത്തിൽ വ്യത്യസ്തമാണ്. എങ്കിലും അത് എപ്പോഴും എല്ലായിടത്തും ഒരുപോലെയല്ല. എല്ലാം ഒന്നുപോലെ അല്ലാത്തതുപോലെ, ഒരാൾക്ക് അത് എപ്പോഴും ഒരുപോലെയല്ല. നമ്മൾ സൗന്ദര്യജീവിയാകയാൽ ജീവിക്കാനും സ്വപ്നം കാണാനും വയസ്സാവാനും വാക്കുകൾ തേടുന്നു. വാക്കുകൾകൊണ്ടാണ് നമ്മൾ വയസ്സാവുന്നത്; വാക്കുകളാണ് ചിന്തയാകുന്നത്. വാക്കുകളിലാണ് നാം സൗന്ദര്യത്തെ നിർവ്വചിക്കുന്നത് ;വാക്കുകളിൽ നാം ജീവിക്കുകയാണ്.

കൊല്ലുക എന്ന ധർമ്മം

മനുഷ്യന്റെ ജന്മവാസനയിൽ, പ്രകൃതത്തിൽ മാറ്റംവരുത്താൻ സൗന്ദര്യത്തിനോ കലയ്ക്കോ കഴിയില്ല. കഴിയുമെന്ന വിശ്വാസത്തിൽ നാം പ്രലോഭനങ്ങളുടെയും സന്തോഷങ്ങളുടെയും മലനിരകൾ കയറുന്നു. സ്വയം ശുദ്ധീകരിക്കാൻ നമുക്ക് കലയെങ്കിലുമുണ്ട്; അറിവുകളുണ്ട്. എന്നാൽ പ്രാണികൾക്കും ജന്തുക്കൾക്കും അതിന് കഴിയുന്നില്ല. ഒരു ജീവിക്ക് ഇണങ്ങാത്ത അസ്തിത്വനിർവ്വചനം നമുക്കെങ്ങനെ സ്വീകരിക്കാനാവും? നമ്മുടെ അസ്തിത്വത്തെക്കുറിച്ചുള്ള നിഗമനങ്ങളും തത്ത്വങ്ങളും വളരെ സങ്കുചിതവും നൈമിഷികവും സമ്മിശ്രവുമാണ്;എപ്പോഴും ഏകപക്ഷീയമായിരിക്കുമത്. നമ്മൾ തന്നെ നാൾക്കു നാൾ നിഷേധിക്കുന്നതുമാണത്.

I have no chair
Nor church
Nor philosophy

എന്നു വാൾട്ട് വിറ്റ്മാൻ 'ലീവ്സ് ഓഫ് ഗ്രാസി' (Leaves of Grass) ൽ പറഞ്ഞത് ആത്മവിചാരണയ്ക്ക് സഹായിക്കും. നമുക്ക് ഒരിടമില്ല; ആരാധനാലയവുമില്ല, തത്ത്വശാസ്ത്രവുമില്ല. എല്ലാം ഉണ്ടെന്ന് ഭാവിക്കുകയും, അടുത്ത ക്ഷണം അതിനെ നിരാകരിക്കുകയും ചെയ്യുകയാണ്. ഒന്നിലും ഉറച്ചു നില്ക്കാനാവുന്നില്ല. നമ്മുടെ നിർവ്വചനങ്ങൾ മനുഷ്യശരീരത്തിന്റെ അതിരുകൾക്കകത്ത് മാത്രമേ നിലനിൽക്കുന്നുള്ളൂ. മനുഷ്യൻ വ്യക്തിഗതമായ ശാരീരികാനുഭവങ്ങളുടെ തടവറയിലാണ്. അതിനു പുറത്തുള്ളതെല്ലാം അവൻ നിരാകരിക്കുകയാണ്.

ഒരു പുലി എന്തിനു വിഷാദിക്കണം, ഒരു മൃഗത്തെ കൊന്നു തിന്നുന്നതിന്റെ പേരിൽ? . അസ്തിത്വപരമായ പ്രതിസന്ധി ഏറ്റവുമധികം അനുഭവിക്കുന്ന ജീവികളിലൊന്നാണ് പുലി. പുലിക്ക് കൊല്ലാതെ ഭക്ഷിക്കാനാവില്ല. കാരണം, അതിന്റെ പ്രകൃതിയിൽ, ജന്മവാസനയിൽ കൊല്ലുന്നത് അനിവാര്യതയാക്കി നിബന്ധിച്ചിരിക്കുകയാണ്. ദൈവം എന്തിനാണ്, ദീനവിലാപങ്ങൾ കേട്ടാലും യാതൊന്നും തോന്നാത്തവിധം കൊല നടപ്പാക്കാനുള്ള നിഷ്ഠ അതിൽ സന്നിവേശിപ്പിച്ചിരിക്കുന്നത്? പുലിയുടെ അസ്തിത്വപരമായ പ്രതിസന്ധിയാണിത്. ജന്മവാസനയിൽ സ്വയം നിറഞ്ഞ്, നിഷ്കളങ്കമായി ജീവിക്കുന്ന പുലി, താനറിയാതെ, തന്റെ സമ്മതമില്ലാതെ ഒരു നിയോഗം ഏറ്റെടുത്തിരിക്കുകയാണ്. കൊല്ലുന്നത് നിസ്സഹായമാകുന്ന വല്ലാത്ത ഒരു അവസ്ഥയാണിത്. മനുഷ്യരെ കൊന്നു തിന്നുന്നതിനേക്കാൾ ആയിരം മടങ്ങ് വലിയ പ്രതിസന്ധിയാണിത്. പുലിക്ക് അതിൽ നിന്നു പിന്നോക്കം പോകാനാവില്ല. ദൈവത്തിന്റെ

ഒരു കൈയ്യൊപ്പ് ഇതിൽ കാണാവുന്നതാണ്.

നിഷ്കളങ്കമായി മാംസഭുക്കാകുന്നു

വിശേഷബുദ്ധിയോ സ്വപ്നങ്ങളോ ഇല്ലാത്ത ഒരു ജീവിക്ക് ആരെയെങ്കിലും കൊല്ലാതെ ജീവിക്കാനാകില്ല;ജീവിതത്തിലെ ഒരു കെണി. കൊല്ലുന്നതിന് വേറൊരു അർത്ഥമാണിവിടെ കാണാനാവുക. കൊല്ലൽ ഒരു ക്രൂരതയല്ല. ബോധപൂർവ്വമായ കൊലയല്ല; പൂർവ്വ വൈരാഗ്യത്തിന്റെ പേരിലുള്ള കൊലയല്ല. ആ കൊലയിൽ പകയില്ല.

മനുഷ്യൻ ചെയ്യുന്ന നൂറായിരം തരത്തിലുള്ള കൊലകളിൽ ഒന്നുപോലും ഇതിനേക്കാൾ നിസ്സഹായമല്ല. പുലി ഒരു കുരങ്ങനെയോ മാനിനെയോ പിടിക്കുന്നത്, വിശപ്പല്ലാതെ മറ്റൊരു കാരണവുമില്ലാതെയാണ്. വിശക്കുന്നവർക്ക് ഭക്ഷണം എത്തിക്കലാണോ ഈ ചെറുജീവികളുടെ ഉത്തരവാദിത്തം?

പുലിയുടെ ജീവിതത്തിനു ഒഴിവാക്കാനാവാത്ത ഈ ക്രൂരതയ്ക്ക്, യാതൊരു തെറ്റും ചെയ്യാതെ മറ്റു ജീവികൾ ഇരയാകുന്നു. പുലിയാകട്ടെ തനിക്ക് ഇരയായി കിട്ടിയ ജീവികളുടെ മേലുള്ള കടന്നുകയറ്റത്തിന് കാരണമായി അത് മനസ്സിലാക്കുന്നത് തന്റെ വിശപ്പ് മാത്രമാണ്. വെറുക്കാതെ, പകയില്ലാതെ അതിനു കൊല്ലേണ്ടിവരുന്നു. കൊല്ലുക മാത്രമല്ല അതിനെ തിന്നുകയും ചെയ്യുന്നു. തിന്നു കഴിയുന്നതോടെ അതു വീണ്ടും തന്റെ നിർവ്വികാരതയിലേക്ക് തിരിച്ചു വരുന്നു. ഒരു മാംസഭുക്കാവുക, പുലിയുടെ തിരഞ്ഞെടുപ്പല്ല. വളരെ ദുരൂഹമായ അസ്തിത്വപരമായ തിരഞ്ഞെടുപ്പാണിത്; നിഷ്കളങ്കതയുടെ ചിഹ്നമാണത്.

പുലിക്ക് തന്റെ അസ്തിത്വപ്രതിസന്ധിയെപ്പറ്റി ആരോടും പറയാനാവില്ല. അതുകൊണ്ടുതന്നെ അത് മൗനത്തിലായിരിക്കുന്നു. ദൈവം മൃഗങ്ങളെ മൗനികളാക്കിയിരിക്കുന്നതിന്റെ ദുരൂഹത ഇവിടെനിന്നാണ് ആലോചിക്കേണ്ടത്. നിശ്ശബ്ദത ഒരു അഭയ സങ്കേതമാകുന്നതിന്റെ ദൃഷ്ടാന്തമാണിത്. നിശ്ശബ്ദതയിലാണ് അവനവൻ എന്ന കുരുക്ക് അഴിക്കാതിരിക്കുന്നതിന്റെ സാദ്ധ്യതയെ അത് ഉൾക്കൊള്ളുന്നത്. ജീവിതം ഒരു കടന്നുപോകലാണ്; അതിന്റെ ദൈവികമായ പൂട്ടിനുള്ളിൽ വിധേയമായിരിക്കുന്നതാണ് പുലികളിൽ നാം കാണുന്നത്.

പുലി മറ്റൊരു വലയിൽ

പുലിക്ക് ധർമ്മത്തിന്റെയോ സൗന്ദര്യത്തിന്റെയോ ലോകത്ത് പ്രത്യേകിച്ചൊരു സൗധവും സ്ഥാപിക്കാനില്ല. അതിന് സ്വയം കൂടുതൽ വിമലീകരിക്കാനാവില്ല. സദ്ഫലങ്ങൾക്കായി തപസ്സ് ചെയ്യാനാവി

ല്ല. കലാപരമായ പ്രവർത്തനത്തിലൂടെ സൗന്ദര്യം കണ്ടെത്താനാവില്ല. അതുകൊണ്ടു തന്റെ അസ്തിത്വപ്രശ്നങ്ങൾ മാറ്റിവച്ചിട്ട് കുറേക്കൂടി മെച്ചപ്പെട്ട ഒരു ലോകമുണ്ടാക്കാനായി ഒന്നും ചെയ്യാനില്ല. തിന്നുന്നതുപോലും അധാർമ്മികമാണെന്ന ഒരവസ്ഥയാണ് ദൈവം അതിന്റെ മേൽ വച്ചിരിക്കുന്നത്. കൊല്ലുന്നതും തിന്നുന്നതും ഒരുപോലെ അനീതിയായി തീരുന്നതുകൊണ്ട് അത് സ്വാഭാവികമായും ശൗര്യവും നിന്ദയും പ്രകടിപ്പിക്കാതിരിക്കുന്നില്ല. എന്നാൽ മൗനം പാലിക്കുന്നതിലാണ് അത് അല്പമെങ്കിലും ശക്തി വീണ്ടെടുക്കുന്നത്. പുലിക്ക് പ്രാർത്ഥനയിലൂടെ തന്റെ മേലുള്ള ദൈവത്തിന്റെ ഘടന മാറ്റാനാവില്ല. ദൈവം എന്നു പറഞ്ഞത് ഒരു മൂർത്തിയെ ഉദ്ദേശിച്ചല്ല. അതു നമ്മുടെ സഹജമായ വ്യവസ്ഥകളുടെ ആകെത്തുകയാണ്. ആ വ്യവസ്ഥയിൽ നിന്ന് ഒരു ജീവിക്കും മോചനമില്ല. കണ്ണുകൊണ്ട് കാണുന്നതുപോലെ, മൂക്കുകൊണ്ട് മണംപിടിക്കുന്നതു പോലെ ഇത് ശരീരത്തിൽ ജനിതകമായി ലയിപ്പിച്ചെടുത്ത ഘടനയാണ്. ഇത് മാറ്റിമറിക്കാനാവില്ല. ഇവിടെയാണ് ദൈവത്തിന്റെ രഹസ്യം. ആന്തരാവയവങ്ങൾ സ്വമേധയാ പ്രവർത്തിക്കുന്നു. അത് നിശ്ചയിക്കപ്പെട്ട പ്രവൃത്തിയാണ്. സ്വാഭാവികമായ എല്ലാ വ്യവസ്ഥകളും അങ്ങനെ തന്നെ തുടരുകയാണ്. പുലിക്ക് മറ്റൊരു ജീവിയെ കൊന്നു തിന്നേണ്ടി വരുന്നത് ഇതിന്റെ ഭാഗമാണ്. ദൈവത്തിന്റെ ഡിസൈനിംഗാണിത്. എന്തിനാണ് പുലിയെ ഇതുപോലൊരു ധാർമ്മിക പ്രതിസന്ധിയിൽ, വ്യഥയിൽ ദൈവം എത്തിച്ചിരിക്കുന്നത്? ഉത്തരമില്ല.

അതങ്ങനെയാണ്. കോഴിമുട്ട വെളുത്തിരിക്കുന്നു. അത് എല്ലായ്പോഴും അങ്ങനെയാണ്. ചില ദിവസങ്ങളിൽ നിറം മാറ്റാൻ കോഴിക്കു കഴിയില്ല. അതുപോലെ കരയുമ്പോൾ മനുഷ്യന്റെ കണ്ണീരു നിറഞ്ഞൊഴുകുന്നു. അത് മാറ്റാനാവില്ല. കണ്ണുകൾക്ക് സത്യമേ അറിയാവൂ. പുലിക്കും സത്യമേ അറിയാവൂ. ആ സത്യം അതിൽ നിബന്ധിച്ചിരിക്കുകയാണ്. ഇതിന്റെ വലയിൽ കിടക്കുന്നതാണ് പുലിക്ക് സ്വാഭാവികത. മനുഷ്യൻ വിരിക്കുന്ന വലയ്ക്കപ്പുറം പുലി വേറൊരു വലയിൽ വീണിരിക്കുകയാണ്. അത് ദൈവത്തിന്റെ വലയാണ്. ഉണ്മയിൽ തന്നെ ഒരു വൈരുദ്ധ്യത്തെ കൊണ്ടു നടക്കുന്ന ജീവി നേരിടുന്ന നീതിയുടെ പ്രശ്നങ്ങൾ ഒരിടത്തും ഉന്നയിക്കപ്പെടുന്നില്ല. പുലിയുടെ കാര്യത്തിൽ ദൈവം മറിഞ്ഞിരിക്കുകയാണ്. ഉത്തരം കൊടുക്കേണ്ട ഒരു ചോദ്യം അതിലില്ലെന്ന തരത്തിലുള്ള നിഗൂഢതയാണ് ദൈവം സൃഷ്ടിച്ചിട്ടുള്ളത്. എല്ലാ അസ്തിത്വ പ്രശ്നങ്ങളിലും ദൈവത്തിന്റെ ഈ ഉത്തരരാഹിത്യം കനത്തതാണ്. ജനിച്ചുവീഴുന്ന ഓരോ ജീവിയും പ്രതികൂല സാഹചര്യങ്ങളോടാണ്

ഏറ്റുമുട്ടുന്നത്. എന്നാൽ ഒരിടത്തും ഒരു ഉത്തരമില്ല.

ഇരതേടലിന്റെ മാനം

ദാനിഷ് തത്ത്വചിന്തകനായ കീർക്കഗോർ (Kierkegaard) പറഞ്ഞു, Do it or do not do it – you will regret both.

ചെയ്താലും ചെയ്തില്ലെങ്കിലും ദുഃഖിക്കേണ്ടിവരും. ഇതല്ലേ പുലി നേരിടുന്ന അസ്തിത്വപ്രതിസന്ധി? . ദൈവവുമായി ആശയ പരമായോ അനുഷ്ഠാനപരമായോ യാതൊരു സംഘർഷത്തിലു മേർപ്പെടാൻ പുലിക്ക് കഴിവില്ല. എന്നാൽ തന്റെ കർമ്മമേഖലയിൽ തിരഞ്ഞെടുപ്പു നടത്താൻ പരിമിതമായ സ്വാതന്ത്ര്യമേയുള്ളുവെന്ന യാഥാർത്ഥ്യത്തെ അംഗീകരിക്കാനേ കഴിയൂ.

ഭക്ഷണശേഷമുള്ള വിശ്രമത്തിൽ പുലി താൻ ജീവിക്കുന്നതിന്റെ തെറ്റിനെ വിചാരണ ചെയ്തിട്ടും ഫലമില്ല; കീർക്കഗോർ പറഞ്ഞ തുപോലെ വിഷാദത്തിലേക്ക് ആഴ്ന്നിറങ്ങുകയേയുള്ളൂ. പുലി ഒരു വിഷാദരോഗിയാണ്. എന്നാൽ ആ വിഷാദം പ്രത്യക്ഷമായത ല്ല. അത് പുറത്തു പ്രകടിപ്പിക്കാൻ സാധ്യമല്ല. ഇരകളെ കൊന്നശേ ഷമുള്ള നിശ്ശബ്ദതകളിൽ ആ വിഷാദമാകാം പുനരാലോചിക്കപ്പെ ടുന്നത്. പലപ്പോഴും വിഷാദം പൊട്ടിത്തെറിയായി മാറുന്നുണ്ടാവും. ആ പൊട്ടിത്തെറി ഇരയ്ക്കു പിന്നാലെയുള്ള ക്രൂരമായ ഓട്ടമാണ്. ഓട്ടത്തിന്റെ ഓരോ നിമിഷത്തിലും അതിനെ വലയം ചെയ്യുന്നത് ദൈവം ഒരുക്കിയ അകാരണമായ കെണിയും സ്വയം ഒഴിഞ്ഞുമാ റാനാവാത്തതിന്റെ സമ്മർദ്ദവുമായിരിക്കും. ഇരയ്ക്കു പിന്നാലെ ഓടാതിരുന്നാലും ഓടിയാലും ഒരേപോലെ വിഷമിക്കേണ്ടി വരും. ഓടിയാൽ കൊല്ലേണ്ടി വരും. ഓടാതിരുന്നാൽ ജീവിക്കാനാവി ല്ല. ഒരു വികാരത്തിന്റെ വായ്ത്തലയിലൂടെ മാത്രമേ സഞ്ചരിക്കാ നാവൂ. ആ വായ്ത്തലയിൽ കിട്ടുന്ന അപകടകരവും സ്വയം നഷ്ട പ്പെടുത്തുന്നതുമായ സ്വാതന്ത്ര്യമേ അതിനു ഉപയോഗിക്കാനാവൂ. സ്വാതന്ത്യം കൈയാളുകയാണെങ്കിൽ കാലിഡോസ്കോപ്പിലെന്ന പോലെ ജീവിതം മാറിക്കൊണ്ടിരിക്കും. അതിനുമുമ്പ് കണ്ടതിൽ നിന്നും വിഭിന്നമായി നമ്മുടെ യുക്തിയും മാറുന്നു. മനസ്സിന് മാത്ര മല്ല യുക്തിക്കും ചാഞ്ചാട്ടമാണുള്ളത്. ഒരേ പ്രശ്നത്തെ രണ്ടു സന്ദർ ഭങ്ങളിൽ ഒരാൾ രണ്ടുരീതിയിലാവും വിലയിരുത്തുക. അതു ഒരു പോലെയാകണമെന്ന് ഒരു ജനിതകശാസ്ത്രവും പറയുന്നില്ല.

സ്വാതന്ത്ര്യം നമ്മുടെ ജനിതകശാസ്ത്രത്തെയാണ് അട്ടിമറിക്കു ന്നത്. സ്വാതന്ത്ര്യം നമ്മെ നവീകരിക്കുകയാണ്. അതിൽ ഒരു വേർ പിരിയൽ അടങ്ങിയിരിക്കുന്നു. അസ്തിത്വപരമായ വ്യഥയാണത്. അത് മന:ശാസ്ത്രത്തെയും തകർക്കുന്നു. ഒരാൾ എങ്ങനെ പെരു

മാറുമെന്ന പ്രവചനത്തെ നിഷ്കാസനം ചെയ്യുന്നത് ഈ വ്യഥയാണ്. ഏതു വഴിയേ പോയാലും ഒരിടത്തു തന്നെ എത്തിച്ചേരുമെന്ന വിഷാദമാണ് അസ്തിത്വപരമായി കുഴയ്ക്കുന്നത്. ഏത് തിരഞ്ഞെടുത്താലും സ്ഥിരതയില്ലെങ്കിൽ മനസ്സിനു എന്ത് പ്രസക്തി? ലോകത്തിന്റെ മണ്ടത്തരത്തെയോർത്ത് ചിരിച്ചാലും കരഞ്ഞാലും നിങ്ങൾക്കു ഒരുപോലെ ദുഃഖിക്കേണ്ടിവരുമെന്ന കീർക്കഗോറിന്റെ വാക്യം വീണ്ടും പ്രസക്തമാവുകയാണ്.

ക്ഷോഭം ഒരു ഛന്ദസ്സ്

മനസ്സിനു എന്തെങ്കിലും പ്രസക്തിയുണ്ടോ? എക്സി (X) നെ തിരഞ്ഞെടുത്താലും വൈ (Y) യെ തിരഞ്ഞെടുത്താലും ദുഃഖിക്കേണ്ടിവരും. പിന്നെ മനസ്സിനു എങ്ങനെയാണ് പ്രസക്തിയുണ്ടാവുക? പുലി, അതുകൊണ്ടുതന്നെ, തെരഞ്ഞെടുപ്പിൽ നിന്ന് സ്വാഭാവികമായിതന്നെ വിട്ടു നില്ക്കുന്നു. അത് അസ്തിത്വപരമായ അനിവാര്യതകളിൽ, ജന്മവാസനയുടെ കെണിയിൽ അമർന്നിരിക്കുന്നു. ഏതെടുത്താലും ദുഃഖമാണെങ്കിൽ, ഒന്നും തന്നെ തിരഞ്ഞെടുക്കാതെ വരുന്നപോലെ പോകട്ടെയെന്ന് കരുതുന്നതല്ലേ നല്ലത്? അതുകൊണ്ട് ഏതിലും ഒരുപോലെ വിമുഖമാവുകയാണ് പുലി ചെയ്യുന്നത്. അങ്ങനെ പുലി വിഷാദത്തെ തനിക്കനുകൂലമാക്കുന്നു. അതിലൂടെ വ്യക്തിപരമായ തിരഞ്ഞെടുപ്പ് എന്ന നരകത്തെ അതിജീവിക്കാനാവുന്നു.

ഫ്രഞ്ച് അസ്തിത്വചിന്തകനായ ഷാങ് പോൾ സാർത്ര് പറഞ്ഞത് ഇതാണ് : It is certain that we cannot escape anguish, for we are anguish. തീവ്രമായ വിഷാദത്തിൽനിന്ന് നമുക്ക് രക്ഷപ്പെടാനാവില്ല, കാരണം നമ്മൾ തന്നെയാണ് ആ വിഷാദം. സാർത്രിന്റെ ഈ വാക്യത്തിൽ നിന്ന് മനുഷ്യന്റെ ദുരിതവും പുലിയുടെ അടഞ്ഞ ലോകത്തെ ജീവിതവും തമ്മിലുള്ള വ്യത്യാസം വ്യക്തമാകും. പുലി വിഷാദത്തിൽ തന്നെ തുടരുകയും വിശക്കുമ്പോൾ തന്നിൽ അടിച്ചേല്പിച്ച ആവേഗങ്ങളെ നിലനിർത്തുകയും ചെയ്യുന്നു. ജീവിതം അധാർമ്മികമാണെന്ന് നേരത്തെതന്നെ സ്ഥാപിച്ചുവച്ചിരിക്കുന്ന ഒരവസ്ഥയ്ക്കകത്ത് പുലിക്കു പ്രത്യേകിച്ചൊന്നും ചെയ്യാനില്ല. ക്ഷോഭം ഒരു ഛന്ദസ്സു മാത്രമാണ്. രുദ്രഭാവം ഒരു കവിതയാണ്. പക്ഷേ, യാഥാർത്ഥ്യം അതിനുള്ളിലെ വിഷാദമാണ്.

ആന്തരികമായി മുറിവേൽക്കുമ്പോൾ ചിലർ ആക്രമണകാരികളാകാറുണ്ട്. പുലിയും അങ്ങനെതന്നെ. പരാജയപ്പെട്ട കാമുകന്മാർ അക്രമികളാകാറുണ്ട്. പുലിക്ക് അത്തരത്തിലുള്ള പരാജയമല്ല ഉള്ളത്. താൻ എത്രമാത്രം ശുദ്ധമായി ജീവിച്ചാലും, തന്റെ

ജീവിതം തന്നെ ഒരു തെറ്റായി തന്നിൽ നെയ്ത് ചേർത്തിരിക്കുന്ന താണ് അതിനെ അക്രമത്തിലേക്ക് തള്ളിവിടുന്നത്.

കർണ്ണന്റെ മാറിൽ ജന്മം മുതലേ ബന്ധിക്കപ്പെട്ടിരുന്ന പ്രതി രോധമറപോലെ, പ്രകൃത്യാ ഉള്ള ഒരു തെറ്റാണ് പുലി ചുമക്കുന്നത്. അതിന് കാരണമില്ലാത്തതുപോലെ പരിഹാരവുമില്ല. അതുകൊണ്ട് പുലി തന്റെ അസംബന്ധത്തെ നേരിടുകയും അതിൽ നിന്ന് രക്ഷ പ്പെടാൻ അക്രമാസക്തമാവുകയുമാണ് ചെയ്യുന്നത്. അക്രമത്തിനു സാധൂകരണമില്ലാത്തതുപോലെ പരിഹാരവുമില്ല. ഇതു പുലിയുടെ ജീവിതത്തെ അസംബന്ധമാക്കുന്നു. ഈ അസംബന്ധം അതിനെ നിത്യവിഷാദത്തിലേക്ക് എടുത്തെറിഞ്ഞിരിക്കുകയാണ്.

വിഷാദത്തിനകത്ത് യുക്തിചിന്തയ്ക്ക് സ്ഥാനമില്ല. അസ്തി ത്വപരമായ ദുരൂഹതയുടെ വലിയൊരു ഭാരം അത് പേറുകയാണ്. പുലിയിൽ പ്രത്യക്ഷതയിൽ ഒരു സംഹാര രൂപിയായ സർവ്വസൈന്യാ ധിപന്റെ ഭാവമില്ല. അത് നടപ്പിൽ ശാന്തമാണ്. ആ ശാന്തതയ്ക്കു ള്ളിലാണ് അസംബന്ധമുള്ളത്. എന്നാൽ ഒരു തേളിൽ സംഹാരരൂ പമായ സൈന്യാധിപന്റെ ഭാവമുണ്ട്, എല്ലാ ചലനങ്ങളിലും. തേൾ സഞ്ചരിക്കുമ്പോൾ ഒരു സൈന്യാധിപൻ മാത്രമല്ല, സൈനികവ്യൂ ഹമാണ്, വാഹനങ്ങൾ ഉൾപ്പെടെ, നീങ്ങുന്നത്. അത് ഏതു ശത്രു വിനെയാണ് നേരിടാൻ പോകുന്നത്? . അതിനു എങ്ങനെയാണ് മുന്നറിയിപ്പ് കിട്ടിയത്?

കോമാളിയുടെ സാധ്യതകൾ

ആൽബർട്ട് കമ്യുവിന്റെ വീക്ഷണത്തിൽ ജീവിതത്തിനു എന്തെ ങ്കിലും അർത്ഥമില്ല; ജീവിതാനന്തരവും അങ്ങനെതന്നെ. എന്നാൽ അതറിയാൻ പരിമിതികളുണ്ട്. അത് തന്റെ പരിധിക്കപ്പുറമുള്ള കാര്യമാണ്. താൻ അതാലോചിക്കുന്നതുകൊണ്ട് പരിഹാരമില്ല. മനു ഷ്യന്റേതായ അവസ്ഥയിൽ നിന്നുകൊണ്ട് മാത്രമേ എന്തെങ്കിലും ആലോചിക്കാനാവൂ. പുലിക്കും അതേ സാധ്യതയുള്ളൂ. ഒരു പുലി യായിരിക്കുക എന്ന ഒരേയൊരു തിരഞ്ഞെടുപ്പ് മാത്രമാണ് അതി നുള്ളത്. മനുഷ്യനു അപരവ്യക്തിത്വം എന്ന പോലെ കലാകാരനാ കാം; കഥാപാത്രമാകാം. അങ്ങനെ സ്വന്തം അസ്തിത്വത്തെ കുറ ച്ചുനേരത്തേക്കെങ്കിലും മറ്റൊന്നായി മാറ്റാം. ഒരു കോമാളിയാകാൻ കഴിയുന്നിടത്ത് മനുഷ്യനു അനന്ത സാധ്യതകളുണ്ട്.

അവൻ ജീവിതത്തിലെ സമ്പത്തിലും ഉയർന്ന പദവിയിലും അധി കാരത്തിലുമെത്തുമ്പോൾ കോമാളിത്തത്തെ ആശ്രയിക്കുന്നവ രുണ്ട്. ഹിറ്റ്ലർ ആ കോമാളിത്തത്തെ നല്ലപോലെ ആസ്വദിച്ചു, സ്റ്റാലിനും. സംശയമുള്ളവരെ വധിക്കുന്നതിൽ ഈ കോമാളിത്ത

മുണ്ട്. വലിയ ശക്തിയുള്ളവനായിരിക്കുകയും തീരെ ശക്തി കുറഞ്ഞവരെ ശങ്കയുടെ പേരിൽ കൊല്ലുകയും ചെയ്യുന്നതിൽ കോമാളിത്തമുണ്ട്. ഇത് ഒരു രക്ഷാമാർഗ്ഗമാണ് ;അവനവനായിരിക്കുക എന്ന അവസ്ഥയെ വക്രീകരിച്ച് മറ്റൊന്നാക്കുന്ന വിദ്യ.

മനുഷ്യൻ ഒറ്റപ്പെടുന്നു

വാൾട്ട് വിറ്റ്മാൻ എഴുതി:

If there be any soul
There is truth...
If there be man or woman
There is truth

മനുഷ്യന്റെ ലോകത്തെ നിലനിർത്താൻ ശേഷിയുള്ള ഒരു പ്രസ്താവമാണിത്. ആത്മാവുണ്ടെങ്കിൽ സത്യവുമുണ്ട്. ആണും പെണ്ണുമുണ്ടെങ്കിൽ സത്യമുണ്ട്. അത് കാഴ്ചശക്തിപോലെ പരമ പവിത്രമാണെന്ന് വിറ്റ്മാൻ പ്രസ്താവിക്കുന്നു. എന്നാൽ ആ സത്യത്തെ മിക്കവാറും മറച്ചു കഴിഞ്ഞിരിക്കുകയാണ് മനുഷ്യൻ. അവനിലെ സത്യത്തിനു ഗതികെട്ട് പിന്നിലേക്ക് പോകേണ്ടിവരുന്നു. അവൻ മുഖാവരണം ധരിച്ച് സ്വയം മറ്റൊരാളാണെന്ന് സങ്കല്പിക്കുന്നു. പഞ്ചഭൂതങ്ങളെയും നശിപ്പിക്കുന്നു. അവൻ എല്ലാത്തിൽനിന്നും അകന്നു നിൽക്കുകയാണ്. അവനിലെ സത്യം ഒരു ഇരുട്ടുമുറിയിൽ അകപ്പെട്ടിരിക്കുന്നതുപോലെ തോന്നുന്നു. മനുഷ്യന് വിജയിക്കാൻ വലിയ സാധ്യതകൾ ഉണ്ടായിരുന്നു. എല്ലാ സദ്ഫലങ്ങളെയും അവൻ ഇല്ലാതാക്കി. പ്രേമിക്കാനും ആനന്ദിക്കാനും ധാരാളം സാമഗ്രികൾ ശരീരത്തിലുണ്ടെന്നിരിക്കെ, യാതൊന്നിനെയും വിശ്വസിക്കാതെ അവൻ ഒറ്റപ്പെടാനാണ് ശ്രമിക്കുന്നത്. വെറുക്കുന്നതിൽ അവൻ ആനന്ദം കണ്ടെത്തുന്നു. സ്നേഹിക്കുമ്പോൾ വെറുക്കാനുള്ള കാരണങ്ങളാണ് തിരയുന്നത്.

അവന്റെ യുക്തി തിന്മ കണ്ടുപിടിക്കാനുള്ള ഒരായുധമായി തീർന്നിരിക്കുന്നു. സ്വന്തം വൈരുദ്ധ്യത്തെ വിപുലീകരിക്കുകയും അതിലൂടെ സ്വയം മറക്കുകയുമാണ് മനുഷ്യൻ ചെയ്യുന്നത്. അവൻ ഒറ്റപ്പെടുന്നത് ഈ ഒഴിവിലാണ്. അവനിലേക്ക് കണ്ണുകൾ നീണ്ടുവരാത്തവിധം വൈരുദ്ധ്യത്തെ ബാഹ്യമായി ശതഗുണീഭവിപ്പിക്കുകയാണ് ചെയ്യുന്നത്. സുകുമാർ അഴീക്കോട് എഴുതിയ ഒരു ചെറിയ ലേഖനത്തിൽ (മനുഷ്യൻ ചീത്ത മൃഗമാണ്) ഇങ്ങനെ വായിക്കാം :

“മൃഗങ്ങൾ എല്ലാം നല്ല മൃഗങ്ങളാണ്. മനുഷ്യൻ ചീത്ത മൃഗമാണ്. എല്ലാ മൃഗങ്ങളും സ്വന്തം വംശത്തെ നശിപ്പിക്കില്ല. മനുഷ്യൻ ഉണ്ടായ കാലം തൊട്ട് ഇന്നും നടത്തുന്ന ഏകവിനോദം സ്വന്തം

സംഹാരമാണ്. അവന്റെ വളർച്ചയുടെ എല്ലാ നേട്ടങ്ങളും കേന്ദ്ര ങ്ങളും ഈ പ്രാകൃതമായ ക്രൂരതയെ തൃപ്തിപ്പെടുത്താൻ ഉപയോ ഗിക്കുകയാണ്. ശാസ്ത്രത്തിന്റെ എല്ലാ കണ്ടുപിടിത്തങ്ങളും ആത്യ ന്തികമായി അവൻ പ്രയോഗിക്കുന്നത് മറ്റു മനുഷ്യരുടെ നേർക്കാണ്. തോക്കും അണുബോംബും എല്ലാം ഈ കഥ പറഞ്ഞുകൊണ്ടേയി രിക്കുന്നു".

അഴീക്കോട് തുടർന്നു പറയുന്നത് മനുഷ്യൻ അവന്റെ വാസനകളെ ചീത്തക്കാര്യങ്ങൾക്കായി വർധിപ്പിച്ചതുപോലെ മൃഗങ്ങൾ ചെയ്തിട്ടില്ലെന്നാണ്. വാസ്തവത്തിൽ മനുഷ്യൻ വളരു കയാണോ ചെയ്യുന്നത്? സ്നേഹവും നന്മയും കൈവിട്ടുകളയുന്ന ഒരു വർഗ്ഗം എങ്ങനെയാണ് വളരുന്നത്?

അവൻ എല്ലാം നല്ല പ്രതീക്ഷകളും തകർത്തപ്പോൾ മൃഗങ്ങൾ അതിന്റെ പേരിൽ യാതനയനുഭവിച്ചു. പുലി എന്തുകൊണ്ട് മൗന മായിരിക്കുന്നു? അതിന്റെ മുരളലും ദയയില്ലാത്ത നോട്ടവുമല്ലാതെ വേറെന്താണ് ഈ ദുരവസ്ഥയ്ക്ക് മുമ്പിൽ വെക്കാനുള്ളത്? ദൈവം ഏൽപ്പിച്ച കെണിയിൽ ജീവിതം തന്നെ അധാർമ്മികതയായി തലയി ലേറ്റി അത് നടക്കുകയാണ്. ഒരു പുലി നടന്നു വരുമ്പോൾ അത് കാടിനെയല്ല തലയിലേറ്റുന്നത്; കാടിന്റെ പേരിൽ കൈവിട്ടുകളഞ്ഞ ധർമ്മത്തെയാണ്. അനിവാര്യമായി നടപ്പാക്കേണ്ടി വരുന്ന ധർമ്മവ ധത്തിന്റെ പേരിലുള്ള തീവ്ര വിഷാദമാണ് പുലി ചുമക്കുന്നത്.

മനുഷ്യനും പുലിയെപോലെ

പുലിയുടെ അപ്രതിരോധ്യമായ ഈ വിഷാദാത്മകത മനുഷ്യനെ യും ബാധിച്ചിരിക്കുന്നു എന്നാണ് തോന്നുന്നത്. കാരണം, മനുഷ്യൻ അവന്റെ ക്രൂരതയെന്ന അസംബന്ധത്തിൽനിന്ന് മുക്തനാകാൻ നൂറു നൂറു അവസരങ്ങളുണ്ടായിട്ടും അതിൽ തന്നെ തുടരുകയാണ്.

തന്റെ പ്രകൃതിയിൽ മറ്റൊന്നിനെ ദ്രോഹിക്കേണ്ടതിന്റെ ആവശ്യ കതയില്ലെന്നിരിക്കെ, അവൻ അതുതന്നെ ആവർത്തിക്കുകയാണ്. യുക്തിയെ വിശകലനം ചെയ്തും തർക്കിച്ചും അവൻ അതിന്റെ തന്നെ അസംബന്ധം സൃഷ്ടിക്കുകയാണ്.

ഇല്ലാത്ത ഒരു സംഭവത്തെക്കുറിച്ച് ചർച്ചചെയ്തു അതുണ്ടെന്ന് സ്ഥാപിക്കാനും ശിക്ഷ വിധിക്കാനും മനുഷ്യനു കഴിയുന്നത് അവ ന്റെ ഈ അസംബന്ധയുക്തിയുടെ തെളിവാണ്. ഓരോ മനുഷ്യന്റെ യും വിധി അസംബന്ധയുക്തിയുടെയും ക്രൂരതയുടെയും ഭാഗമായി മാറ്റിയെഴുതപ്പെടുകയാണ്. സ്വന്തം ഇഷ്ടങ്ങളോട്, താല്പര്യങ്ങളോട്, അഭിനിവേശങ്ങളോട്, യുക്തികളോട് ഇണങ്ങിപ്പോകാനാവാത്ത വിധം മനുഷ്യൻ അവനെ തന്നെ അപനിർമ്മിക്കുകയാണ് ചെയ്യു

ന്നത്. ഒരു പിടക്കോഴി കുഞ്ഞുങ്ങളെ കൊത്തിയകറ്റുന്നപോലെ നമ്മൾ നമ്മുടെ തന്നെ ഇഷ്ടങ്ങളെ, ബന്ധങ്ങളെ, യുക്തികളെ ഒരു ഘട്ടം കഴിയുമ്പോൾ കൊത്തിയകറ്റുന്നു. അതുകൊണ്ട് നമ്മുടെ അസ്തിത്വത്തിൽ നാം നിർമ്മിക്കുന്ന തിരഞ്ഞെടുപ്പുകളുടെ വ്യഥയ്ക്കുപരി, പുലിയുടേതിനു സമാനമായ, അപ്രതിരോധ്യമായ ധർമ്മസങ്കടങ്ങളും വന്നു ചേരുന്നു.

ഇതാണ് നമ്മെ വിഷാദരോഗിയാക്കുന്നത്. വിഷാദത്തെ ഉള്ളിലിട്ടുകൊണ്ടു നടന്ന് നാം സ്വയം ചീത്തയാക്കുന്നു, മറ്റാരുടെയും സഹായമില്ലാതെ തന്നെ. വിഷാദത്തിൽ നിന്ന് നിസ്സഹായമായ ക്രോധം പുറത്തുവരുകയാണ്.

ദസ്തയെവ്സ്കിയുടെ സ്വാതന്ത്ര്യവും സഹനവും ദൈവവും

വളരെ ചെറുപ്പത്തിൽ തന്നെ രാജ്യദ്രോഹക്കുറ്റം ചുമത്തപ്പെട്ട് സൈബീരിയയിലെ ജയിലിൽ പോയി നാലുവർഷം കഠിനമായ ശിക്ഷ അനുഭവിക്കേണ്ടി വന്ന സംഭവം ദസ്തയെവ്സ്കി എന്ന എന്ന എഴുത്തുകാരന്റെ മനോനിലയെയും ചിന്തയെയും മാറ്റിമറിക്കുകയായിരുന്നു. പിന്നീട് ഒന്നും പഴയപോലെയായിരുന്നല്ല. അദ്ദേഹം തന്റെ സാധാരണമായ ചുറ്റുപാടുകളിൽ നിന്നും വേർപെട്ട ഒരു പൊങ്ങുതടി പോലെയായിത്തീർന്നു. തൊടുക്കുന്ന അമ്പുകൾ ചുറ്റിത്തിരിഞ്ഞു തന്നിലേക്കുതന്നെ വരുന്നതായി അദ്ദേഹത്തിന് അനുഭവപ്പെട്ടു. ഓരോ ചിന്തയും ഉണ്ടാകുന്നതോടെ തന്നെ കെട്ടുപിണയുകയായി. ഒരിടത്തും അവസാനിപ്പിക്കാനാവാത്തവിധം മനുഷ്യചിന്തകൾ സ്വയം ഒരു ഊരാക്കുടുക്കാവുകയാണ്. ദസ്തയെസ്കിയുടെ കൃതികളിലെല്ലാം ഈ ഊരാക്കുടുക്കുകൾ കാണാം. ഇതു പരിഹരിക്കാനെന്നോണം മനുഷ്യനെ അന്വേഷിച്ചുകൊണ്ടാണ് അദ്ദേഹം ഓരോ കൃതിയും രചിച്ചത്.

1864 ൽ എഴുതിയ 'നോട്സ് ഫ്രം അണ്ടർഗ്രൗണ്ട്' റഷ്യൻ സാമൂഹികജീവിതത്തിനു നേർക്കു പ്രതിബിംബിച്ച ഒരു കണ്ണാടി പോലെയാണ് വായനക്കാർ സ്വീകരിച്ചത്. യൂറോപ്യൻ വ്യക്തിവാദത്തെ നിരാകരിച്ച ദസ്തയെവ്സ്കി മനുഷ്യൻ ഒരു ചീത്ത മൃഗമാണെന്ന്, അന്തരംഗമാനസത്തിന്റെ ആന്തരാവയവങ്ങൾ പുറത്തെടുത്തുകൊണ്ട് പ്രഖ്യാപിച്ചു.

1866 ൽ 'ക്രൈം ആൻഡ് പണിഷ്മെൻറ് ' പ്രസിദ്ധീകരിച്ചതോടെ റസ്കൽനിക്കഫ് എന്ന കഥാപാത്രം ഒരു സമസ്യയായി.

തിന്മയുടെ ഭാഗത്തേക്ക് പോകാനാണ് മനുഷ്യൻ എപ്പോഴും ആഗ്രഹിക്കുന്നതത്രേ. നല്ല വഴികൾ അവനെ അന്തിമമായി പ്രലോഭിപ്പിക്കുന്നില്ല. പണത്തിനുവേണ്ടി കൊലയാളിയാകുന്ന റാസ്ക്കൽനിക്കോഫ് അതു സ്ഥിരീകരിക്കുകയാണ്. പ്രിൻസ് മിഷ്കിൻ എന്ന കഥാപാത്രത്തിലൂടെ (ഇഡിയറ്റ്) ക്രൂരവും തമസ്സിലേക്ക് ആണ്ടുപൊയ്ക്കൊണ്ടിരിക്കുന്നതുമായ റഷ്യൻജീവിതത്തെ ഒരിക്കൽ കൂടി ദസ്തയെവ്സ്കി ഇഴകീറി പരിശോധിച്ചു. ഇതിലെ പ്രിൻസ് മിഷ്കിൻ എന്ന കഥാപാത്രം അപ്രതിരോധ്യമായ നിഷ്കളങ്കതയുടെ ഒരു ചുവരാണ്. അവിടെ ആർക്കും ചളിവാരിയെറിയാം. ചുഴലിരോഗത്താൽ തകരുന്ന ആ മനുഷ്യനിലാണ് നോവലിസ്റ്റ് മനുഷ്യന്റെ സ്നിഗ്ദ്ധമായ ആന്തരമുഖം കണ്ടത്. ക്രിസ്തീയപ്രേമത്തെ ദസ്തയെവ്സ്കി നേരിൽ കാണാൻ ശ്രമിച്ചത് ആസക്തിയും വഞ്ചനയും നിറഞ്ഞ സാമൂഹ്യ ജീവിതപശ്ചാത്തലത്തിനുള്ളിൽ വച്ചായിരുന്നു.

'ഡെമൺസ് ' റഷ്യൻ സാമൂഹികഘടനയിലെ ആദർശങ്ങളുടെ തകർച്ചയും സർവ്വനിഷേധവും ആവിഷ്കരിക്കുന്നു. 'കരമസോവ് സഹോദരന്മാർ' ദസ്തയെവ്സ്കിയുടെ തത്ത്വചിന്താപരവും മനശ്ശാസ്ത്ര പരവുമായ അന്വേഷണങ്ങളുടെ ആകെത്തുകയാണ്. ഒരു കൊലപാതകത്തിന്റെ അന്വേഷണം നോവലിന്റെ തുടക്കത്തിലുണ്ടെങ്കിലും അല്യോഷാ എന്ന കഥാപാത്രവും ചിന്തകളും 'കരമസോവ് സഹോദരന്മാരെ ' ഒരു വലിയ മൂല്യവിചാരത്തിലേക്ക് ഉയർത്തുന്നു. ദൈവത്തിന്റെ മഹത്വം മനസ്സിലാക്കാൻ മനുഷ്യനുത്രാണിയുണ്ടോ? മനുഷ്യനു അവന്റെ ഏറ്റവും അറപ്പുളവാക്കുന്ന അധോലോകം എങ്ങനെ മറച്ചുവയ്ക്കാനാവും? ഇതെല്ലാം ഈ നോവൽ വായിക്കുന്നവരുടെ മനസ്സിൽ പതിയാതിരിക്കില്ല.

ദസ്തയെവ്സ്കി ഒരു കഥപറച്ചിലുകാരനാണെങ്കിലും, അതിനിടയിൽ വിപുലമായിക്കൊണ്ടിരിക്കുന്ന മറ്റൊരു തലമുണ്ട്. അത് മന:ശാസ്ത്രവും തത്ത്വചിന്തയും കലർന്നുവരുന്ന ആത്മീയതയാണ്. സകലതിന്റെയും ഉണ്മയെക്കുറിച്ചുള്ള തിരച്ചിൽ പ്രധാനമാണ്. ഓരോന്നിന്റെയും അറ്റം കാണുന്നതിനായി അദ്ദേഹം സ്വയം മുറിവേൽപ്പിക്കുകയാണ്. ഈ മുറിവുകൾ മനസ്സിലാണുള്ളത്. ജീവതത്ത്വശാസ്ത്രപരമായ (Ontological) ഒരു ബുദ്ധി ദസ്തയെവ്സ്കിയിലുണ്ട്. ഒരു വാക്ക് കിട്ടിയാൽ മതി, അതിന്റെ ചുവടുപിടിച്ച് മനുഷ്യന്റെ വിധി പരിശോധിക്കാതെ അദ്ദേഹം അടങ്ങുക യില്ല. മറ്റൊന്ന് അസ്തിത്വവാദപരമായ ആധികളാണ്. മനുഷ്യൻ അവന്റെ വിധി നിർണയിക്കുന്നതിൽ പരാജയപ്പെടുന്നതെന്തുകൊണ്ട് എന്ന ആകുലതയാണത്. ഒരാൾക്ക് വിഷാദ മുണ്ടാകുന്നത്, അയാൾ ജീവിത

ത്തിൽ തെരഞ്ഞെടുക്കുന്നതിനെ ആശ്രയിച്ചാണ്. അതിനാൽ ഓരോ നിമിഷവും വിഷാദഗ്രസ്തമാണ്. കുഴപ്പിക്കുന്ന ചോദ്യങ്ങൾ ചുറ്റിനും നിറയുകയാണ്. എന്നാൽ ഒന്നിനും ഉത്തരമില്ല. സ്വയമൊരു ചോദ്യ മാവുകയാണെന്ന് തോന്നുകയും ചെയ്യും. ഇതാണ് ഒരുവനെ ആന്ത രികമായി, തീവ്രമായി ഏകാന്തതയിലേക്കും സംഘർഷത്തിലേക്കും ശൂന്യതയിലേക്കും തള്ളിയിടുന്നത്. നമ്മുടെയുള്ളിൽ തന്നെ ശൂന്യ തയുടെ ഇടം വർദ്ധിച്ചുവരുന്നതായി തോന്നും.

ഈ എഴുത്തുകാരനിൽ ജീവതത്ത്വവിചാരവും അസ്തിത്വദുഃ ഖവും ഒരുപോലെ സമ്മേളിക്കുകയാണ്. അതുകൊണ്ട് ദസ്ത യേവ്സ്കിയെ ജീവതത്ത്വശാസ്ത്രപരമായ അസ്തിത്വവാദി (Ontological Existentialist) എന്നു വിളിക്കാവുന്നതാണ്. ഈ ലേഖ നത്തിൽ അദ്ദേഹത്തിന്റെ വിവിധ കൃതികളിലെ ആശയചർച്ചകളെ, നൂൽപ്പാലത്തിലൂടെയെന്നപോലെയുള്ള പരീക്ഷണങ്ങളെ, തർക്ക ങ്ങളെ പരിശോധിക്കാനാണ് ശ്രമിക്കുന്നത്.

സ്വാതന്ത്ര്യത്തെ ഇഷ്ടപ്പെടാത്തവരായി ആരുമില്ല. എന്നാൽ സ്വാ തന്ത്ര്യം എന്താണെന്ന് അറിഞ്ഞുകൊണ്ടല്ല ഇഷ്ടപ്പെടുന്നത്. സ്വാ തന്ത്ര്യം എന്ന സങ്കൽപ്പത്തെയാണ് നാം സ്നേഹിക്കുന്നത്. അറി യുന്തോറും സ്വാതന്ത്ര്യം ചിലപ്പോൾ ഭാരമാകും. 'സ്വതന്ത്രനായിരി ക്കുക എന്നു പറഞ്ഞാൽ മനുഷ്യനു ഭാരമാകുന്ന സന്ദർഭങ്ങളുണ്ട്. അതുകൊണ്ട് ആ ഭാരത്തിൽ നിന്ന് രക്ഷപ്പെടാൻ, വേദന സഹിച്ചാ യാലും അവൻ ആരെയെങ്കിലും ആരാധിക്കാൻ വിധിക്കപ്പെടുന്നക തന്നെ ചെയ്യും' – ദസ്തയെവ്സ്കി കരമസോവ് സഹോദരന്മാരിൽ എഴുതുന്നു. സ്വാതന്ത്ര്യത്തിന്റെ മറ്റൊരു പ്രയോഗമാണ്, ആവിഷ്കാ രമാണ് ആരാധന. ആരാധന ത്യാഗവും കീഴടങ്ങലുമാണ്. എന്നാൽ ആരാധിക്കാനും സ്വാതന്ത്ര്യം വേണം.

ദസ്തയെവ്സ്കിയുടെ അഭിപ്രായത്തിൽ സ്വതന്ത്രനാക ണമെങ്കിൽ സഹിക്കണം. സഹിക്കുന്തോറും സ്വാതന്ത്ര്യം കുറഞ്ഞു വരികയും ചെയ്യും. ഡെമൺസ് എന്ന നോവലിൽ അദ്ദേഹം ഇതി നെക്കുറിച്ച് പറയുന്നുണ്ട്. സ്വാതന്ത്ര്യവും ദൈവം തമ്മിൽ കുഴ ഞ്ഞുമറിഞ്ഞ ബന്ധമാണുള്ളത്. ഒരിക്കലും അവസാനിച്ചു എന്നു പറയാൻ കഴിയാത്ത ചിന്തയാണത്. ഒരിടത്തു നിന്നു തുടങ്ങിയാൽ എവിടെയെങ്കിലും അവസാനിപ്പിക്കാം. പക്ഷെ, മറ്റേ അറ്റത്തു നിന്നു വേറൊരു ചിന്തയുടെ വേരുകൾ പൊട്ടിമുളച്ചിട്ടുണ്ടായിരിക്കും.

അദ്ദേഹം എഴുതി: 'ദൈവത്തെ എനിക്കാവശ്യമുള്ളത് അവനെ നിരുപാധികമായി സ്നേഹിക്കാൻ കഴിയുന്നതുകൊണ്ടാണ്. എന്താണു അതിനു കാരണം? ദൈവത്തെ നിരുപാധികമായി സ്നേ

ഹിക്കാൻ കഴിയണമെങ്കിൽ മനുഷ്യൻ അമാനുഷികനാകണം. ദൈവം നമ്മുടെ ചിന്തകളിലേക്ക് വരുമ്പോൾ അതിന് നമ്മുടെ സുഖദുഃഖങ്ങളുടെ നിറമുണ്ടാകുന്നു. അവനവന്റെയുള്ളിലെ പിശാചിനെ പിടിച്ചുകെട്ടാതെ എങ്ങനെ ദൈവത്തെ സമാധാന ത്തോടെ നോക്കും? . എക്കാലത്തും ദസ്തയെവ്സ്കിയെ ഈ മാന സികാവസ്ഥ പിടികൂടിയിരുന്നു. ചിലപ്പോൾ മനുഷ്യൻ ചെകുത്താ നാണ്; കാരണം അവനിൽ നിന്നു നല്ലതൊന്നും പ്രതീക്ഷിക്കാൻ കഴിയാറില്ലല്ലോ.

നിരുപാധികമായി ദൈവത്തെ സ്നേഹിക്കണമെങ്കിൽ നമ്മൾ ദൈവത്തിന്റെ ഒപ്പം ചേരേണ്ടതുണ്ട്. അദ്ദേഹം എഴുതി: 'വേദനയും യാതനയും വലിയ ബുദ്ധിയുള്ളവർക്കും അഗാധമായി ചിന്തിക്കു ന്നവർക്കും അനിവാര്യമാണ്. ശരിക്കും കാതലുള്ള വ്യക്തികൾ ഭൂമിയിൽ കഠിനമായ വിഷാദമനുഭവിക്കുന്നു '. (ക്രൈം ആൻഡ് പണീഷ്മെൻറ്)

ദൈവത്തിന്റെ ഒപ്പമെത്താൻ കഴിയാത്തതാണ് മനുഷ്യന്റെ പ്രശ്നം. അവൻ ദൈവമാകാൻ ശ്രമിച്ചാൽ ദയനീയമായി പരാജ യപ്പെടുന്നു. സ്വാതന്ത്ര്യം, സ്നേഹം തുടങ്ങിയവയെല്ലാം മനുഷ്യ നിൽ യാതന സൃഷ്ടിച്ചിട്ടേ പിൻവാങ്ങുകയുള്ളു. സ്നേഹിക്കണമെ ങ്കിൽ സ്വതന്ത്രനാവണം. അധികാരത്തിന്റെയും ആസക്തിയുടെയും ആയുധങ്ങൾ ഉറയിലിട്ടുകൊണ്ടുനടക്കുന്നവർക്ക് എങ്ങനെയാണ് സ്വതന്ത്രനാകാൻ കഴിയുക? എല്ലാ വ്യഥകളിൽ നിന്നും സ്വതന്ത്രനാ കുന്നതിനൊപ്പം ആത്മാവിന്റെ പാരതന്ത്ര്യത്തിൽ നിന്നും മുക്തി നേടേണ്ടതുണ്ട്. ഒരു പൂർണ്ണചന്ദ്രനെ നേരാംവണ്ണം വീക്ഷിക്കണമെ ങ്കിലും സ്വാതന്ത്ര്യം വേണം. പലരും കണ്ട പൂർണചന്ദ്രന്മാരെ നമ്മൾ കാണുന്ന പൂർണചന്ദ്രനിൽ നിന്നു നീക്കം ചെയ്യണം. സ്നേഹം ഒരാ ദർശമായാണ് മനുഷ്യൻ കൊണ്ടുനടക്കുന്നതെന്ന സത്യത്തിന്റെ മുഖമാണിത്. ഒരാൾ മറ്റൊരാളെയല്ല സ്നേഹിക്കുന്നത്, മാനവരാ ശിയെയാണ്. അതൊരു വീക്ഷണമാണ്. താൻ സ്നേഹിക്കുന്നുണ്ട്, പക്ഷേ എനിക്ക് ഓരോ വ്യക്തിയോടും സ്നേഹമില്ല. നിയമങ്ങൾ അനുസരിക്കുമ്പോഴാണ് ഈ ലോകസ്നേഹം പ്രകടമാകുന്നത്.

അദ്ദേഹം എഴുതുന്നു: 'മാനവരാശിയെ ഞാൻ സ്നേഹിക്കുന്നു, പക്ഷേ, എനിക്കു വ്യക്തികളോടു ബന്ധമില്ല'.

നിരാശ എന്ന ആശയം

സ്നേഹമല്ല, അതിന്റെ സ്ഥാനത്ത് വെറുപ്പും സംശയവുമാണ് ഇടം പിടിക്കുന്നത്. സ്നേഹിക്കുന്നുവെന്ന അവബോധത്തിൽ ജീവിക്കുന്നതോടൊപ്പം സ്നേഹിക്കാതിരിക്കുകയും ചെയ്യുന്നു.

സ്നേഹത്തെ വെറുപ്പെന്നും വിശേഷിപ്പിക്കാം.

'വിഡ്ഢിത്തം പറയുന്നത് മനുഷ്യവർഗത്തിനു ഒഴിവാക്കാനാവില്ല. അതിലൂടെയാണ് അവൻ പലപ്പോഴും സത്യത്തെ സ്പർശിക്കുന്നത്.

'ഞാൻ അസംബന്ധങ്ങൾ പറയുന്നു, അതുകൊണ്ട് ഞാൻ മനുഷ്യനായിരിക്കുന്നു '. വലിയ സംസ്കാരമുള്ള ജീവി, അല്ലെങ്കിൽ ഉന്നതമായ ചിന്താശേഷിയുള്ള ആധുനികൻ എന്നീ നിലകളിൽ വിരാജിക്കുന്ന മനുഷ്യന്റെ ജീവിതംകൊണ്ട് അവൻ നിഷേധത്തിന്റെയും നിന്ദയുടെയും വക്താവാകാനാണ് പരിശ്രമിച്ചുകൊണ്ടിരിക്കുന്നതെന്ന് ദസ്തയെവ്സ്കി ചിന്തിക്കുന്നു. നിരാശയില്ലാതെ ഇങ്ങനെ എഴുതാനാവില്ല. അദ്ദേഹത്തിന്റെ സാഹിത്യകൃതികളിലെല്ലാം ഈ നിരാശയുണ്ട്. കുറേക്കൂടി ദാർശനികവും സർവ്വവ്യാപിയും മാനവികവുമായ നിരാശയാണിതെന്ന ആശ്വാസമേയുള്ളു. യാതൊന്നിനും മനുഷ്യാവസ്ഥയുടെ തലത്തിൽ സ്ഥിരതയോ ഉറപ്പോ ഇല്ല ;എല്ലാം അതിന്റെതന്നെ വൈരുദ്ധ്യവുമായി കലഹത്തിലാണ്. ഇതാണ് ദസ്തയെവ്സ്കിയുടെ ചിന്ത. യാതൊന്നാണോ നാം ആഗ്രഹിക്കുന്നത്, അതിനെതിരായി ഗൂഢാലോചന നടത്തുന്നവനാണ് താനെന്ന് ഒരാൾ കണ്ടുപിടിക്കുകയാണെങ്കിൽ, അത് ദസ്തയെവ്സ്കിയൻ നിരാശയാണ്. ഈ നിരാശ വികാരം എന്ന പോലെ വലിയൊരു ആശയമാണ്. പിന്തിരിഞ്ഞോടാൻ ഒരു ഒരിടമില്ലാത്തവന്റെ നിസ്സഹായത അതിലുണ്ട്. സ്നേഹത്തെ തേടുന്നവൻ അതിന്റെ വിപരീതത്തെ ആശ്ലേഷിക്കുന്നു. വൈരുദ്ധ്യങ്ങൾ വന്നു മൂടുമ്പോൾ യാതനയിൽ അഭയം തേടുന്നു. മനുഷ്യനെപ്പോലെ യാതന അനുഭവിക്കുന്നതിൽ തൃപ്തി കണ്ടെത്തുന്ന വേറൊരു ജീവിയില്ല. താൻ അധ:പതിക്കുകയും വീഴുകയുമാണെന്ന് അറിഞ്ഞുകൊണ്ട് അതിനെ സ്നേഹിക്കുന്ന സ്വഭാവം.

'നിത്യതയെക്കുറിച്ച് പലപ്പോഴും പറഞ്ഞുകേൾക്കുന്നു. എന്നാൽ നിത്യത ഒരു ഒഴിഞ്ഞ മുറിയാണോ എന്ന് ചിന്തിക്കുകയാണ്. '

നിത്യതയുണ്ടായാലും അതിൽ തനിക്ക് ഇടം കിട്ടില്ലെന്ന് അറിയുന്നവന്റെ പ്രതീക്ഷാനഷ്ടമാണത്. നിരാശയിൽ കുറഞ്ഞ് ആശിക്കാനൊന്നുമില്ല. നിത്യത തന്നേക്കാൾ വലുതായിരിക്കില്ല എന്ന ആശയവും തിന്മയായി നിൽക്കുന്നു. കാരണം മനുഷ്യനാണ്, അവന് അസംബന്ധം പറഞ്ഞുകൊണ്ടേ ധാർഷ്ട്യത്തെ ആദർശവത്ക്കരിക്കാനാവൂ. താൻ പറയുന്നത് ശരിയാകണമെന്ന് അവനു നിർബന്ധമില്ല. എന്നാൽ താൻ ആധികാരികവ്യക്തിയാണെന്ന ചിന്തയിൽനിന്ന് അവനു മോചനവുമില്ല.

'മനസ്സ് ഒരു ഭാരമാണ്. കാരണം, അവന് സ്വന്തം തെറ്റുകളെക്കു

റിച്ച് ബോധമുണ്ടായിരിക്കും. അതിന്റെ പാപങ്ങൾ ഏറ്റെടുത്തു കൊണ്ട് ജീവിക്കാൻ അവൻ വിധിക്കപ്പെടുന്നു. സ്വന്തം തെറ്റുകൾ ഒരു ഭാണ്ഡക്കെട്ടുപോലെ ചുമലിൽ തൂക്കി നടക്കുന്ന ഒരാൾക്ക് അതിന്റെ നിരാശയാണ് ഉണ്ടായിരിക്കുക. എന്നാൽ അതെല്ലാം ഒരു അലങ്കോലമായി അവൻ വളർത്തിയെടുത്തതാണ്. നിരാശ പ്പെടാൻ വേണ്ടി സ്വയം വഞ്ചിക്കുന്നതിൽ സംതൃപ്തിയുള്ളത് ഈ മനുഷ്യനു തന്നെ.

'യുക്തി വേറൊരു മനുഷ്യജീവിതം ആവശ്യപ്പെടുന്നു. ഇപ്പോൾ നാം തുടരുന്നതിൽ നിന്നും തികച്ചും വ്യത്യസ്തമായ ഒന്ന്. ജീവിതം യുക്തിയെ മാറ്റി സ്ഥാപിക്കുകയാണ് ചെയ്യുന്നത്' – ഇഡിയറ്റിൽ എഴുതുന്നു.

കാരണം, യുക്തി നമ്മുടെ നൈസർഗിക വികാരങ്ങളെയും ബലഹീനതകളെയും മറച്ചുപിടിക്കുന്ന, തള്ളിക്കളയുന്ന ഒരു ബൗദ്ധി കവ്യായാമമാണ്. യുക്തി ഒരു ഘട്ടത്തിൽ, വേറൊരു ജീവിതരഹസ്യം വെളിപ്പെടുത്തുന്നു. എന്നാൽ അത് നമ്മളല്ല ;നമുക്ക് യഥാർത്ഥ ത്തിൽ അതുമായി ബന്ധമില്ല. യുക്തി സ്ഥാപിക്കുന്ന വ്യവസ്ഥിതി തന്നെയാണ് അതിൽ നിലനിൽക്കുന്നത്; മനുഷ്യനിലല്ല. എല്ലാവരും നിയമങ്ങൾ അനുസരിക്കണമെന്ന് പറയുന്ന സംഘടന അതിന്റെ തന്നെ ശരീരവും മനസ്സുമാണ്. എന്നാൽ അതൊരു മനുഷ്യനല്ല. അതിനു യുക്തി മാത്രമേയുള്ളൂ; ഹൃദയമില്ല. ആത്യന്തികവിജയ ത്തെക്കുറിച്ചുള്ള ഈ ചിന്ത നിരാശയിലാണ് അവസാനിക്കുന്നത്.' ദൈവത്തിന് മാത്രമേ അറിയൂ, എന്റെയുള്ളിൽ എന്റെ സ്ഥാനത്ത് എന്താണുള്ളതെന്ന് '. (ഇഡിയറ്റ്)

ഞാൻ എന്താണോ അതിന്റെ പ്രതിനിധാനമായല്ല ജീവിക്കുന്ന തെന്ന് വേണമെങ്കിൽ വിശദീകരിക്കാം. പക്ഷേ, ഞാൻ എന്താണെ ന്ന് എനിക്കു തന്നെ അജ്ഞാതമായിരിക്കുന്നത് നരകമാണെന്ന ധ്വനിയും ഇതിലുണ്ട്. 'റഷ്യൻ ആത്മാവ് ഒരു ഇരുണ്ട സ്ഥലമാണ് ' -അദ്ദേഹം എഴുതിയത് വെറുതെയല്ല. ചിന്തിക്കുന്നുണ്ട്, സ്നേഹിക്കു ന്നുണ്ട്, ജീവിക്കാനാഗ്രഹിക്കുന്നുണ്ട് ;എന്നാൽ ഇതൊക്കെ താൻ ചിന്തിക്കുന്നതുപോലെയല്ല സംഭവിക്കുന്നത്. അതുകൊണ്ടു തന്റെ ഹൃദയത്തിൽ മറ്റാരോ കയറിക്കൂടിയിരിക്കുന്നു. ദസ്തയെവ്സ്കി യുടെ കഥാപാത്രം നിരാശയുടെ വേറൊരു മാനം പങ്കുവയ്ക്കു ന്നു. അദ്ദേഹം എഴുതി: 'വേറൊരാളെ ഉപദ്രവിക്കാൻ വേണ്ടിയാണ് മനുഷ്യനെ സൃഷ്ടിച്ചിരിക്കുന്നത്'.

ശത്രുതയെ ഒരു ലക്ഷ്യമോ ആഘോഷമോ എന്ന നിലയിൽ വിക സിപ്പിച്ചിരിക്കയാണ്. എല്ലാവരും സ്നേഹിക്കുന്നുണ്ടെന്ന് ഉറപ്പാ

ക്കിയാലും സ്വസ്ഥതയില്ല. അവരിൽ ആരെയെങ്കിലും ശത്രുവായി സങ്കൽപ്പിച്ചു നോക്കും. അല്ലെങ്കിൽ ശത്രുവാക്കാൻ പരിശ്രമിക്കും. സ്നേഹിക്കുന്നവരുടെയിടയിൽ അസ്വസ്ഥനും ശത്രുക്കൾക്കിടയിൽ രൂക്ഷമായ വികാരപ്രകടനങ്ങളുള്ളവനും എന്ന ദ്വന്ദ്വമാനം മനുഷ്യനെ വീണ്ടും ഇരുണ്ട ഇടമാക്കുന്നു.

'എത്രയൊക്കെ എഴുതിയാലും, എത്ര വലിയ ചിന്തകനും ബുദ്ധിമാനുമായാലും അയാളിൽനിന്ന് വർഷങ്ങൾ കഴിഞ്ഞാലും പുറത്തുവരാത്ത ചിലതുണ്ട്. മറ്റുള്ളവരോട് പ്രകടിപ്പിക്കാൻ കഴിയാത്തതാണത്. '

ഇതും നിരാശ തന്നെയാണ്. എന്തൊക്കെയാവും അയാളിൽ ബാക്കിയാവുക. അയാൾ പകരാത്തത് എന്തെല്ലാമായിരിക്കും? ഒരുപക്ഷേ, അത് ഏറ്റവും പ്രതിലോമപരവും വിധ്വംസകവുമായ ചിന്തകളാകാം. ഒരിക്കലും പേടിപ്പിക്കാനാകാതെ, സ്നേഹിതന്റെ കൂടെ നടന്നപ്പോഴും ഒളിപ്പിച്ചത് എന്തായിരിക്കും? ചിലപ്പോൾ അയാൾക്കുപോലും വിവരിക്കാൻ സാധിക്കാത്ത വസ്തുതകളായിരിക്കും. ദൈവത്തെ മഹത്തായ വിശ്വാസംകൊണ്ട് സമീപിക്കാൻ ആഗ്രഹിച്ച ഈ നോവലിസ്റ്റ് മാനുഷികമായ യുദ്ധങ്ങളിൽ ശരിയും തെറ്റും കാണാനാകാതെ ഉഴറുന്നത് നാം കാണുന്നു. ശരികൾ തെറ്റിനേക്കാൾ കരുത്താർജ്ജിക്കുന്നതും തെറ്റുകൾ ശരികളേക്കാൾ കനംവയ്ക്കുന്നതുമാണ് പ്രശ്നം.

ചിന്തകനായ ബെർദ്യെവ് പറഞ്ഞു, ദസ്തയെവ്സ്കിക്ക് വിഗ്രഹാരാധകരുടെ കൂട്ടം ചെയ്തതുപോലെ ദൈവികമായ പ്രശ്നങ്ങളെ നേരിടാനായിട്ടില്ല. എന്നാൽ മാനവരാശിയുടെ പ്രശ്നങ്ങൾ, അതാണ് ആത്മീയമായി കുഴയ്ക്കുന്നത്.

ക്രിസ്തുവിന്റെ ഒപ്പം

ദസ്തയെവ്സ്കി സുഹൃത്ത് ഫൊൺവിസിനു എഴുതി: രക്ഷകനേക്കാൾ അലിവുള്ള, സ്നേഹമുള്ള ആരുമില്ല. സത്യത്തിന് വെളിയിലാണ് ക്രിസ്തുവള്ളതെന്ന് ആരെങ്കിലും തെളിയിച്ചാൽ, സത്യം ക്രിസ്തുവിനെ ഉൾക്കൊള്ളുന്നില്ലെന്ന് ആരെങ്കിലും സമർത്ഥിച്ചാൽ ഞാൻ ക്രിസ്തുവിന്റെ ഒപ്പം നില്ക്കും; സത്യത്തിനു ഒപ്പമായിരിക്കില്ല.

മഹത്തായ ക്രിസ്തീയപ്രേമത്തെയാണ് അദ്ദേഹം ഉള്ളിൽ പച്ചപ്പോടെ നട്ടുവളർത്തിയത്. പക്ഷേ, അത് ദൈവികമാണ്. അതേസമയം ആ പ്രേമം കൊണ്ടുനടക്കുന്നവനു മനുഷ്യന്റെ ദുർമ്മോഹങ്ങൾ ഉണ്ടാവുകയാണെങ്കിൽ അതോടെ ദൈവത്തെ നഷ്ടപ്പെടുകയാണ്. സത്യമാണോ വേണ്ടത്, ക്രിസ്തുവിനെയാണോ

വേണ്ടതെന്ന് ചോദിച്ചാൽ ക്രിസ്തുവിന്റെയൊപ്പ് നിൽക്കണമെന്ന് പറയുന്നത് ഒരു വലിയ നിരാശയിൽ നിന്നാണ്. കാരണം, സത്യത്തിനൊപ്പം നിന്നാൽ മനുഷ്യനെന്ന നിലയിൽ തനിക്ക് അതിൽ നിന്ന് വ്യതിചലിക്കേണ്ടി വരും. സത്യം എപ്പോൾ വേണമെങ്കിലും തകിടം മറിയും. ക്രിസ്തുവാകട്ടെ അജയ്യമാണ്. സുപ്രധാനമായ ഒരു വീക്ഷണമാണ്, അദ്ദേഹം അവതരിപ്പിക്കുന്നത്.

"ദൈവം സത്യത്തിന്റെ സ്ഥിരീകരണമല്ല. അനാവശ്യ സംശയങ്ങളിൽ നിന്നുള്ള രക്ഷപ്പെടലാണ്. "

സത്യമുണ്ടെന്നതല്ല ദൈവത്തിന്റെ സ്ഥിരീകരണം. സത്യം മനുഷ്യന്റെ ആവശ്യാനുസരണം, ചിലപ്പോൾ നിർമിക്കപ്പെടാം. എന്നാൽ ദൈവത്തെ അങ്ങനെ നിർമ്മിക്കാനാവില്ല. ദൈവത്തെ ഉൾക്കൊള്ളണമെങ്കിൽ മനുഷ്യൻ കേവലസത്യങ്ങൾക്കു മുകളിലെത്തണം. അനാവശ്യമായ സംശയങ്ങൾ പലപ്പോഴും ദൈവത്തെ റദ്ദു ചെയ്യുന്നു. എങ്ങനെയാണ് സത്യത്തെ തന്നെ സംശയിക്കാവുന്ന തരത്തിൽ മനുഷ്യൻ മാറുന്നത്? മനുഷ്യൻ ഒരു യാഥാർത്ഥ്യമല്ലാതാവുകയാണോ? അതുകൊണ്ടായിരിക്കുമോ അവൻ എപ്പോഴും ഇരുണ്ടമേഖലയിലായിരിക്കുന്നത്? ദു:ഖതപ്തമാണ് ആ മനസ്സ്. ഏകാന്തതയിലും ഭയത്തിലുമാണ് ആ മനസ്സ്. ഇരുട്ടിന്റെ പാരമ്യത്തിൽ വെളിച്ചത്തിന് കൂടുതൽ തിളക്കമുണ്ടാകും. ആ വെളിച്ചത്തിൽ അവൻ എന്തെന്നില്ലാത്ത ശക്തിയോടെ വിശ്വസിക്കും. അതാണ് അവന്റെ മോചനമാർഗം. ഒരു പുതിയ കാൽവയ്പ് അസാധ്യമായിത്തീരുന്ന സന്ദർഭമാണിത്. ദൈവത്തിൽ വിശ്വസിക്കുന്നതോടെ അവന്റെ സന്ദേഹങ്ങൾ ഒഴിഞ്ഞുപോവുകയാണ്. എന്നാൽ അവൻ എങ്ങനെ വിശ്വസിക്കും? അവൻ ആരിലാണ് വിശ്വസിച്ചിട്ടുള്ളത്? എന്തെങ്കിലും അവൻ വിശ്വസിക്കണമെങ്കിൽ അവന്റെ സ്ഥാനം എന്തായിരിക്കും? സ്വാതന്ത്ര്യംകൊണ്ട് എന്ത് ചെയ്യണമെന്ന് അറിയാതെ നിസ്സഹായമായി നിൽക്കുകയാണ് മനുഷ്യൻ. അവൻ കൂടുതൽ സ്വാതന്ത്ര്യമെടുത്താൽ മറ്റുള്ളവരെല്ലാം കഷ്ടപ്പെടും. അതിലൂടെ പാപവും ക്രൂരതയും കുറ്റവും ഉണ്ടാകുകയാണ്. സത്യം ഏതാണെന്ന് തിരഞ്ഞെടുക്കാൻ കഴിഞ്ഞാൽ അത് സ്വാതന്ത്ര്യമാണ്. അതുപോലെ തന്നെ സത്യത്തിൽ വിശ്വസിക്കുന്നതും സ്വാതന്ത്ര്യമാണ്.

"ചെറിയ സ്വാതന്ത്ര്യമാണ് നല്ലത്. പക്ഷേ, അത് തിരഞ്ഞെടുക്കാനുള്ള സ്വാതന്ത്ര്യമാണ്. അത് പാപത്തെ സൃഷ്ടിക്കുന്നു. വലിയ സ്വാതന്ത്ര്യം ദൈവത്തിലുള്ള സ്വാതന്ത്ര്യമാണ്'. എന്നാൽ പാപം ചെയ്യാനുള്ള സ്വാതന്ത്ര്യം ഉപേക്ഷിക്കുമ്പോഴാണ് ദൈവത്തിൽ വിശ്വസിക്കാനുള്ള സ്വാതന്ത്ര്യം ലഭിക്കുന്നത്. അതാകട്ടെ ഏറ്റവും യാതന

നിറഞ്ഞതുമാണ്. അദ്ദേഹം അനുഭവിച്ച ശൂന്യത സുഹൃത്ത് ഒസ്മി ഡോവിനു അയച്ച കത്തിൽ വ്യക്തമാക്കുന്നതിങ്ങനെയാണ്: 'ആത്മാവിന് അനശ്വരതയും ദൈവവും ഇല്ലെങ്കിൽ ഞാൻ എന്തിനു നല്ലവനായി ജീവിക്കണമെന്ന് പറയൂ. ഞാൻ ഭൂമിയിൽ മരിക്കേണ്ടവനല്ലേ? എന്തുകൊണ്ട് എനിക്ക് മറ്റൊരാളെ കൊന്നുകൂടാ? ' ഈ വാക്യങ്ങളിൽ നിരാശയും സന്ദേഹവുമാണുള്ളത്. മനുഷ്യനെ ചൂഴ്ന്നുനിൽക്കുന്ന അതാര്യതയാണ് കാരണം. അനശ്വരത, അദ്ദേഹത്തിന് ഒരു അഴിയാക്കുരുക്കായിരുന്നു.

മനുഷ്യജീവിതത്തിന് അർത്ഥമുണ്ടാകണമെങ്കിൽ അനശ്വരത അനിവാര്യമാണോ? നാം ദുരൂഹതയാകുന്നത് അങ്ങനെയാണ്. എന്നാൽ ജീവിതകാലം മുഴുവൻ നമുക്ക് സ്വയം അനാവരണം ചെയ്യാൻ അല്ലെങ്കിൽ മനുഷ്യനെ തുരന്നെടുക്കാനാകുമോ? എത്രമാത്രം ഫലപ്രദമായരിക്കുമത്? ഈ ശൂന്യതയിൽ നിന്നും നിരാശയിൽ നിന്നും രക്ഷനേടാൻ സത്യത്തെ ചിന്തയിൽ സ്ഥാപിക്കണമെന്നാണ് ദസ്തയെവ്സ്കി ആവശ്യപ്പെടുന്നത്. അങ്ങനെ ദൈവികതയിലേക്ക് ഒരു എത്തിനോട്ടം സാധ്യമാകുകയാണെങ്കിൽ അതിലൂടെ മനുഷ്യന്റെ ദുർഗ്രഹത അഴിച്ചുമാറ്റാനാവും. മനുഷ്യനാകാൻ താൽപര്യമില്ലാതെ അസംബന്ധങ്ങളിലും സന്ദേഹങ്ങളിലും കുടുങ്ങിക്കിടക്കുന്നവർക്ക് ദൈവമില്ലെന്ന് ചിന്തിക്കുന്നതാണ് എളുപ്പം. കാരണം, അതവർക്ക് സ്വാതന്ത്ര്യം നല്കും.

' ഒരു റഷ്യക്കാരനു നിരീശ്വരവാദിയാകാൻ എളുപ്പമാണ്, മറ്റാരെക്കാളും. അവൻ നിരീശ്വരവാദിയാകുക മാത്രമല്ല, അതിൽ വിശ്വസിക്കുകയും ചെയ്യുന്നു, ഒരു പുതിയ വിശ്വാസസംഹിത കണ്ടെത്തിയതുപോലെ. അവൻ ഒരു നിഷേധത്തെയാണ് ചേർത്തുപിടിച്ചതെന്നറിയാതെ' -അദ്ദേഹം എഴുതി.

നിരീശ്വരവാദിയാകുന്നവർക്കും അവരുടെ വിശ്വാസമുണ്ട്. അതിൽ അവർ വിശ്വസിക്കുന്നു. അതാണവരുടെ സത്യം. അതുകൊണ്ട് സത്യത്തെ പിൻപറ്റുന്നവർ എപ്പോഴും മനുഷ്യന്റെ ഏറ്റവും ഉന്നതമായ, രമ്യതയുടെ തലം അറിയണമെന്നില്ല.

നിരീശ്വരത്വത്തിനു അനശ്വരതയോടു മമതയില്ല. കാരണം, ദൈവമില്ലാത്തതുകൊണ്ട് അനശ്വരതയെപ്പറ്റിയുള്ള ചിന്ത ആവശ്യമായി വരുന്നില്ല. ദസ്തയെവ്സ്കി ചോദിച്ചതുപോലെ അനശ്വരതയില്ലാതായാൽ പിന്നെന്തിനു ജീവിക്കണമെന്ന ചോദ്യം അവശേഷിക്കുന്നു.

എന്നാൽ മതപരമായ വിചാരത്തിൽ ദൈവവുമായുള്ള ഒരു പാരസ്പര്യത്തെയാണ് അദ്ദേഹം ലക്ഷ്യം വയ്ക്കുന്നത്. ശുദ്ധമായ

മതത്തിൽ കുറ്റകൃത്യം അനുവദിക്കുന്നില്ല. ശുദ്ധമായ സംസ്കാര ത്തിൽ മനുഷ്യന്റെ യാത്ര പ്രതീക്ഷാനിർഭരമാകുന്നു. സന്ദേഹത്തി ലും അതൃപ്തിയിലും പുകഞ്ഞു നീറുന്ന മനുഷ്യന്റെ ഉൾത്തലം തണുപ്പിക്കുന്ന ഒന്നാണ് മതവികാരം. അത് പ്രപഞ്ചവുമായുള്ള മുഖാമുഖം സാധ്യമാക്കുന്നു. 'മതപരമായ വികാരത്തിന്റെ ഉള്ളടക്കം യുക്തിയിലോ നിരീശ്വരചിന്തയിലോ ഒതുങ്ങുന്നതല്ല. ഏതെങ്കിലും കുറ്റകൃത്യങ്ങളുമായി അതിനു ബന്ധമില്ല. സ്നേഹം ഒരാളെ മാറ്റു ന്നുണ്ടോ? ഒരാളോട് നമുക്ക് തോന്നുന്ന സ്നേഹം, ശരിക്കും അയാളോടു തന്നെയാണോ? വാസ്തവത്തിൽ അത് നമ്മുടെ മനസ്സിലെ സ്നേഹം എന്ന ആദർശത്തിന്റെ ഒരു പ്രകടനം മാത്ര മല്ലേ? നമ്മൾ സ്നേഹിക്കുന്ന വ്യക്തി തെറ്റു ചെയ്താൽ നമ്മുടെ സ്നേഹം ഇല്ലാതാകുകയാണെങ്കിൽ സ്നേഹം എന്തായിരുന്നു?

സ്നേഹം ഉപാധിയോ?

'സ്നേഹം എന്ന നിലയിൽ മാനവരാശി ആദർശവത്ക്കരിക്കു ന്നത് അമൂർത്ത വികാരമാണ്. അത് അവനവനോടുള്ള സ്നേഹ ത്തിനപ്പുറം പോകുന്നില്ല. അമൂർത്തവികാരത്തിന്റെ പേരിൽ നമു ക്കെങ്ങനെ വിനിമയം സാധ്യമാകും? . നമ്മുടെ വികാരം മറ്റൊരാളി ലേക്ക് പകരുന്നതിനുള്ള ഉപാധിയാണോ സ്നേഹം? സങ്കീർണമായ വിനിമയപ്രശ്നങ്ങൾ മനുഷ്യർക്കിടയിൽ സംഭവിക്കുന്നത് സ്നേഹ ത്തെക്കുറിച്ചുള്ള ഈ അസ്പഷ്ടവീക്ഷണംകൊണ്ടായിരിക്കുമോ? സ്നേഹം ഒരു വികാരമാണെങ്കിലും നാമതിനെ യുക്തിപരമായാണ് കാണുന്നത്. വികാരത്തിന് യുക്തിയോ?

'നമ്മൾ അസംബന്ധജീവികളാണ്, ശരിക്കും. (ഇഡിയറ്റ്) . മനുഷ്യൻ സാമാന്യം തരക്കേടില്ലാത്ത വിഡ്ഢിയാണ്. (നോട്സ് ഫ്രം അണ്ടർഗ്രൗണ്ട്) . ഓരോരുത്തരും ദ്വീപിനു സമാനമായി ഒറ്റപ്പെടു മ്പോൾ നമുക്കെങ്ങനെ അസംബന്ധങ്ങൾ ഉപേക്ഷിക്കാനാവും? ആർക്കുമറിയില്ല, ചുറ്റും എന്താണ് സംഭവിക്കുന്നതെന്ന്. നമ്മൾ ചീത്ത സ്വഭാവമുള്ളവരാണ്. നമുക്ക് ആരെയും മനസ്സിലാക്കാ നാവില്ല. ചുറ്റിനും സംഭവിക്കുന്നത് എന്താണെന്ന് വ്യക്തമായി വിനിമയം ചെയ്യപ്പെടാത്തതുകൊണ്ട് ഒരുവൻ അവന്റെ യുക്തിയെ അമിതമായി ആശ്രയിക്കുന്നു. യുക്തിയുടെ നിർദേശമനുസരി ച്ച് വികാരങ്ങൾ പിറവിയെടുക്കുകയാണ്. യുക്തി മാറുന്നതനു സരിച്ച് വികാരവും മാറുന്നു. അപ്പോൾ ശരിയായ സന്ദർഭത്തിൽ ആദ്യമായി പുറത്തുവരുന്ന വികാരങ്ങൾക്ക് അസ്തിത്വമില്ലേ? അനി വാര്യമായതും സത്യത്തോടു അടുത്ത് നിൽക്കുന്നതുമായ വികാര ങ്ങൾക്ക് യുക്തിയുടെ തലത്തിൽ അംഗീകാരമില്ലാത്തതുകൊണ്ട്,

മനുഷ്യൻ അറിഞ്ഞുകൊണ്ട് ശരികളെ ശരികളെ മൂടിവയ്ക്കുന്നു. അവന് സ്വയം കള്ളം പറയേണ്ടി വരുന്നു. വികാരത്തെ വഞ്ചിക്കുന്നവനാകയാൽ അവന്റെ നീക്കങ്ങൾ കണ്ടുനിൽക്കുന്നവർ ദുരൂഹതയിൽ കുഴങ്ങുന്നു. എല്ലാവരെയും അറിയാനാണ് നാം ശ്രമിക്കുന്നത്. എന്നാൽ അതിൽ ദയനീയമായി പരാജയപ്പെടുന്നു. മാത്രമല്ല വിരുദ്ധമായ നിഗമനങ്ങളിലെത്തുകയും ചെയ്യുന്നു.

'പൂർണ്ണത വേണോ, എങ്കിൽ പരസ്പരം മനസ്സിലാക്കാതിരിക്കുന്നതാണ് നല്ലത്. നമ്മൾ വേഗത്തിൽ മനസ്സിലാക്കും തോറും മനസ്സിലാക്കാതിരിക്കുകയാണ് ചെയ്യുന്നത്'

ഒരാളെ മനസ്സിലാക്കുന്നത് അത്ര എളുപ്പമാണോ? കഥാപാത്രങ്ങളെ മനസ്സിലാക്കാൻ കഴിഞ്ഞേക്കാം. കാരണം കഥാപാത്രങ്ങൾ ക്ലിപ്തമായ ഘടനയുള്ളവരാണ്. അവരുടെ ആദിമധ്യാന്തങ്ങൾ നിർവ്വചിക്കപ്പെട്ടിരിക്കുന്നു, വികാരങ്ങളും. അവരിൽ നിന്ന് ഒന്നും ഒളിച്ചുവയ്ക്കപ്പെടുന്നില്ല. ജീവിക്കുന്നവരുടെ കാര്യത്തിൽ ഇത് ഫലവത്താകില്ല. മനുഷ്യർക്ക് ആദിമധ്യാന്തങ്ങൾ ക്ളിപ്തമല്ല. അതെപ്പോഴും മറഞ്ഞിരിക്കുന്നു.

ദസ്തയെവ്സ്കി സ്വയം വെളിപ്പെടുത്തുന്ന പോലെ ഇങ്ങനെ പറഞ്ഞു:

'എന്റെ ജനനം തടയാനുള്ള അവസരം ലഭിച്ചിരുന്നെങ്കിൽ ഈ പരിഹാസ്യമായ ജീവിതം ഞാൻ നിരസിക്കുമായിരുന്നു. എന്റെ അസ്തിത്വം അവസാനിപ്പിക്കാനുള്ള അവകാശം എനിക്കുണ്ട്. എന്നിരുന്നാലും, എണ്ണപ്പെട്ട ദിനങ്ങൾ ഞാൻ തിരികെ നൽകുന്നു'.

(ഇൻസൾട്ടഡ് ആൻഡ് ഇൻഞ്ചുവേർഡ്)

ചിലർ അവരുടെ ജീവിതം മറ്റൊരുമായും വച്ചുമാറാനാഗ്രഹിക്കുന്നില്ലെന്ന് പറയുന്നതു കേട്ടിട്ടുണ്ട്. അവർ ഈ ജീവിതത്തിലെ കുറവുകളെയും മുറിവുകളെയും സ്നേഹിക്കുന്നു. ദാരിദ്ര്യത്തെയും പീഡനത്തെയും ഇഷ്ടപ്പെടുന്നു. അടുത്ത ജന്മം കിട്ടിയാൽ ഇതെല്ലാം വീണ്ടും വേണമെന്ന് ശഠിക്കുന്നവർ. അവർ സ്വന്തം യാതനകളിൽ ലയം കാണാൻ ശീലിച്ചവരാണ്. എന്നാൽ ദസ്തയെവ്സ്കിയുടെ കഥാപാത്രം പറയുന്നത് ജീവിതത്തിന്റെ ഈ അസംബന്ധവും അതാര്യതയും നിരാശയും തന്നെ മുഷിപ്പിക്കുന്നുവെന്നാണ്. ഏറ്റവും വലിയ അസ്തിത്വദു:ഖത്തിന്റെ സന്ദർഭമാണിത്. മനസ്സിൽ പൊന്തി വന്ന ചോദ്യങ്ങൾക്ക് ഉത്തരമില്ലാതാകുമ്പോഴുള്ള ക്ഷോഭവും ഇവിടെ കാണാം. ആരോട് ചോദിക്കും? ഉത്തരങ്ങൾ തരാൻ പല സ്ഥാപനങ്ങളും കണ്ടേക്കാം. പക്ഷേ, അത് സ്വീകാര്യമാവണമെന്നില്ല. ഏത് തെരഞ്ഞെടുക്കണമെന്ന് നാം തന്നെ തീരു

മാനിക്കണം.

പരാജയം ഒരു യുക്തിയാണ്

'ഓരോരുത്തരും സ്വന്തം രഹസ്യങ്ങൾ മറ്റുള്ളവരോടു പറയുക യാണെങ്കിൽ ലോകം ദുർഗന്ധംകൊണ്ടു നിറയും. അത് മറയ്ക്കാ നാണ് ഇടയ്ക്കിടക്ക് മുഖവുരകൾ വേണ്ടിവരുന്നത്. '

അസംതൃപ്തിയും അമർഷവും ഉള്ളിലേക്ക് തന്നെ രഹസ്യമായി അടിച്ചമർത്തുമ്പോൾ നിഗൂഢത വിധിയായിമാറുന്നു. അവൻ സ്വന്തം മനസ്സിനെ എല്ലാവരിൽനിന്നും ഒളിപ്പിക്കുന്നു. പിന്നീട് ആ മനസ്സിൽ ഇരുട്ടു നിറയുന്നത് സ്വാഭാവികമാണ്. വൈരുധ്യങ്ങൾ പെരുകിക്കൊ ണ്ടിരിക്കും. സമസ്യകൾ നൃത്തം ചെയ്യും. ബുദ്ധിമാനായ മനുഷ്യൻ ബുദ്ധിയില്ലാത്തവനെപോലെ നിലവിളിക്കുന്നു. പ്രപഞ്ചത്തിന്റെ കളിയിലെന്നപോലെ നമ്മെ മറ്റെല്ലാ ത്തിൽ നിന്നും വേർപെടുത്തി വച്ചിരിക്കുന്ന വിദ്യ ഒരു കെണിയാണ്. സ്വന്തം വേദന അഹംബോ ധത്താൽ യാതനയ്ക്കായി ഏറ്റെടുക്കുന്നു. യാതനയും അതിനോ ടുള്ള കലാപവും – ഇതാണ് മനുഷ്യന്റെ സന്തോഷം; പ്രത്യേകിച്ചും പീഡിതരുടെ. മനുഷ്യനു അജയ്യനാവേണ്ടതുണ്ട്. അവൻ പരാജയ പ്പെടാൻ മനസ്സില്ലാത്തത്തവനാണ്. അവൻ ആത്മഹത്യചെയ്യുക യാണെങ്കിലും യുക്തിയുടെ വിജയമാണെന്ന് സമർത്ഥിച്ചിരിക്കും. പരാജയവും ഒരു യുക്തിയാണ്. ഭയം ഒരു യുക്തിയാണ്. വിഷാദവും ഒരു യുക്തിയാണ്.

എന്നാൽ യുക്തിയുണ്ടെങ്കിൽ, മനുഷ്യനു പരാജയത്തെയും വിജയമാക്കാൻ കഴിയും. പരാജയപ്പെട്ടു എന്ന് സ്വയം സമർത്ഥി ക്കുന്നത് പോലും വിജയമാണ്. എന്തെന്നാൽ അവിടെ ഒരാളുടെ അഹന്ത വിജയിക്കുന്നു. താൻ പരാജയത്തെ, അതിന്റെ ആഘാ തങ്ങളെ ഉൾക്കൊള്ളാനുള്ള ശേഷി നേടിയിരിക്കുന്നു എന്ന് വ്യാ ഖ്യാനിക്കുന്നിടത്താണ് ഈഗോ ഇടം കണ്ടെത്തുന്നത്. ഈഗോയു ണ്ടെങ്കിൽ സാഹനം ഒരു യുദ്ധാനന്തരഘോഷയാത്ര പോലെയാണ്. അത് ഉൾക്കൊള്ളുന്നത് വിപുലവും വിചിത്രവുമായ നിയോഗമായി വിലയിരുത്തപ്പെടും.

ദസ്തയെവ്സ്കിയിൽ നിരാശയെന്ന പോലെ പ്രതിഷേധവു മുണ്ട്. ഒരാൾ സ്വയം കീറിമുറിച്ചുകൊണ്ട് ആത്മപീഡനത്തിലൂടെ സത്യാന്വേഷണം നടത്തുന്നതിന്റെ ഭാഗമാണത്. ലോകത്തെ നമുക്ക് മാറ്റാനൊക്കുമോ? ഒരു സമ്പൂർണമായ ഉത്തരം കിട്ടുകയില്ല. ലോകം നമ്മുടെ കൈപ്പിടിയിലല്ലല്ലോ. നമ്മുടെ മനസ്സുപോലും പൂർണ നിയ ന്ത്രണത്തിലല്ല. മനസ്സ് നിയന്ത്രണവിധേയമല്ലാത്തതുകൊണ്ടാണ് ഒരാൾ ചിലനേരങ്ങളിൽ പിശാചും അല്ലാത്തപ്പോൾ മനുഷ്യനു

മായിരിക്കുന്നതത്. മനുഷ്യനായിരിക്കാൻ സാധ്യമാണോ എന്നത് ഒരു തർക്കവിഷയമാണ്. ദസ്തയെവ്സ്കിയുടെ ചിന്ത ഇതാണ്: 'ലോകത്തെ മാറ്റാൻ നിങ്ങൾ സ്വയം മാറണം'.

നമുക്ക് മാറാൻ പരിമിതിയുണ്ട്. കാരണം നമ്മൾ എപ്പോഴും വീണ്ടുവിചാരം ചെയ്യുന്നു. സ്വയം മാറുന്നത് ഉത്തരം കിട്ടാത്ത ചോദ്യമാണ്. എന്തിന്റെ സ്വാധീനത്തിലാണ് മാറുന്നത്. ലോകത്ത് അമാനുഷികമായ പ്രവാചകന്മാർ വന്നിട്ടുപോലും ജനതയെ യാകെ സ്വാധീനിക്കാൻ കഴിഞ്ഞില്ല. അധമവാസനകൾക്ക് മരണ മില്ല. എത്രയൊക്കെ നല്ല ഭാവനകൾ ഉണ്ടോ, അത്രത്തോളം ചീത്ത ഭാവനകളുമുണ്ട്. നമ്മൾ മാറണമെങ്കിൽ അതിനു സത്യത്തെയും ദൈവത്തെയും സമന്വയിപ്പിക്കുന്ന ഒരു ഘടകം വേണം. അത് സ്വാ തന്ത്ര്യമാണ്. നമ്മെ പരിമിതപ്പെടുത്തുന്നതിൽ നിന്നുള്ള സ്വാതന്ത്ര്യം. പക്ഷേ സ്വാതന്ത്ര്യത്തിന്റെ ഉപയോഗത്തിൽ നമുക്ക് എപ്പോഴും പിശ കുപറ്റുന്നു. നിയമങ്ങളാണ് നമ്മെ കുറച്ചെങ്കിലും ഒന്നിപ്പിക്കുന്നത്. നാം സ്വയം എല്ലാത്തിൽനിന്നും മാറി നിന്നാൽ ലോകം മാറുകയില്ല. കാരണം നമ്മുടെ ഉത്തരവാദിത്തം അവസാനിക്കുന്നില്ല.

'ഓരോ വ്യക്തിയും മറ്റൊരുവന്റെ പാപത്തിന് ഉത്തരവാദിയാണ്' -അദ്ദേഹം കുറിച്ചു. നമ്മൾ ഒന്നും ചെയ്യാതെയിരുന്നാലും നമുക്ക് പലതിന്റെയും ധാർമ്മിക ഉത്തരവാദിത്തമുണ്ട്. മറ്റൊരാൾ പാപം ചെയ്യുന്നതു എന്തുകൊണ്ടാണ്? അവൻ ഒറ്റയ്ക്ക് ജീവിക്കുന്നതു കൊണ്ടല്ല. അവന്റെ പാപവാസന ഒരു സാമൂഹികപ്രക്രിയയുടെ ഭാഗമാണ്. ജുഗുപ്സാവഹവും ഹീനവുമായ വാസനകൾ മാനവ സമുദായത്തിന്റെ അടിത്തട്ടിൽ ശക്തമാണ്. അത് പുറത്തേക്കു വരാൻ തക്കം പാർത്തിരിക്കുകയാണ്. ആ നിലയ്ക്ക് നോക്കു മ്പോൾ ഒരാൾ പാപം ചെയ്യുന്നത് അയാളുടെ മാത്രം പ്രശ്നമാകു ന്നതെങ്ങനെയാണ്? സകല പാപങ്ങളും നാമോരോരുത്തരുടെയും തലയിലാണ് വന്നുവീഴുന്നത്. അതുകൊണ്ട് തിന്മകളിൽനിന്നു നന്മ വേർപെടുത്തിയെടുക്കുന്നത് ജലത്തിൽ നിന്നു മഷി നീക്കുന്നതു പോലെ അസാധ്യമാണ്. തിന്മയെ തന്നെ മുന്നിൽ നിന്ന് നയിക്കുന്ന വരാണെന്നു സമ്മതിച്ചുകൊണ്ട് മാനവസമുദായം തെറ്റുകളെ ജനാ ധിപത്യവത്ക്കരിക്കുകയോ മഹത്വവത്ക്കരിക്കുകയോ ചെയ്യുന്നു. ഈ തിരിച്ചറിവിന്റെ ഉത്തമദൃഷ്ടാന്തമാണ് ഇഡിയറ്റ് എന്ന് ഒരു കഥാ പാത്രത്തെ വിളിക്കുന്നത്. അയാൾ വാച്യാർത്ഥത്തിലുള്ള ഇഡിയറ്റ ല്ല ; ഒരു സാധുവാണ്. അത്യധികമായി ചിന്തിക്കുകയോ ഒന്നിനെയും സങ്കീർണ്ണമാക്കുകയോ ചെയ്യാത്തവനാണ്. അതുകൊണ്ട് അയാൾ മറ്റുള്ളവർക്ക് വേണ്ടി ഇഡിയറ്റാവുകയാണ്. സമൂഹത്തിലെ തിന്മക

ളുടെയും അതിബുദ്ധിയുടെയും പശ്ചാത്തലത്തിലാണ് ഈ ഇഡിയറ്റ് വിളിക്ക് ഭംഗിയുണ്ടാകുന്നത്.

പാപം ചെയ്യുന്നവർ

ആരെങ്കിലുമൊക്കെ എപ്പോഴും നിയമങ്ങൾ തെറ്റിച്ചുകൊണ്ടിരിക്കും. ഒരാൾ പാപം ചെയ്താലും അത് നാം തന്നെയാണ് ചെയ്യുന്നതെന്നും ഒറ്റപ്പെട്ട പാപങ്ങളില്ലെന്നുമുള്ള ദസ്തയെവ്സ്കി യൻ വാക്യം ചരിത്രത്തിന്റെ ഉള്ളു കീറുന്നതാണ്. നിയമങ്ങൾ തെറ്റിക്കുന്നതിലാണ് ആളുകളുടെ ലഹരി. ചിലർക്കു ജീവിച്ചു എന്ന് തോന്നുന്നത് നിയമലംഘനത്തിലേർപ്പെടുമ്പോഴാണ്. ഈ പ്രാകൃതവാസന സമൂഹങ്ങൾ ഉണ്ടാകുന്നതിനു മുമ്പുള്ളതാണ്. അതിപ്പോഴും മനുഷ്യന്റെ അബോധത്തിലുണ്ട്. അതുകൊണ്ട് പാപം ചെയ്യുന്നവരുടെ ഉത്തരവാദിത്തം പാപം ചെയ്യാത്തവർക്കുമുണ്ട്. പലരും കുറ്റം ചെയ്യാതെ നിർമ്മലചിത്തരായി അഭിനയിക്കുന്നത് കുറ്റവാസന ഇല്ലാത്തതുകൊണ്ടല്ല, ഭയംകൊണ്ടാണ്. എന്തെങ്കിലും അപരാധം ചെയ്തുപോയാൽ താൻ ഇപ്പോൾ അനുഭവിക്കുന്ന പലവിധ സൗകര്യങ്ങളും പദവികളും പ്രതിച്ഛായകളും നഷ്ടപ്പെടുമെന്ന ബോധം പലരെയും പിൻവലിയാൻ പ്രേരിപ്പിക്കുന്നു. അവർ സ്വന്തം മാളത്തിൽ ഒളിച്ചിരിക്കുന്നു. എന്തിനു? കൂട്ടിൽ നിന്ന് പുറത്തു വരുന്ന ഒരു അപരാധിയെ കിട്ടാൻ. കൂട്ടിൽ നിന്നു പുറത്തുവന്ന ഒരു തെമ്മാടിയെ കിട്ടിയാൽ സകലരും മാളത്തിൽ നിന്നു പുറത്തു വന്ന് ആർത്തുവിളിക്കുന്നു. എന്താണ് ആ ബഹളത്തിന്റെ അർത്ഥം? ഇതാ ഒരു കുറ്റവാളിയെ പിടികൂടിയിരിക്കുന്നു. തങ്ങളെപ്പോലുള്ള സാത്വികരും സാന്മാർഗ്ഗികളും ഇവിടെയുള്ളപ്പോൾ ഒരു തെമ്മാടിക്കുപോലും രക്ഷപ്പെടാനാകില്ല. തങ്ങൾ മാത്രമാണ് എന്നും സാത്വികരായിട്ടുള്ളത്. മറ്റുള്ളവർ, ലോകം ഇത് കാണണം. തങ്ങൾ ഒരിക്കലും തെറ്റിനോട് പൊറുക്കുകയില്ല. തെറ്റുകണ്ടാൽ തങ്ങൾക്ക് ഭ്രാന്ത് പിടിക്കും പൂർണമായും കുറ്റവിമുക്തരാണ് തങ്ങൾ. ഒരിക്കലും തെറ്റിനോട് പൊരുത്തപ്പെടാനൊക്കില്ല.

തെറ്റുകണ്ടാൽ തങ്ങൾ ഗർജ്ജിക്കും. മാനവസമുദായത്തിലെ കറകളഞ്ഞ വർഗ്ഗമാണ് തങ്ങൾ. തങ്ങൾ ജീവിക്കുന്നതുകൊണ്ടാണ് ഇവിടെ എല്ലാവർക്കും സുഖം കിട്ടുന്നത്. അവസാനത്തെ തെമ്മാടിയെയും തങ്ങൾ ശിക്ഷിച്ചിരിക്കും :അല്പംപോലും ദയ പ്രതീക്ഷിക്കേണ്ട. നിയമമാണ് തങ്ങളുടെ ശക്തി. അതിനാണ് പ്രഥമ പരിഗണന. നിയമത്തെയാണ് സ്നേഹിക്കുന്നത്. നിയമങ്ങൾപ്പുറത്ത് വ്യക്തിയോ, കുടുംബബന്ധമോ, പ്രേമമോ ഒന്നുമില്ലെന്നു വിശ്വസിക്കുന്നു. അതല്ലേ പരമമായ സത്യം? ഈ സത്യത്തിനു

വേണ്ടിയാണ് തങ്ങൾ ജീവിക്കുന്നത്. ഈ സത്യം ദൈവത്തിന്റെ മറ്റൊരു പേരാണ് – ഇങ്ങനെയാണ് എപ്പോഴും കള്ളം പറയുന്ന മാന വസമുദായം സ്വയം അതിജീവിക്കുന്നത്. ദസ്തയെവ്സ്കി എഴുതി:

മനുഷ്യനു സന്തുഷ്ടി എന്താണെന്നറിയില്ല;അതുകൊണ്ടു അവൻ അസന്തുഷ്ടനാണ്. ' ഈ അസന്തുഷ്ടിയുടെ നിർമ്മാണ മാണ് മേൽ വിവരിച്ചത്.

'കല്ലിൽ വേദനയില്ല. എന്നാൽ കല്ലിനെക്കുറിച്ചുള്ള ഭയത്തിൽ വേദനയുണ്ട്'. മനുഷ്യൻ അവന്റെ ദൈവത്തെ നിർവചിക്കുന്നു. എന്തിനു? സ്വന്തം തെറ്റുകൾ മറച്ചുവയ്ക്കാൻ. അവൻ എപ്രകാരം താഴ്ത്തപ്പെടുന്നുവോ, അപ്രകാരം അവൻ തന്റെ ദൈവത്തെയും താഴ്ത്തുന്നു. അവനു ഉയരാനൊക്കുമോ? ചരിത്രത്തിൽ പല പരീ ക്ഷണങ്ങളും നടന്നു, മാനവജീവിതത്തിന്റെ ലക്ഷ്യങ്ങൾ സാക്ഷാ ത്കരിക്കാൻ. വലിയ ഫലം ലഭിച്ചിട്ടില്ല. അവൻ യുക്തിചിന്തയിലൂടെ യാണ് പലപ്പോഴും ദൈവത്തെ സമീപിച്ചത്. ദസ്തയെവ്സ്കിയുടെ ആ യുക്തിയുള്ള മനുഷ്യന്റെ വാക്കുകൾ ഇതാണ്: 'ദൈവമുണ്ടെ ങ്കിൽ എല്ലാം അവന്റെ നിശ്ചയമാണ്. ഇല്ലെങ്കിൽ എല്ലാം എന്റെ നിശ്ചയമാണ്. സ്വന്തം ഇഷ്ടം പ്രഖ്യാപിക്കാനുള്ള അവകാശം എനി ക്കുണ്ട്'.

ദൈവം ഇല്ലാത്തതുകൊണ്ടാണ് താൻ നിശ്ചയങ്ങളെടുക്കുന്ന തെന്ന് അവൻ വാദിക്കുന്നു. ഇത് അവന്റെ സ്വേച്ഛാപൂർണമായ കിരാതത്വരകൾ പുറത്തെടുത്ത് നായാട്ടുനടത്താനുള്ള പ്രത്യേകാ നുമതിയാണ്. അവൻ പരാജയപ്പെടുകയാണെങ്കിൽ, ഒരിക്കലും അതവരുടെ കുറവുകൊണ്ടായിരിക്കുകയില്ലത്രേ. അത് ദൈവ ത്തിന്റെ അസാന്നിദ്ധ്യം സൃഷ്ടിച്ച വിഭ്രാമകമായ അവസ്ഥയുടെ ഫലമായാണ്.

എങ്ങനെയാണ് ഒരുവന്, ദൈവമുണ്ടെന്ന് പറയാനാവുക? അതിന് അവനു ദൈവവുമായി മുഖാമുഖമില്ലല്ലോ. എന്നാൽ വിശ്വ സിക്കുന്നുവെങ്കിൽ അവനു ദൈവത്തിന്റെ അനുഭൂതി കിട്ടിയേക്കും. ദൈവമാകാൻ സാധിക്കാത്തതുകൊണ്ട് നമുക്ക് ദൈവത്തെ നിന്ദി ക്കാനും അവകാശമില്ല. അതംഗീകരിച്ചാൽ ദൈവത്തിന്റെ മുന്നിലു ള്ള കീഴടങ്ങലായിരിക്കും. ദൈവം ഉണ്ടെന്നും ഇല്ലെന്നും തർക്കിക്കു ന്നതിനിടയിൽ, നമ്മുടെ ജീവിതം തെറ്റുകൾക്കും അനീതികൾക്കും മധ്യേ ഉപേക്ഷിക്കപ്പെട്ടു കിടക്കുകയാണ്. ആത്മഹത്യാപരമായ തിര ഞ്ഞെടുപ്പു കൾ ഒരു കുതിരയോട്ടംപോലെ പലരെയും ഹരം പിടിപ്പി ക്കുകയാണ്. വഞ്ചിക്കുന്നതിലാണ് ലഹരിയെന്ന് ഫ്രഞ്ച് നാടകകൃ ത്ത് ഷാൻ ഷെനെ പറഞ്ഞത് ഓർക്കുകയാണ്. കാരണം മാനവിക

തയുടെ മരണം ഉദ്ഘോഷിക്കാൻ ആഗ്രഹിക്കുന്നവർ സ്വയം ദൈവമാകുകയും സകലതിനെയും നശിപ്പിക്കുകയും ചെയ്യുന്നു. വിപരീതങ്ങളെ ആശ്രയിക്കുന്നതിലുടെ പൈശാചികമായ ഒരു ശക്തി ലഭിക്കുകയാണ്.

സാഹിത്യം ഏറ്റവും നല്ല ഫലം

ഷേക്സ്പിയറും റാഫേലും അടിമകളേക്കാൾ, ദേശീയതയേക്കാൾ, സോഷ്യലിസത്തേക്കാൾ, യുവതലമുറയെക്കാൾ, രസതന്ത്രത്തേക്കാളെല്ലാം ഉന്നതമാണ്. ഇവയെല്ലാം മാനവരാശിയുടെ നല്ല ഫലങ്ങളാണ്. പക്ഷേ, ഏറ്റവും നല്ല ഫലം എന്നെന്നേക്കും മൂല്യമുള്ളത്, കലയിലാണ്. '. (ഡെമൺസ്)

മാനവരാശിക്കു നല്ല ഫലങ്ങൾ ലഭിച്ചിട്ടുണ്ട്. ശാസ്ത്ര, സാങ്കേതിക കണ്ടുപിടുത്തങ്ങൾ, വൈദ്യശാസ്ത്ര രംഗത്തെ മുന്നേറ്റങ്ങൾ, വിവിധതരം മരുന്നുകൾ, ചികിത്സാരീതികൾ, സാഹിത്യസൃഷ്ടികൾ, കലകൾ എല്ലാം സദ്ഫലങ്ങളാണ്. മനുഷ്യൻ അസുരനല്ല എന്ന് തെളിയിച്ച സന്ദർഭങ്ങളാണ് ഇവയെല്ലാം. ഇതിൽ തന്നെ ഏറ്റവും സ്വാധീനിച്ചത് സാഹിത്യരചനകളാണെന്നു ദസ്തയെവ്സ്കി പറയുന്നു. നല്ല ഫലങ്ങളാണ് ഉദ്ദേശിക്കുന്നത്. ഷേക്സ്പിയർ ഇല്ലാതെ എങ്ങനെ ജീവിക്കുമെന്ന് ചോദിച്ചത്, തന്റെ ആന്തര വൈരുദ്ധ്യങ്ങളെയും ഉത്തരമില്ലാത്ത ചോദ്യങ്ങളെയും നേരിടാൻ, മനസ്സിലെ ശൂന്യത പരിഹരിക്കാൻ ഒരു മരുന്ന് എന്ന നിലയിലാണ്. ഷേക്സ്പിയർ പ്രകൃതിയുടെ അല്ലെങ്കിൽ ലോകത്തിന്റെ കണ്ടുപിടുത്തമാണ്. ആ ബോധ്യത്തിൽ നിന്നുകൊണ്ടാണ് വർഷങ്ങൾ നീണ്ട തപസ്സിന്റെ ബലത്തിൽ ദസ്തയെവ്സ്കി ബൃഹത്തായ നോവലുകൾ എഴുതിയത്.

അദ്ദേഹം എഴുതി :'ദൈവം എല്ലാവരുടെയും സിന്തറ്റിക് വ്യക്തിത്വമാണ്. തുടക്കം മുതൽ അവസാനം വരെ'. ഓരോരുത്തരും സ്വന്തം ശേഷിക്കൊത്ത് ആ ദൈവത്തെ സൃഷ്ടിക്കുന്നു. നോവലെഴുതുന്നത് വ്യക്തിപരമായ ലഹരിയുടെയോ നേരമ്പോക്കിന്റെയോ ഭാഗമായി കരുതുന്നവരുണ്ട്. കൂടുതൽ പേരെ വെറുതെ വായിപ്പിക്കാൻ വേണ്ടി എഴുതുന്നവരുണ്ട്. ചിലർ നോവലെഴുതുന്നത് പണമുണ്ടാക്കാനാണ്. ദസ്തയെവ്സ്കി നോവൽ രചനയിലേർപ്പെട്ടത് മാനവരാശിക്ക് വിലപ്പെട്ട കനി നല്കാനായിരുന്നു. നൂറ്റാണ്ടുകളായി നാം വർണ്ണക്കടലാസിൽ പൊതിഞ്ഞുകൊണ്ടു നടക്കുന്ന മനുഷ്യനെ അദ്ദേഹം അപനിർമ്മിച്ചു, വിഘടിപ്പിച്ചു, വിമർശിച്ചു, നിരാകരിച്ചു. ചിലപ്പോൾ നിമജ്ജനം ചെയ്യുന്നുമുണ്ട്. മനുഷ്യമനസ്സിന്റെ ആഴത്തിലേക്കൊരു തുരങ്കം നിർമ്മിച്ച് അതിനുള്ളിലൂടെ

സഞ്ചരിച്ച് വിലയേറിയ അറിവുകൾ നേടാനാണ് ദസ്തയെവ്സ്കി ഉത്സുകനായത്. ചിലപ്പോൾ ബ്രഹ്മത്തെ അന്വേഷിക്കുന്ന പോലെ യായിരുന്നു അത്.

ഒരു പരുത്തിവസ്ത്രത്തിൽ ബ്രഹ്മത്തെ അന്വേഷിച്ചാൽ വസ്ത്രം തന്നെ ഇല്ലാതാകും. വസ്ത്രം നിറങ്ങളും രൂപവും ചേർന്നതാണ്. അതു രണ്ടും മാറ്റിവെച്ചാലോ? വെറും തുണി നാരുകൾകൊണ്ട് നിർമ്മിച്ചതാണത്. നാരുകൾ ഇഴകീറിയാൽ ഏറ്റവും ചെറിയ തുണ്ടുകൾ കിട്ടും. പിന്നീട് നഗ്നനേത്രങ്ങൾകൊണ്ട് കാണാൻ കഴിയാത്ത കണങ്ങളായി അത് മാറുന്നു. അപ്പോൾ അത് കാണാനായി ഉപകരണങ്ങൾ വേണ്ടിവരും. അതിനുശേഷമോ? ആ കണങ്ങൾ വിഘടിപ്പിച്ചാലോ? പ്രപഞ്ചത്തിലെ അവസാനത്തെ കണങ്ങളിലെത്തിച്ചേരും. അതിനുമപ്പുറത്ത് ശൂന്യതയാണ്. വസ്ത്രമാണെന്ന് നാം ധരിച്ചത് അവസാനം കണങ്ങളായി അപ്രത്യക്ഷമാകുന്നു. ഇതുപോലെയാണ് ദസ്തയെവ്സ്കി മനുഷ്യനെ അന്വേഷിച്ചത്.

'പ്രേമത്തിനു, സ്നേഹത്തിനു സമ്മാനം കൊടുക്കാൻ ദൈവം നിശ്ചയിക്കുന്നുണ്ടെങ്കിൽ നിങ്ങളുടെ ദൈവം അധാർമ്മികമാണ്. ' (ഡെമൺസ്) നാം ഒരാളെ പ്രേമിച്ചാൽ ദൈവം സമ്മാനം തരുമോ? ഇതു അദ്ദേഹത്തിന്റെ ഒരു പ്രധാന ഉത്ക്കണ്ഠയായിരുന്നു. സമ്മാനം കൊടുക്കണമെങ്കിൽ ദൈവത്തിനു അത് വളരെ പ്രിയപ്പെട്ടതുകൊണ്ടായിരിക്കണം. എങ്കിൽ ആ പ്രേമത്തിന്റെ മൂല്യത്തെ മാത്രമാണോ ദൈവം അംഗീകരിക്കുന്നത്? തന്റെ വിപുലവും മഹത്തായതും അവസാനിക്കാത്തതുമായ സൃഷ്ടികളിൽ പ്രേമത്തെ മാത്രമാണോ ദൈവം വിലവയ്ക്കുന്നത്? . എങ്കിൽ അതിൽ അധാർമികതയില്ലേ? ഇതാണ് അദ്ദേഹത്തിന്റെ സവിശേഷമായ ചിന്താരീതി.

പശ്ചാത്താപം എന്ന സഹനം

ആത്യന്തികമായി എന്ത് അവശേഷിക്കുന്നു എന്നാണ് തിരയുന്നത്. ജീവതത്ത്വശാസ്ത്രപരമായ അസ്തിത്വദുഃഖം അനുഭവിക്കുന്ന ഈ എഴുത്തുകാരന് ദൈവത്തിൽ അധാർമ്മികത ആരോപിക്കാൻ കഴിയുന്നത് നിരാശയുടെയും ധർമ്മസങ്കടത്തിന്റെയും പശ്ചാത്തലത്തിലാണ് നാം കാണേണ്ടത്. വേറെ വഴിയില്ല; കാരണം താൻ നരകമാണെന്ന് മനുഷ്യൻ തിരിച്ചറിയുകയാണ്. സർവത്ര അഭിനയിക്കുന്നത് ഉള്ളിലാണ്; അതാകട്ടെ മുഴുവൻ മുറിവേറ്റ അനുഭവങ്ങളുടെ ചിത്രപരമ്പരയാണ്. അവിടെ ഏറ്റവും വിശുദ്ധവും നിഷ്കളങ്കവുമായ ഒന്നിനുവേണ്ടി നാം യാചിച്ചുപോകുന്നു. അതാണ് പശ്ചാത്താപം. കുറ്റം ചെയ്തുവെന്ന് ഉറപ്പില്ലെങ്കിലും പശ്ചാത്തപിക്കണം. അവിടെയാണ് ക്രിസ്തു വരുന്നത്. സഹനമാണ് പശ്ചാത്താപം.

കാരണം, നാം അജ്ഞാതമായിത്തന്നെ അപരാധം ചെയ്തിരിക്കുന്നു, ദൈവത്തെ നിന്ദിച്ചിരിക്കുന്നു.

പശ്ചാത്താപം ഒരു വലിയ സഹനമാണ്; ദൈവികതയെ മാനസികാനുഭവങ്ങളുടെ തന്മാത്രകളാൽ ആഗിരണം ചെയ്യുന്ന മനുഷ്യത്വമാണത്. അവിടെയാണ് ശാന്തി. കറകൾ വടിച്ചുകളഞ്ഞ്, ഒരു പൂ പോലെ മൃദുലമാവാൻ അവിടെയേ ഇടമുള്ളു. സ്വയം വിഘടിപ്പിച്ചു നോക്കുമ്പോൾ ഒരു നരകമായി തോന്നുന്നെങ്കിൽ സ്വാഭിപ്രായം എങ്ങനെയുണ്ടാകും? സ്വാനുഭവത്തിനു, സ്വാഭിപ്രായത്തിനു കഠിനമായി പ്രയത്നിക്കണമെന്ന് ദസ്തയെസ്കി പറഞ്ഞു.

കലങ്ങിമറിഞ്ഞ ദൈവചിന്തകൾക്കും തിന്മയെക്കുറിച്ചുള്ള വാഗ്വാദങ്ങൾക്കുമിടയിൽ ഒരാൾ മനുഷ്യനാകാൻ ശ്രമിക്കുന്നുവെങ്കിൽ അത് സ്വാഭിപ്രായത്തിന്റെ ലക്ഷണമാണ്. മറ്റുള്ളവർ അശുദ്ധമാക്കാത്ത ചിന്തകളുമായി ഒറ്റയ്ക്ക് സഞ്ചരിക്കുന്നവന്റെ വിധിയാണത്. ഒരു സെൻ ബുദ്ധിസ്റ്റിനെ പോലെ ദസ്തയെവ്സ്കി ഒടുവിൽ ഒരു ഒഴിഞ്ഞ പാത്രമാകുന്നു.

അതിൽ എന്തും നിറയ്ക്കാം. ഏറ്റവും ഞെട്ടിക്കുന്ന ഒരു വാക്യം കരമസോവ് സഹോദരന്മാരിൽ കാണുന്നു: 'പ്രേമത്തിലായിരുന്നപ്പോൾ അവർ ശത്രുക്കളെപ്പോലെ ആയിരുന്നു'. നമ്മൾ പ്രേമിക്കുമ്പോഴും പ്രേമമല്ല പ്രമേയം; മറ്റെന്തോ ആണ്. പ്രേമിക്കുന്നതിനു സമാന്തരമായി വിദ്വേഷവും പകയും, ചില്ലിൽ പുകയെന്നപോലെ കട്ടപിടിച്ചു വരുന്നു. പ്രേമം എപ്പോൾ അവസാനിക്കുന്നുവോ അപ്പോൾ തന്നെ പക തലപൊക്കുന്നു. പ്രേമമെന്നു വിളിച്ച് ആരാധിച്ചിരുന്നത് പകയായിരുന്നു.

പ്രേമിക്കുന്നത് ഒരു രക്ഷപ്പെടലാണ്, തന്നിൽനിന്നു തന്നെയുള്ള രക്ഷപ്പെടൽ. പ്രേമത്തെ യുക്തിയുടെ തലത്തിൽ വ്യാഖ്യാനിക്കാൻ ശ്രമിച്ചാൽ കവിതയില്ല. 'പ്രേമത്തിലാവുന്നതിനു പിന്നാലെ വെറുപ്പ് ആരംഭിക്കുന്നു '. എന്തുകൊണ്ടാണ് വെറുപ്പുണ്ടാകുന്നത്.? പ്രേമം ഒരു വികാരമാണെന്ന് പോലും തിരിച്ചറിയാതെയാണ് പലരും പ്രേമിക്കുന്നത്. അതവർക്കു ഒരാശയമാണ്. അതിൽ അഹന്തയും പദവിയും സമ്പത്തും പകയും ക്രൂരത യുമെല്ലാമുണ്ട്. പ്രേമത്തിൽ നിന്നു ഉദ്ദേശിച്ച ലഹരി കിട്ടുന്നില്ലെങ്കിൽ യുക്തി പരാജയപ്പെട്ടു എന്നാണർത്ഥം. ആ പരാജയത്തെ തങ്ങളിലൂടെ മറികടക്കാനാവുമോ എന്നാണ് ചിന്ത.

ഭൂമിക്ക് ഏറ്റവും കൂടുതൽ ദ്രോഹം ചെയ്യുന്നത് മനുഷ്യനാണെന്ന് ദസ്തയെവ്സ്കി എഴുതിയിട്ടുണ്ട്. ഈ നിലപാടിന്റെ അർത്ഥമെന്താണ്? അദ്ദേഹം മനുഷ്യനെ സ്നേഹിക്കുന്നത് വിമർശനത്തിലൂ

ടെയും കുറ്റപ്പെടുത്തലിലൂടെയുമാണ്. ലോകത്തെ മാതൃകാപരമായി ഉയർത്തേണ്ട നരന്റെയുള്ളിൽ പരസ്പരം പൊരുത്തമില്ലാത്തതും കുഴപ്പിക്കുന്നതും അന്ധതയിലേക്ക് വലിച്ചിടുന്നതും പ്രതിലോമപരവുമായ പല ഘടകങ്ങളും ഉൾചേർന്നിരിക്കുന്നു. ആഗ്രഹിക്കുന്നതെന്തോ അതിന് വിരുദ്ധമായി ജീവിക്കാൻ അവർ വിധിക്കപ്പെടുകയാണ്. സ്വന്തം ആഗ്രഹങ്ങളെ തന്നെ നശിപ്പിക്കാൻ ഗൂഢാലോചന നടത്തുന്നത് യാദൃശ്ചികമല്ലേ? ഇതെങ്ങനെ സാധൂകരിക്കാനാവും? യാതൊന്നിനോടുമുള്ള വിശ്വസ്തത തന്നേക്കാൾ വലുതാകാൻ അവൻ ആശിക്കുന്നില്ല. വിശ്വസ്തത തനിക്ക് തന്നെ ക്രമീകരിക്കാവുന്നതും പുതുക്കാവുന്നതുമാണ്. അതുകൊണ്ടാണ് ദസ്തയെവ്സ്കി ഇങ്ങനെ ചിന്തിച്ചത് :' അവൻ മനുഷ്യനാണെങ്കിൽ കൊലപാതകിയാവും;അവൻ വിശ്വസ്തനാണെങ്കിൽ വഞ്ചിക്കും'.

വിശ്വസ്തതയുടെ ഘാതകൻ

വിശ്വസ്തതയുടെ ഒടുവിൽ അവൻ അതിന്റെ തന്നെ ഘാതകനാവുകയാണ്. ആരിലാണോ വിശ്വസിച്ചത് അവനെ തന്നെ അവിശ്വസിക്കുന്നതിലാണ് വിജയമുള്ളതത്രേ. വിശ്വസ്തതയെ തന്നെ കുഴിച്ചുമൂടുമ്പോൾ മനുഷ്യൻ തന്റെ യുക്തിയിലും ഈഗോയിലും സംഭൃതമായിട്ടുള്ള നരകവാസനകളെയാണ് താലോലിക്കുന്നത്. എന്തിനാണ് വിശ്വസ്തത എന്ന് ഒരു ദസ്തയെവ്സ്കി കഥാപാത്രം ചോദിച്ചാലും അത്ഭുതമില്ല. കാരണം, വിശ്വസ്തത കുറേ കഴിയുമ്പോൾ അയാളെ തന്നെ മുറിവേല്പിക്കാൻ തുടങ്ങും. തനിക്കു സ്വതന്ത്രമായി സഞ്ചരിക്കേണ്ട വഴികളിൽ ഇത് മുൻ വിധിയുണ്ടാക്കുകയും തടസ്സങ്ങൾ സൃഷ്ടിക്കുകയും ചെയ്യുകയാണെന്ന് അവൻ മനസ്സിലാക്കുകയാണ്. എന്തുകൊണ്ട് വൈകാരികമായ പിരിമുറുക്കത്തിന്റെ ഘട്ടത്തിൽ അവൻ വിശ്വസ്തനല്ലാതിരിക്കാനും അതുവഴി തന്റെ സ്വാതന്ത്ര്യം വീണ്ടെടുക്കാനും ശ്രമിക്കുന്നു?

'ആരും അപമാനിച്ചില്ലെങ്കിലും അപമാനിച്ചതായി സ്വയം കണ്ടുപിടിച്ച് പ്രതികാരം ചെയ്യും'. ഒരാളെ വെറുക്കാനുള്ള അബോധമായ തന്ത്രമായി ഇതിനെ വ്യാഖ്യാനിക്കാവുന്നതാണ്. എന്തിനാണ് വികാരരഹിതവും മൃദുവുമായ ഒരു ബന്ധമുണ്ടാകുന്നത്? യാതൊന്നും സംവേദനം ചെയ്യാനില്ലെങ്കിൽ അലോസരമുണ്ടാക്കുന്നതിലാണ് മനുഷ്യൻ കൗതുകം കണ്ടെത്തുന്നത്. നിഷ്ക്രിയത്വത്തെ നിഷേധംകൊണ്ടാണ് മറികടക്കുന്നത്. അപമാനിക്കണമെന്നില്ല; എന്നാൽ അപമാനിതനായതായി ആലോചിച്ചു കണ്ടുപിടിക്കുന്നു. ദൈവത്തെ സ്വീകരിക്കാം; എന്തെന്നാൽ സ്വീകരിച്ചാലും നിരസിച്ചാലും ദൈവം പ്രതികരിക്കുന്നില്ല. വിശ്വാസം വിശ്വാസിയെയാണ്

ശുദ്ധീകരിക്കേണ്ടത്, ദൈവത്തെയല്ല. അതുകൊണ്ട് ദൈവത്തെ മാറ്റിവയ്ക്കാം, സ്വാർത്ഥതയുടെ ഭ്രാന്തമായ തിരയേറ്റമുണ്ടാകുമ്പോൾ. പക്ഷേ, ലോകത്തോടുള്ള ബന്ധം ഒരിക്കലും നേരെയാവില്ല. ലോകം അപര്യാപ്തതകളും പരാതികളുമാണ് സൃഷ്ടിച്ചുകൊണ്ടിരിക്കുന്നത്. ഒരു മാനവൻ ലോകവുമായി എപ്പോഴും സംഘർത്തിലാണ്. അതിലും അവൻ സ്വയം നഷ്ടപ്പെടുകയാണ് ചെയ്യുന്നത്.

സൂര്യൻ അവിടെയുണ്ട്

ചെകുത്താൻ നിലനിൽക്കുന്നില്ല; മനുഷ്യൻ നിലനിൽക്കുന്നു. അവന് ചെകുത്താനെ വേണം. അദ്ദേഹം എഴുതി: ' ചെകുത്താൻ നിലനിൽക്കുന്നില്ലെന്നാണ് ഞാൻ കരുതുന്നത്. എന്നാൽ മനുഷ്യൻ അവനെ സൃഷ്ടിക്കുകയാണ്, സ്വന്തം പ്രതിച്ഛായയിലും സാദൃശ്യത്തിലും'. ചെകുത്താന്റെ പ്രതിച്ഛായമറ്റുള്ളവരിൽ ആരോപിക്കുന്നതിലൂടെ താൻ ദൈവത്തിന്റെ പ്രതിച്ഛായ നേടുകയാണെന്ന് അവൻ വിചാരിക്കുന്നു. ചെകുത്താനെ കണ്ടെത്താൻ ശ്രമിക്കുന്ന ഒരുവൻ തീർച്ചയായും അവന്റെ രൂപത്തിൽ തന്നെയായിരിക്കും കാണുക. മനുഷ്യനിലൂടെയാണ് അവൻ ചെകുത്താനെയറിയുന്നത്.

താനൊഴിച്ചു മറ്റുള്ളവരെല്ലാം നുണപറയുന്നവരും നരകം സൃഷ്ടിക്കുന്നവരുമാണെന്ന് തുടർച്ചയായി വിളിച്ചുപറഞ്ഞുകൊണ്ടിരുന്നാൽ അയാൾക്കെങ്ങനെ ദൈവത്തിന്റെ ശ്രദ്ധേയമായ വാചകങ്ങൾ ഉൾക്കൊള്ളാനാകും? .

കരമസോവ് സഹോദരന്മാരിലെ ഫാ. ഫെറാപ്പോണ്ട് വളരെ സൂക്ഷ്മദൃക്കാണല്ലോ. അദ്ദേഹം നോക്കുന്നിടത്തെല്ലാം പിശാചിനെയാണ് കാണുന്നത്. തന്റെ വീടിന്റെ ഗേറ്റിലും വഴിയിലുമെല്ലാം ഒന്നല്ല, അനേകം ചെകുത്താന്മാരെ കണ്ട് അദ്ദേഹം അസ്വസ്ഥനാവുന്നു. ഇക്കാരണത്താൽ അദ്ദേഹം പൊതു ഇടങ്ങളിൽനിന്ന് ഒഴിഞ്ഞു ജീവിക്കുകയാണ്. അദ്ദേഹത്തിനു ആരുമായും സഹവസിക്കുന്നതിൽ താത്പര്യമില്ല. പി ശാചിനെ ഓടിക്കാൻ ഫാ. ഫെറാപോണ്ട് എപ്പോഴും കുരിശുവരച്ചുകൊണ്ടിരിക്കും. ഒരർത്ഥത്തിൽ ഈ ഫെറാപോണ്ട് ക്രിസ്തുവിനെ ഒപ്പം കൊണ്ടുനടക്കുകയാണ്.

' മനുഷ്യരാശിക്ക്, അനശ്വരതയിൽ വിശ്വസിക്കാതെ തന്നെ മഹത്വത്തിൽ ജീവിക്കാനാവും. പ്രേമം, സ്വാതന്ത്ര്യം, സമത്വം, സാഹോദര്യം എന്നീ മൂല്യങ്ങളിൽ ജീവിച്ചുകൊണ്ട് '. എന്തുകൊണ്ടാണ് ക്രിസ്തുവിന്റെ സുരക്ഷിതത്വത്തിനുവേണ്ടി അദ്ദേഹം സദാ ഭയക്കുകയും ഒഴിഞ്ഞുമാറി ജീവിക്കുകയും ചെയ്യുന്നത്? . അദ്ദേഹം മനുഷ്യനിൽ അരുതാത്തതു കാണുന്നു. അവരുടെ അസാന്നിധ്യത്തിലും അവരെ ഭയക്കുന്നു. മനുഷ്യനുവേണ്ടത് നിത്യതയോ

മഹത്വമോ എന്ന ചോദ്യമാണ് ദസ്തയെവ്സ്കിയെ കുഴക്കിയത്. നിത്യത എങ്ങനെ നേടും, സ്വയം ഒരു കുരുക്ക് ആയിരിക്കെ? . എങ്ങനെ മഹത്വം ആർക്കിക്കാൻ കഴിയും? സ്വാതന്ത്ര്യവും പ്രേമവും സമ്പത്തും നേടിയാലും അതെല്ലാം വ്യക്തമാവുകയാണോ? മഹത്വത്തെ നിർണയിക്കുന്നത് അന്തരംഗവിശ്രാന്തിയും ലോകവുമായുള്ള രമ്യതയുമാണ്. ഈ വാക്കുകൾ ശ്രദ്ധിക്കൂ: 'സൂര്യനെ ഞാൻ കാണുന്നില്ലെങ്കിലും ഞാൻ കാണുന്നുണ്ട്. സൂര്യൻ അവിടെയുണ്ടെന്ന് എനിക്കറിയാം. അതിൽ ഒരു മുഴുവൻ ജീവിതവും അടങ്ങിയിരിപ്പുണ്ട്'. സുര്യനിലുള്ള വിശ്വാസം ദസ്തയെവ്സ്കിയുടെ ദൈവസങ്കല്പം സമ്പൂർണമായി അനാവരണം ചെയ്യുകയാണ്.

ഒരു സാഹിത്യദൈവത്തിന്റെ അന്ത:സംഘർഷങ്ങൾ

മാനവരാശിയുടെ ചരിത്രത്തിലെ അതിമഹത്തായ തിരിഞ്ഞുനോട്ടം എന്ന് വിശേഷിപ്പിക്കാവുന്ന ഒരു പുസ്തകത്തെക്കുറിച്ചാണ് ഇവിടെ എഴുതുന്നത്. വളരെ ക്രൂരവും നിശിതവുമായ പോസ്റ്റ്മോർട്ടമാണിത്. ശരീരത്തിന്റെ പോസ്റ്റ്മോർട്ടമല്ല;മനസ്സിന്റെ. ഇതുപോലെ ഒരു മനുഷ്യന്റെയുള്ളിലേക്ക് ആരെങ്കിലും സഞ്ചരിച്ചിട്ടുണ്ടോയെന്ന് സംശയിക്കണം. കാരണം സാഹിത്യത്തിന്റെ പാരമ്യമാണിത്. മനുഷ്യൻ എന്താണ് എന്ന് അറിയണമെങ്കിൽ ഈ കൃതി വായിക്കണം. ദസ്തയെവ്സ്കിയുടെ Notes from Underground (അടിത്തട്ടിൽ നിന്നുള്ള കുറിപ്പുകൾ, 1864) എന്ന നോവലിനെക്കുറിച്ചാണ് ഇവിടെ എഴുതുന്നത്. മാനവരാശിയെ അടുത്തറിയാനുള്ള ഒരു മാർഗമാണ് ഈ കൃതി.

ഇതെഴുതാൻ ഒരു സാധാരണ മനസ്സ് മാത്രം പോരാ. സഹിത്യമെഴുതാനുള്ള വെറും പ്രചോദനം പോരാതെ വരും. എഴുതാൻ വേണ്ടി സ്വന്തം രക്തത്തിൽ കൈമുക്കുകയാണ് ദസ്തയെവ്സ്കി. ഒരു നാല്പതുകാരന്റെ മനോവിചാരങ്ങളാണിതിലുള്ളത്. അത് വായിക്കുന്നതോടെ നമ്മൾ അയാളെ മാത്രമല്ല, സകല മനുഷ്യരെയും മനസ്സിലാക്കും. മനുഷ്യൻ എന്താണെന്ന് പലപ്പോഴും പലരും ചോദിച്ചിട്ടുണ്ട്. മനുഷ്യൻ സാമാന്യം തരക്കേടില്ലാത്ത ഒരു വിഡ്ഢിയാണെന്ന് ഈ നോവൽ വായിക്കുന്നവർക്ക് തോന്നിയേക്കാം. എന്നാൽ മനുഷ്യൻ അവനെത്തന്നെ എത്ര വേണമെങ്കിലും നശിപ്പിക്കുന്നവനാണെന്ന് ഇത് ബോധ്യപ്പെടുത്തും. ഒരു സാധാരണ കിണറല്ല അവന്റെ മനസ്സ്; അത്യഗാധമായ ഒരു വലിയ കിണറാണ്. അതിന്റെ ആഴങ്ങൾ കണ്ടെത്താനേ കഴിഞ്ഞെന്നു വരില്ല. അതിനു ആഴം നിശ്ചയമായും ഉണ്ട്. എന്നാൽ അതേ സമയം അത് യാഥാർത്ഥ്യവുമല്ല;അത് അവ്യക്ത

വും സാങ്കല്പികവും പെട്ടെന്ന് മാറുന്നതുമാണ്. ഒരു അറ്റമില്ലാത്ത, ആഴമുള്ള കിണറിനെ സങ്കല്പിക്കാനാവുമോ? അതുപോലെ ആഴമുള്ളതും ആഴം അപ്രാപ്യവുമായ ഒരു കിണറിനെപ്പറ്റി ചിന്തിക്കാനാവുമോ? ആഴം നല്ലപോലെയുണ്ട്. എന്നാൽ അത് എപ്പോഴും അങ്ങനെയായിരിക്കില്ല. അത് കൃത്യമായ ആഴമായിരിക്കില്ല. ചിലപ്പോൾ അത് മിഥ്യയായിരിക്കും; അല്ലെങ്കിൽ ശൂന്യതയായിരിക്കും. ഈ സന്ദിഗ്ധാവസ്ഥ ദസ്തയെവ്സ്കിയുടെ കഥാപാത്രത്തിലുണ്ട്.

അയാൾ ഒരു സർക്കാർ ഉദ്യോഗസ്ഥനായിരുന്നു. ജോലി ഉപേക്ഷിച്ചു പോന്നവനാണ്. തന്റെ നാല്പത് വയസ്സിനെ അയാൾ ഒരു മഹാവഴിത്തിരിവായാണ് കാണുന്നത്. ആ പ്രായത്തിൽ അയാൾ ജീവിതത്തെ കാണുകയാണ്. സ്വയം ഇഴപിരിച്ച് പരിശോധിക്കുന്നതിൽ ആനന്ദം കാണുകയാണ്. തന്റെ ഭൂതകാലത്തിന്റെ വാൽ പരമാവധി ചുരുട്ടി അകർമ്മണ്യതയുടെയും മിഥ്യാ സ്വപ്നങ്ങളുടെയും പരദ്വേഷത്തിന്റെയും അടയാളമാക്കി ഭദ്രമായി സൂക്ഷിച്ചിരിക്കയാണ് അയാൾ.

'അടിത്തട്ടിൽ നിന്നുള്ള കുറിപ്പുകൾ' ആ മനുഷ്യന്റെ യഥാർത്ഥ സ്വരൂപമാണ് പുറത്തെടുത്തിടുന്നത്. ഒരു ചത്ത മൃഗത്തിന്റെ ആന്തരാവയവങ്ങൾ നായ വലിച്ചു പുറത്തിടുന്നതു പോലെയാണ് അത് വിന്യസിക്കപ്പെട്ടിരിക്കുന്നത്. അയാൾ സ്വയം അനാവൃതനാവുകയാണ്. അതിൽ അയാൾ ആശ്വസിക്കുന്നുമുണ്ട്. താൻ മറ്റുള്ളവരിൽ നിന്ന് എങ്ങനെയെല്ലാം മറയ്ക്കപ്പെട്ടു എന്ന് കണ്ടുപിടിക്കുന്നതിൽ ആ നാല്പതുകാരൻ വിരുതു കാണിക്കുകയാണ്. അടിത്തട്ട് അല്ലെങ്കിൽ ഇടുങ്ങിയ ചെറിയ സ്ഥലം ആ മനസ്സു തന്നെയാണ്. അതാകട്ടെ, ആ കാലഘട്ടത്തിലെ റഷ്യൻ ജീവിതത്തിന്റെ വളരെ വെറുക്കപ്പെട്ടതും ഔദ്യോഗികമായി വാഴ്ത്തപ്പെട്ടതും സ്വീകരിക്കപ്പെട്ടതുമായ ഒന്നാണ്. അങ്ങനെയൊരു ജീവിതം പലരും ആഘോഷിച്ചതിലെ അർത്ഥശൂന്യത അറിഞ്ഞുകൊണ്ടു തന്നെ അയാൾ താൻ എങ്ങനെയാണ് ഒരു ക്രൂരമായ ആനന്ദം നേടിയതെന്ന് വിവരിക്കുന്നു.

ഈ നോവൽ തുടങ്ങുന്നതു തന്നെ വിചിത്രമായ ഒരു കാര്യം അറിയിച്ചുകൊണ്ടാണ്. സെന്റ് പീറ്റേഴ്സ് ബർഗ് വിട്ടുപോകാൻ കൂട്ടാക്കാത്ത അയാൾ ഒരു രോഗിയാണെന്ന് പ്രസ്താവിക്കുന്നു. എന്താണ് രോഗമെന്നോ, എവിടെയാണ് രോഗമെന്നോ അറിയില്ല. ചികിത്സയുമില്ല. എന്നാൽ മരുന്നു കഴിക്കുന്നത് വളരെ ഇഷ്ടവുമാണ്. ചികിത്സിക്കാൻ പോകാത്തത് മനസിലെ മടുപ്പ് മൂലമാണ്. എന്നാൽ എന്തിനെങ്കിലും തന്നെക്കൊണ്ട് കൊള്ളാമെന്ന് തുറന്നു

പറയാൻ അയാൾക്കാവില്ല. കാരണം ഓഫീസിൽ അയാൾക്ക് തന്നോടു പോലും ആത്മാർത്ഥത കാണിക്കാനായില്ല. എല്ലാവരും അയാളെ വെറുത്തു. എന്നാൽ വെറുപ്പിക്കാൻ വേണ്ടി താൻ കരുതിക്കൂട്ടി വിചിത്രസ്വഭാവം കാണിക്കുകയും അകാരണമായി ദേഷ്യപ്പെടുകയും ചെയ്തുവെന്നാണ് ഇപ്പോൾ പറയുന്നത്. താൻ എന്താണോ അത് മറച്ചുവയ്ക്കുകയും എന്നാൽ എന്താണോ മറ്റുള്ളവർ കണ്ടത് അത് തെറ്റാണെന്ന് വ്യാഖ്യാനിക്കുകയും ചെയ്യുന്നു.

അയാൾക്ക് ഒടുങ്ങാത്ത പകയാണ്. ഒരു പ്രത്യേക വ്യക്തിയോടല്ല ;ആരോടെല്ലാമാണെന്ന് ചോദിച്ചാൽ വ്യക്തമായ ഉത്തരമില്ല. അകാരണമാണത്. അതിന് ഉത്തരവാദി മറ്റാരുമല്ല. അയാൾക്ക് മുന്നിൽ വന്നു പെടുന്നതിനെയെല്ലാം വെറുക്കുന്നതിൽ പ്രത്യേക വൈദഗ്ധ്യമുണ്ട്. ബുദ്ധിയുള്ളവരെ അയാൾ ഇഷ്ടപ്പെടുന്നേയില്ല. എന്നാൽ വിഡ്ഢികളോട് പ്രത്യേക താത്പര്യമുണ്ട്. ഇതിനു സാധൂകരണമായി ഒരു സിദ്ധാന്തം തന്നെ, ആ ജോലി വേണ്ടെന്നു വച്ച കരം പിരിവ് ഉദ്യോഗസ്ഥൻ നിരത്തുന്നുണ്ട്: വിഡ്ഢിക്ക് എന്തെങ്കിലും ആയിത്തീരാൻ സാധിക്കും. പത്തൊൻപതാം നൂറ്റാണ്ടിൽ വിഡ്ഢിയായി ജീവിക്കുന്നതാണത്രേ ഉത്തമം. കാരണം അത് ഒരു വ്യക്തിത്വമില്ലാതെ ജീവിക്കുന്നതിന്റെ സുഖം തരും. ബന്ധു മരിച്ചപ്പോൾ അവകാശമായി ആറായിരം റൂബിൾ കിട്ടിയതോടെ ജോലി ഉപേക്ഷിച്ച് സ്വന്തം സങ്കേതത്തിലേക്ക് അലസമായി ചുരുങ്ങിക്കൂടിയ ഈ മനുഷ്യനെ റഷ്യയിലെ മധ്യവർഗത്തിന്റെ ജീർണതയുടെ പ്രതീകമായി കാണാവുന്നതാണ്. അയാൾ തുറന്നു സമ്മതിക്കുന്നു, തനിക്ക് ഒരു കീടം പോലുമാകാനായില്ലെന്ന്. അതിനു കാരണം, ഒരു പക്ഷേ, അയാളുടെ ഈ ദുഷിച്ച ചിന്തയായിരിക്കാം. എല്ലാറ്റിനെയും ഓരോ കള്ളികളിലാക്കുന്ന സ്വഭാവം തന്നെ അയാളെ ദുഷിപ്പിച്ചിരിക്കുന്നു. ഒന്നിലും സത്യമോ മേന്മയോ കാണാൻ പറ്റാത്ത വിധം ആ വ്യക്തി സ്വന്തം അന്തരംഗത്തിന്റെ കൃത്രിമത്വത്തിൽ അധ:പ്പതിച്ചിരിക്കുന്നു.

യഥാർത്ഥത്തിൽ മനുഷ്യവ്യക്തി ഒരു യാഥാർത്ഥ്യമാണോ? സ്വഭാവം എന്ന് പറയുന്നത് ഒരു ആവരണം മാത്രമല്ലേ? സ്വഭാവ കണങ്ങൾ ഓരോന്നായി പരിശോധിക്കുകയാണെങ്കിൽ അവസാനം എന്താവും ശേഷിക്കുക.? ദസ്തയെവ്സ്കി നടത്തുന്ന പോസ്റ്റ്മോർട്ടം ചെന്നെത്തുന്നത് ഒരു സ്ഥിരമായ സ്വഭാവമോ മഹിമയോ മനുഷ്യനില്ല എന്ന തത്ത്വത്തിലേക്കാണ്. അവൻ സ്വയം കെട്ടിപ്പൊക്കുന്ന ചില ധാരണകൾ മാത്രമാണുള്ളത്. ആ ധാരണകൾ, പുറം ലോകത്തു നിന്നു നോക്കുന്ന ഏതൊരാൾക്കും യഥാർത്ഥമായി തോന്നുമെന്നാണ് അവന്റെ ചിന്ത. അതിലാണ് അവൻ ജീവിച്ചു

പോകുന്നത്. താൻ ചെയ്യുന്ന തെറ്റുകളെ ഒരുവൻ ന്യായീകരിക്കുന്നത് ഈ ബലത്തിലാണ്. സ്ഥിരതയില്ലാത്ത, പരസ്പര വിരുദ്ധമായ അനേകം കാര്യങ്ങളുടെ സങ്കീർണമായ ഒരു അസംബന്ധമാണ് താനെന്ന് ഒരാൾ അറിയണമെന്നില്ല. അതറിയാൻ പറ്റാത്ത വിധം അയാൾ ഊരാക്കുരുക്കുകളിലാണല്ലോ. അസ്തിത്വത്തിന്റെ പരമ പ്രധാനമായ ഒരു താക്കോലാണ് നോവലിസ്റ്റ് അന്വേഷിക്കുന്നത്.

ഈ നോവലിൽ ദസ്തയെവ്സ്കി തുറന്നിടുന്നത് തന്റെ പില്ക്കാല നോവലുകളായ കരമസോവ് സഹോദരന്മാർ, കുറ്റവും ശിക്ഷയും തുടങ്ങിയവ എഴുതാനുള്ള ആത്മീയ പശ്ചാത്തലമാണ്. തന്റെ ബൃഹത്തായ കഥാപാത്ര വിശകലനരീതിയുടെ തുടക്കം ഈ നോവലിൽ കാണാം. മനുഷ്യൻ ഒരു താത്ത്വിക ജീവിയായിരിക്കാം. എന്നാൽ അവന്റെ മനസ്സ് ഒരു തത്ത്വശാസ്ത്രത്തെയും അംഗീകരിക്കുന്നില്ല. എല്ലാറ്റിനെയും എങ്ങനെ നശിപ്പിക്കാം, അപഹസിക്കാം എന്നാണ് ചിന്ത. അതിനോട് യുദ്ധം ചെയ്ത് ഒരു പക്വത നേടുന്നതിനെയോ, കൃത്രിമമായി ഒരു വലിയ തത്ത്വത്തെ അനുസരിക്കാൻ പാകപ്പെടുന്നതിനെയോ ആണ് ധാർമ്മികത എന്ന് വിളിക്കുന്നത്. ധാർമ്മികത ഒരു പുറംമോടിയാണെന്ന് നോവലിൽ പറയുന്നത്, ഒരാൾ താനൊരു വ്യക്തിത്വമില്ലാത്തവനാണെന്ന് അംഗീകരിക്കുമ്പോഴാണ്.

സ്വാർത്ഥതയുടെ വലിയ കൂടാരം

'അടിത്തട്ടിൽ നിന്നുള്ള കുറിപ്പുകളി 'ൽ സ്വന്തം കഥ പറയുന്ന ഈ നാല്പതുകാരനെ റഷ്യൻ പൊതുജീവിതത്തിന്റെ അന്ത: ചേതനയുടെ പ്രതിനിധാനമായി കാണാമെന്ന് നിരീക്ഷിക്കപ്പെട്ടിട്ടുണ്ട് എങ്കിൽ അത് എത്ര ഭയാനകമായിരിക്കും.? കാരണം പൊതുജീവിതത്തിന്റെ എല്ലാ മൂല്യങ്ങളെയും പുച്ഛിക്കുകയും നിന്ദിക്കുകയും ചെയ്യുന്ന ഇയാൾ എന്താണ് സൃഷ്ടിക്കാൻ ശ്രമിക്കുന്നത്.? ഒന്നും തന്നെയില്ല. ഒന്നിന്റെയും വക്താവോ അനുയായിയോ അല്ലാത്ത അയാൾ സകലതിൽ നിന്നും അകന്നു നില്ക്കുകയാണ്. സ്വാർത്ഥതയുടെ വലിയ കൂടാരമാണയാൾ. എങ്ങനെയാണ് സ്നേഹിക്കാതിരിക്കുക എന്ന് ആലോചിച്ച് രോഗം വന്ന ഈ കഥാപാത്രം, അധികം ചിന്തിക്കുന്നത് അപകടമാണെന്ന് ആദ്യമേ തന്നെ വ്യക്തമാക്കിയിട്ടുണ്ട്.

ഈ ആത്മാനുരാഗിക്ക് ആരെയും പ്രണയിക്കാൻ കഴിയുന്നില്ല. അങ്ങനെയാണ് അയാൾ ഉണ്ടാക്കപ്പെട്ടിരിക്കുന്നത്. ഓരോ ചിന്തയുടെ നട്ടുച്ചയിലേക്കും എത്തിച്ചേരുന്നതോടെ, താൻ ഇതിനെല്ലാം മുകളിലാണെന്ന് വൃഥാ കരുതുകയാണ്. ഒരാധിപത്യം

എല്ലാറ്റിലും വേണം. എന്നാൽ താനത് ആഗ്രഹിക്കുന്നില്ലെന്ന് സ്ഥാപിക്കുകയും വേണം. പ്രണയത്തെക്കുറിച്ച് അയാൾ പറയുന്ന കാര്യങ്ങൾ ഇവിടെ സംഗ്രഹിച്ചെഴുതാം:

"ഒന്നു രണ്ടു തവണ ഞാൻ പ്രണയിച്ചു. എന്നാൽ ഒരു പ്രയോജനവുമുണ്ടായില്ല. വല്ലാത്ത മടുപ്പുണ്ടായി. വല്ലാത്ത ഒരു വെറുപ്പ് എന്നെ ബാധിച്ചു. എന്നാലും പ്രേമിക്കണമെന്നുണ്ട്. എനിക്ക് നല്ല അസൂയയുണ്ട്. ഒരു കാര്യം പറയാം. എനിക്ക് പ്രണയിക്കാൻ കഴിയില്ല. പ്രണയിക്കണമെങ്കിൽ ഞാൻ എന്റെ മേൽ ഒരു ശപഥം നടത്തണം. ഒരു കാമുകന് മേൽക്കൈ വേണം. അല്ലെങ്കിൽ അതെനിക്ക് സുഖകരമാവില്ല. എന്നിൽ പ്രേമിക്കാനുള്ള താല്പര്യമുണ്ട്. പ്രണയം ഒരു എതിരിടലാണ്. അവിടെ ഒരാൾ കീഴടങ്ങണം. പ്രണയിക്കുമ്പോൾ കീഴടക്കാനായി മനസിൽ വെറുപ്പാണ് ഉണ്ടാകുന്നത്. പിന്നീട് അതിനു ആധിപത്യം ലഭിക്കുകയാണെങ്കിൽ ഞാൻ വിവശനാകുക തന്നെ ചെയ്യും. കാരണം കാമുകിയെ കൈയിൽ കിട്ടിയ സ്ഥിതിക്ക് പിന്നെന്താണ് ചെയ്യാനുള്ളത്.? എന്റെ ഏകാന്തത നഷ്ടപ്പെടുന്നതറിഞ്ഞ് ഞാൻ കഷ്ടപ്പെടുകയായിരുന്നു. "

ഇത് അയാളുടെ മനോവിചാരങ്ങളുടെ ആകെത്തുകയാണ്. ദസ്തയെവ്സ്കി നോവലിന്റെ ഒടുവിൽ, ഈ കഥാപാത്രം എഴുത്തുകാരനാണെന്ന വസ്തുത ഒരിക്കൽ കൂടി ഓർമ്മിപ്പിക്കുന്നു. ഇങ്ങനെയുള്ള ഒരാൾ എഴുത്തുകാരനാകുന്നതിൽ അത്ഭുതമില്ല. കാരണം അയാൾ തന്റെ വൃത്തികെട്ട മനോഭാവങ്ങളെ നന്നായി സാമാന്യവത്ക്കരിക്കുകയാണ്. എല്ലാവരും ഈ തലങ്ങളിലൂടെയാണ് കടന്നു പോകുന്നതെന്ന് പൊതുവായി പ്രസ്താവിക്കാൻ നോവലിസ്റ്റ് ശ്രമിക്കുന്നുമുണ്ട്. മനുഷ്യൻ ആന്തരികമായി ഒരു നരകമാണ്. പളുങ്ക് പാത്രങ്ങൾ കാണുന്നതും സ്വന്തമാക്കുന്നതും അവന് കൗതുകമാണ്. അവൻ യഥാർത്ഥത്തിൽ അതാഗ്രഹിക്കുന്നുമുണ്ട്. എന്നാൽ അത് കൈയിൽ വന്നു ചേർന്നാൽ ആ കൗതുകവും ആഗ്രഹവും അസ്തമിക്കും. ആ പാത്രങ്ങൾ എവിടെയെങ്കിലും, കാണത്തക്കവിധം പ്രദർശിപ്പിച്ചെന്നിരിക്കും. പക്ഷേ, പിന്നീട് തിരിഞ്ഞു നോക്കുക പോലുമില്ല.

എന്താണ് കാരണം? ആ പാത്രങ്ങളെ അയാൾ ജയിച്ചിരിക്കുന്നു. അതിന്റെ സൗന്ദര്യത്തെ കീഴടക്കിയതുകൊണ്ട്, പിന്നെ അതിനു പുതുമയില്ല. ജീവിതം തന്നെ ഇങ്ങനെ പുതുമയില്ലാത്തതാവുകയാണെങ്കിലോ? അപ്പോഴാണ് നിരാശ ഒരാവരണമായി മനസ്സിനെ വരിയുന്നത്. സ്വന്തം ഇരുട്ടിന്റെ അനന്തതകളിലേക്ക് ഉൾവലിഞ്ഞുപോകുന്നത് സുഖമായി അനുഭവപ്പെടും. ദസ്തയെവ്സ്കി Underground

എന്ന് വിവക്ഷിക്കുന്നത് ഈ ഇരുട്ടിനെയാണ്. അപ്പോൾ സുഖമോ?

നൈരാശ്യം സുഖമാണെന്ന് നോവലിൽ ഒരിടത്ത് പറയുന്നുണ്ട്. നിരാശയ്ക്ക് ഒരു സ്ഥിരത കിട്ടുകയാണെങ്കിൽ മനുഷ്യമനസ്സ് അതിൽ നിന്ന് സുഖം തേടാൻ തുടങ്ങും. പല്ലുവേദനയെ ഒരു രൂപകമായെടുത്ത് നോവലിൽ ഇത് വിശദീകരിക്കുന്നുണ്ട്. സുഖം ഐച്ഛികമായ ഒരു സമ്പത്തല്ല; എന്നാൽ അത് രോഗത്തിലും ദുഃഖത്തിലും നിരാശയിലുമുണ്ട്. ചിലർക്ക് ദുരിതകാലത്തോട് കുറേ കഴിയുമ്പോൾ ഒരാഭിമുഖ്യം തോന്നും. താൻ ആ അവസ്ഥയ്ക്ക് താരതമ്യേന ഇണങ്ങുന്നവനാണെന്ന ചിന്ത, ഒരു പ്രത്യേക ഘട്ടത്തിൽ അയാൾക്ക് ആശ്വാസമായിത്തുടങ്ങും.

പല്ലുവേദന മൂലം പുളയുന്ന ഒരാൾ, പത്തൊൻപതാം നൂറ്റാണ്ടിൽ ഒരു സവിശേഷ മാനസികാവസ്ഥയിലൂടെ കടന്നു പോകുകയാണത്രേ. വേദനിച്ചു കരഞ്ഞ അയാളിൽ സാവധാനം മാറ്റമുണ്ടാകുന്നു. അയാൾ വേദനയോടെ പുറപ്പെടുവിക്കുന്ന ശബ്ദങ്ങൾ കുറേക്കൂടി സംസ്കാരത്തിന്റെ അടയാളങ്ങളായി കരുതാൻ തുടങ്ങും. മറ്റാളുകൾക്ക് അത് എങ്ങനെയെല്ലാം ദ്രോഹകരമാണെന്ന് ചിന്തിക്കാൻ സമയമില്ല. ആ മനുഷ്യൻ സ്വന്തം വേദനയിലും അതിന്റെ ഭാഗമായുള്ള ചേഷ്ടകളിലുമാണ് വിശ്വസിക്കുന്നത്. അത് ആവർത്തിക്കുന്നതിലൂടെ അയാൾക്ക് സുഖം കിട്ടിത്തുടങ്ങുന്നു. മറ്റുള്ളവർ വെറുപ്പോടെ കാണുന്ന ആ ചേഷ്ടകളെ അയാൾ പക്ഷേ, വ്യത്യസ്തവും മഹത്തരവുമായി കാണുകയാണ്. തന്റെ രോഗം മറ്റുള്ളവർ ശ്രദ്ധിക്കണെമെന്ന വികാരമാണ് അയാളെ ആവേശിച്ചിട്ടുള്ളത്. അത് അവർ ശ്രദ്ധിക്കാൻ വേണ്ടി അയാൾ അനവസരത്തിലും, തന്റെ മൂളലും കരച്ചിലും ആവർത്തിക്കും. ഇത്തരം സുഖങ്ങളും യഥാർത്ഥമാണ്. മറ്റേതു സുഖവും പോലെ ഇതും പ്രധാനമാണ്. ഒരാൾ ഏത് നരകത്തിലൂടെ പോകുന്നുവെന്നതല്ല പ്രധാനം. ആ നരകത്തെ തനിക്ക് മാത്രം സുഖം പകരുന്നതും മറ്റാളുകൾക്കെല്ലാം ദ്രോഹം വരുത്തുന്നതുമായി വ്യാഖ്യാനിക്കുന്നിടത്താണ് അത് സാമൂഹ്യ ജീവിതത്തിന്റെയാകെ ജീർണതയായി പരിണമിക്കുന്നത്.

ഇതിന്റെയർത്ഥം അയാൾ തനിക്ക് വേണ്ടി ഇങ്ങനെ വ്യാഖ്യാനിക്കുന്നു. ചിന്തിക്കുന്നവർക്ക് സ്വസ്ഥതയുമില്ല അഭിമാനവുമില്ല. ഇത് എഴുത്തുകാരന്റെ അനുഭവവുമാകാം. സങ്കീർണമായ രചനാപ്രക്രിയ ആവശ്യപ്പെടുന്നത് ആത്മപീഡനമാണ്. യാഥാർത്ഥ്യങ്ങൾ എത്ര വികൃതമായിരുന്നാലും, അതിൽ താൻ എത്രമാത്രം ഗാഢമായി അമർന്നിരിക്കുന്നുവെന്ന് പുറത്തു പറയാനുള്ള ആത്മാർത്ഥതയ്ക്ക് വിലയുണ്ട്.

പിശാചിന്റെ ഇടം

സ്വയം നശിക്കുന്നതിനെ മഹത്വമായി കാണുന്ന ജർമ്മൻ ആത്മരതിയുടെ ബൗദ്ധിക കാലാവസ്ഥയെ രൂക്ഷമായി ആക്രമിക്കുന്ന കൃതിയാണ് Notes from Underground. യൂറോപ്യൻ വ്യക്തിവാദത്തെ ദസ്തയെവ്സ്കി എന്നും എതിർക്കുകയാണ് ചെയ്തത്. മനുഷ്യൻ അവന്റെ വിശ്വാസത്തിലും ധാർമ്മികതയിലും ഊന്നി കൂടുതൽ നല്ലവനാകണമെന്ന ഒരു ബോധ്യത്തിലേക്ക് അദ്ദേഹം എത്തുന്നത് പിന്നീടാണ്. യൂറോപ്യൻ വ്യക്തിവാദം റഷ്യയെ പിടിച്ചടക്കിയ ആ കാലം എത്രമാത്രം ആന്തരികമായി തകർന്നതാണെന്ന് ഈ കൃതി വായിക്കുന്നവർക്ക് വ്യക്തമാകും. അവനവന്റെ വ്യക്തിപരമായ ന്യായവാദങ്ങളെ മറ്റെല്ലാ അനുഭവങ്ങളേക്കാൾ വിലയുള്ളതായി കാണുകയാണ്. ഒരു അയഥാർത്ഥ സമൂഹത്തെ ലക്ഷ്യം വച്ച് നീങ്ങുന്ന പ്രത്യയശസ്ത്രങ്ങൾ മനുഷ്യനെ നേരത്തേ തന്നെ ആന്തരികമായി കാർന്നു തിന്നിട്ടുണ്ടാവും. അവൻ ശരീരം എന്ന പ്രതീകം മാത്രമായിരിക്കും.

ഒരാളുടെ ഏറ്റുപറച്ചിൽ പോലും കെട്ടുപിണഞ്ഞതും യുക്തിക്ക് വേണ്ടി കരുതിക്കൂട്ടി മെനയുന്നതുമാകുകയാണ്. ഇതാണ് നോവലിന്റെ ആഖ്യാനരീതി. ഇത് Underground അല്ല Crawl space ആണെന്ന് സൂചിപ്പിക്കപ്പെട്ടിട്ടുണ്ട്. അതായത്, റഷ്യൻ നാടോടി കഥാ പാരമ്പര്യം വച്ച് ആ ഇടം ദുഷ്ട ആത്മാക്കളുടെ വിഹാര രംഗമാണ്. അങ്ങനെ നോക്കുമ്പോൾ മനുഷ്യന്റെയുള്ളിൽ പിശാച് വാഴുന്നിടത്ത് നിന്നുള്ള വിശേഷങ്ങളാണ് ദസ്തയെവ്സ്കി എഴുതുന്നത്. മറ്റാർക്കും പ്രവേശനമില്ലാത്ത അവിടെ ദുഷ്ട ആത്മാക്കളാണുള്ളത്; അവരുടെ ദുഷ്ടവിചാരവും. നിഷേ, കാഫ്ക തുടങ്ങിയ പ്രഗത്ഭരായ എഴുത്തുകാരെ സ്വാധീനിച്ച കൃതിയാണിത്. ഇത് മനസ്സിന്റെ അകം ഭയപ്പെടുത്തുന്ന അധോലോകമാണെന്ന് കാണിച്ചു തരുന്നു.

മിലിട്ടറി എഞ്ചിനീയറിംഗ് പഠനകാലത്ത് തന്റെ പിതാവിനെ അദ്ദേഹത്തിന്റെ തൊഴിലാളികൾ വധിച്ചത് ദസ്തയെവ്സ്കിയുടെ ജീവിതം തന്നെ കൈവിട്ടുപോകാനിടയാക്കി. അക്കാലത്ത് ഒരാദർശമെന്ന നിലയിൽ സോഷ്യലിസ്റ്റ് ആശയങ്ങളിൽ ആകൃഷ്ടനായി. എന്നാൽ അത് തീരാ ദുരിതമാണ് മടക്കിത്തന്നത്. സോഷ്യലിസ്റ്റ് ലഘുലേഖ വിതരണം ചെയ്തതിന്റെ പേരിൽ 1849ൽ അറസ്റ്റിലാവുകയായിരുന്നു. എട്ട് മാസം ജയിൽശിക്ഷ വിധിക്കപ്പെട്ടു. ഒടുവിൽ സഹതടവുകാരോടൊപ്പം ദസ്തയെവ്സ്കിയെ വെടിവെച്ച് കൊല്ലാൻ ഉത്തരവായി. എന്നാൽ വിധി നടപ്പാക്കുന്നതിനു തൊട്ടുമുമ്പ് ആ ഉത്തരവ് റദ്ദാക്കപ്പെട്ടു. കുറ്റവാളികളെ മാന

സികമായി പീഡിപ്പിക്കുകയായിരുന്നു ലക്ഷ്യം. എന്നാൽ ജയിൽ മോചിതനായില്ല. അദ്ദേഹത്തെ സൈബീരിയൻ ലേബർ ക്യാമ്പി ലേക്ക് കൊണ്ടുപോയി. നാല് വർഷം അവിടെ കഴിഞ്ഞു. അതിനു ശേഷം നാല് വർഷം നിർബന്ധിത സൈനിക സേവനത്തിനു നിയോ ഗിക്കപ്പെട്ടു. ഈ കാലമായപ്പോഴേക്കും അദ്ദേഹം സോഷ്യലിസ്റ്റ് ചിന്ത കളിൽ നിന്ന് അകന്നു കഴിഞ്ഞിരുന്നു.

1860 കളിൽ ദസ്തയെവ്സ്കി ജർമ്മനിയിൽ ജീവിച്ചത് വീക്ഷ ണപരമായ വ്യതിയാനത്തെ കൂടുതൽ ദൃഢമുള്ളതാക്കി. ആ കാലം ദാരിദ്ര്യവും ദുരിതവും നിറഞ്ഞതായിരുന്നു. ശത്രുവായിരുന്ന തുർജ നേവിനോടു പോലും പണം കടം ചോദിച്ച് കത്തെഴുതേണ്ടി വന്നു. ജർമ്മൻ ജനതയുടെ വ്യക്തിവാദപരമായ ആദർശങ്ങളെ വെറുത്ത അദ്ദേഹം പാശ്ചാത്യ യൂറോപ്യൻ ജീവിതമൂല്യങ്ങൾ ആപത്ക്കരമാ ണെന്ന് മനസിലാക്കി. ഇത് റഷ്യയെയും നശിപ്പിക്കുമെന്ന് ഭയന്നു. യുക്തിവാദവും വ്യക്തിവാദവും റഷ്യയുടെ പരമ്പരാഗതമായ മതമൂ ല്യങ്ങളെയും സദാചാരത്തെയും നശിപ്പിക്കുമെന്ന് ദീർഘദർശനം ചെയ്ത അദ്ദേഹം അതിനെ പ്രതിരോധിക്കാനാണ് Notes from Underground എഴുതിയത്. എൻ. ജി ചെർണിഷെവ്സ്കിയുടെ വാട്ട് ഈസ് ടു ബീ ഡൺ (1863) എന്ന നോവലിനോടുള്ള പ്രതി കരണമായിട്ടും ഇത് വായിക്കപ്പെടുന്നു. ചെർണിഷെവ് സ്കി ഒരു യുക്തിവാദിയും യൂറോപ്യൻ വ്യക്തിസ്വാതന്ത്ര്യത്തിന്റെ വക്താവായി രുന്നു. എന്നാൽ സോഷ്യലിസ്റ്റ് ആശയങ്ങളിലുടെ ഉയരുന്ന ലോകം മനുഷ്യന്റെ നന്മകളെ കാണാതിരിക്കുകയും അടിച്ചമർത്തുകയു മാണ് ചെയ്യുന്നതെന്ന വിമർശനമാണ് പില്ക്കാലത്ത് ദസ്തയെ വ്സ്കി ഉയർത്തിപ്പിടിച്ചത്.

ബുദ്ധിസ്റ്റ് നീലാകാശങ്ങൾ

പ്രമുഖ ബുദ്ധസന്യാസി തിച്ച് നാത് ഹാൻ എഴുതിയ 'ബീയിംഗ് പീസ്' എന്ന ഗ്രന്ഥത്തെ മുൻനിറുത്തി ചില സമാധാനചിന്തകൾ.

നമ്മൾ വെറുതെ കൈകൊട്ടിയാൽ പോലും അതിന്റെ ഫലം ലോകത്തെവിടെയുമുണ്ട്, വിദൂര സൗരയൂഥങ്ങളിൽപോലും '- തിച്ച് നാത് ഹാൻ പറഞ്ഞതാണിത്. അദ്ദേഹത്തിന്റെ 'ബീയിംഗ് പീസ്' എന്ന ഗ്രന്ഥത്തിന്റെ ആമുഖത്തിൽ ജാക്ക് കൊൺഫീൽഡ് ഈ വാക്യം ഉദ്ധരിക്കുന്നത് ഒരു പ്രവേശനകവാടം എന്ന നിലയിലാണ്. സൂക്തങ്ങളിൽ നിന്നും ആശയങ്ങളിൽ നിന്നും ബുദ്ധിസ്റ്റ് ആശയങ്ങളെ ജീവിതത്തിൽ കൈയെത്താവുന്ന ദൂരത്തിലുള്ള ജ്ഞാനോദയങ്ങളിലേക്ക് പരിവർത്തിപ്പിക്കാൻ ഹാനിന്റെ പതിറ്റാണ്ടുകളായുള്ള പ്രവർത്തനങ്ങൾക്കു കഴിഞ്ഞിരിക്കുന്നു. ബുദ്ധിസ്റ്റ്, ദാർശനിക, ജ്ഞാനോദയ മേഖലകളിൽ നൂറിലേറെ പുസ്തകങ്ങൾ രചിച്ച ഹാൻ പരിസ്ഥിതി, സമാധാനം, പ്രബോധനം എന്നീ രംഗങ്ങളിൽ ഇന്ന് ലക്ഷക്കണക്കിനാളുകൾ ശ്രദ്ധിക്കുന്ന ശബ്ദമാണ്. സമ്പൂർണ്ണ വെജിറ്റേറിയനായ ഹാൻ മൃഗങ്ങളിൽ നിന്നുൽപ്പാദിപ്പിക്കുന്ന ഒരു വസ്തുവും ഉപയോഗിക്കുന്നില്ല. 1951 ൽ ബുദ്ധഭിക്ഷുവായിതീർന്നു. അദ്ദേഹം മഹായാന ബുദ്ധമതത്തിലും വിയറ്റ്നാമിലെ ബുദ്ധസമ്പ്രദായത്തിലും ദീർഘകാലത്തെ ശിക്ഷണം നേടിയിട്ടുണ്ട്.

1961 ൽ അമേരിക്കയിലെ പ്രിൻസെറ്റൺ തിയോളജിക്കൽ സെമിനാരിയിൽ വിദ്യാർഥിയായിരുന്നു. പിന്നീട് കൊളംബിയ സർവകലാശാലയിൽ അധ്യാപകനായി. ഫ്രഞ്ച്, ചൈനീസ്, പാലി, ഇംഗ്ലീഷ്, സംസ്കൃതം ഭാഷകളിൽ അറിവു നേടിയ ഹാൻ, ഇന്ന് സന്യാസിയാകാൻ ശ്രമിക്കുന്ന നവാഗതരെ വിയറ്റ്നാമീസ് സംസ്കാരവും ബുദ്ധമതവും പഠിപ്പിക്കുന്നു.

1966 ൽ 'ഓർഡർ ഓഫ് ഇൻറർബീയിംഗ് ' എന്ന സമ്പ്രദായം സ്ഥാപിച്ചു. ഫ്രാൻസിലെ പ്ളം ഗ്രാമത്തിലുള്ള തന്റെ ആശ്രമത്തിൽ

പരിശീലനപരിപാടികൾക്ക് രൂപം കൊടുത്തുകൊണ്ടാണ് ഏറ്റവും നവ മായ 'എൻഗേജ്ഡ് ബുദ്ധിസ (Engaged Buddhism) ത്തിനു ഹാൻ പ്രചാരം നൽകിയത്.

കുട്ടിയുടെ കണ്ണുകളിൽ അത്ഭുതം

നമുക്ക് വേണ്ടത് ശാന്തിയാണ് ;അലട്ടലല്ല. എന്നാൽ ശാന്തി തേടി എവിടെ പോകും? ആ ശാന്തി നമ്മളിൽ നിലനിൽക്കുന്നു ണ്ടോ? തീർച്ചയായും. ലോകമനസ്സാക്ഷിയുടെ സ്വരബിംബമായ തിച്ച് നാത് ഹാൻ എഴുതിയ 'ബീയിംഗ് പീസ്'എന്ന കൃതി അതിന് ഉത്തരം നൽകുന്നുണ്ട്. യാതനയില്ലാതെ ജീവിക്കാനാകില്ല; എന്നാൽ ലോകത്തിലെ അത്ഭുതങ്ങളും കാണണം. നീലാകാശം, സൂര്യാദയം, കുഞ്ഞിന്റെ കണ്ണുകൾ ..... ഈ അത്ഭുതങ്ങൾ നമ്മുടെ ഉള്ളിലാണ്. അതെല്ലാം ചുറ്റിനുമുണ്ട്, എല്ലായിടത്തുമുണ്ട്. എപ്പോ ഴുമുണ്ട്. പക്ഷേ, കാണാനുള്ള മനസ്സ് വേണം - ഹാൻ എഴുതുന്നു.

നിലാകാശം കാണാൻ ചൈനയിൽ പോകണ്ട;ശ്വസിക്കാൻ ഭാവിയിലേക്ക് യാത്ര ചെയ്യണ്ട. ഈ തിരിച്ചറിവിലേക്കാണ് ഹാൻ എത്തിച്ചേരുന്നത്. വൈകുന്നേരങ്ങളിൽ നടക്കാൻ പോകുന്നവരു ണ്ട്. എന്നാൽ അവരും ചുറ്റുമിരുന്ന് വർത്തമാനം പറയുന്നതിലോ ചില ഹ്രസ്വസന്ദർശനങ്ങളിലോ ഒതുങ്ങുന്നു. ജീവിതത്തിന്റെ അതി ശയങ്ങൾ ഉൾക്കൊള്ളുന്നില്ല.

അദ്ദേഹം തുടരുന്നു: 'വിശ്രമിക്കാൻ നമുക്കറിയില്ല. സമയം കിട്ടിയാൽ പുറത്തു പോകുന്നു, ഫോൺ ചെയ്യുന്നു. പല കാര്യ ങ്ങളിലും ഇടപെടുന്നു. എന്നാൽ 'നമ്മളോ'ടൊപ്പം കഴിച്ചുകൂട്ടാൻ ശീലിക്കുന്നില്ല. നമുക്ക് നമ്മെ ഇഷ്ടമില്ലാത്തപോലെ പെരുമാറുന്നു. നമ്മളിൽ നിന്ന് രക്ഷപ്പെടാൻ ശ്രമിക്കുന്നതുപോലെ". ഒരാൾ അയാ ളോടൊപ്പം എങ്ങനെയാണ് കഴിച്ചുകൂട്ടുന്നത്? ഏകാന്തതയെ ഒറ്റ പ്പെടലിന്റെ സംഗീതമാക്കാനാവുമോ? തീവ്രമായി ഏകാന്തതയനു ഭവിക്കുമ്പോൾ മറ്റാരുമല്ല, നാം തന്നെയാണ് നമ്മെ ഇഷ്ടപ്പെടുന്ന തെന്ന് കണ്ടെത്തണം. ജീവിതം ഭയാനകവും അത്ഭുതവുമാണെന്ന് ഹാൻ അഭിപ്രായപ്പെടുന്നു. ഇന്നു രാവിലെ വിരിഞ്ഞ റോസാപ്പൂവ് അത്ഭുതമാണ്. സൂര്യോദയവും അങ്ങനെതന്നെ.

ധ്യാനം എന്താണ്? തിച്ച് നാത് ഹാൻ അതിങ്ങനെ വിശദീക രിക്കുന്നു :നമ്മുടെ ശരീരത്തിൽ, വികാരങ്ങളിൽ, മനസ്സുകളിൽ, അതുപോലെ ലോകത്ത് എന്ത് നടക്കുന്നുവെന്ന് അറിയുന്നതാണ് ധ്യാനം. ജീവിതത്തിന്റെ ഭയാനകതയും അത്ഭുതാവസ്ഥയും അറി യുമ്പോഴാണ് ധ്യാനം ഒരു ലയമായിത്തീരുന്നത്. എന്നാൽ അതിനു വിപരീതമായി, വിശേഷസിദ്ധികളുള്ള മനുഷ്യൻ നശീകരണവാസ

നയുടെ പിതൃത്വവും ഏറ്റെടുത്തു കഴിഞ്ഞു.

നമുക്ക് അമ്പതിനായിരം ന്യൂക്ളിയർ ആയുധങ്ങളുണ്ട്. എന്തിനു? മനുഷ്യനെ തന്നെ വധിക്കാൻ ! അങ്ങനെ മനുഷ്യൻ ഏറ്റവും അപകടകാരിയായ ജീവിയായിരിക്കുന്നു. ഒരിടത്തിരിക്കാനും പുഞ്ചിരിക്കാനും സമാധാനത്തോടെ നടക്കാനും കഴിവുള്ളവരെ നമുക്കാവശ്യമുണ്ട്. എല്ലാ ജീവികളും ഇന്ന് ഭീതിയുടെ നിഴലിലാണ്. ഓരോ പ്രാണിയും അതിജീവിക്കാനായുള്ള നെട്ടോട്ടത്തിൽ നേരത്തെ പഠിച്ചിട്ടുള്ളതെല്ലാം മറന്നു പോവുകയാണ്. അല്ലെങ്കിൽ അതൊന്നും മതിയാകാതെ വരുന്നു. ചില മൃഗങ്ങളും പക്ഷികളും തലമുറകളായി ഉപയോഗിച്ചുവന്ന ആവാസവ്യവസ്ഥകൾ വിട്ടു, ഭ്രാന്തെടുത്ത് എന്നപോലെ പലായനം ചെയ്യുന്നത് ഇതുകൊണ്ടായിരിക്കുമോ? ചൈനയിൽ ഏതാനു ആനകൾ കാടുപേക്ഷിച്ച് മാസങ്ങളായി നടത്തുന്ന സഞ്ചാരം മാധ്യമങ്ങളിൽ വന്നത് എന്താണ് സൂചിപ്പിക്കുന്നത്? അവ ജനപഥങ്ങളും ഗ്രാമങ്ങളും താണ്ടി എവിടേക്കോ പോകുന്നു.

ഉള്ളിലെ ബുദ്ധൻ

ഉണരുകയും മനസ്സിലാക്കുകയും ചെയ്യുന്നവനാണ് ബുദ്ധൻ. ബുദ്ധൻ എന്ന വാക്കിന്റെ അർത്ഥം ഉണരുക, അറിയുക, മനസ്സിലാക്കുക എന്നൊക്കെയാണ്. നാം ഉണരേണ്ടതുണ്ട്, നമ്മുടെ ജീർണിച്ച ഭൂതകാലത്തിന്റെ മാംസദാഹത്തിൽനിന്ന്, ഭീകരമായ രുചിഭേദങ്ങളിൽനിന്ന്. ഇക്കാര്യത്തിൽ ബുദ്ധനെ ആശ്രയിക്കുന്നതെങ്ങനെ? എങ്ങനെയാണ് ഒരാളിൽ ബുദ്ധൻ പ്രവർത്തിക്കുന്നത്?

ഹാൻ പറയുന്നു: ബുദ്ധൻ ആരാണ്? നമ്മൾ ഓരോരുത്തരുമാണ് - മാംസവും എല്ലുകളുമുള്ളവർ. മനുഷ്യൻ ചെമ്പോ, വെള്ളിയോ, സ്വർണ്ണമോ അല്ല. ബുദ്ധന്റെ പ്രതിമ ഒരു പ്രതീകം മാത്രമാണ്. അമെരിക്കൻ പതാക അമെരിക്കയുടെ പ്രതീകം എന്ന പോലെ. ഒരാൾ തന്റെയുള്ളിലെ ബുദ്ധനെ കണ്ടുപിടിക്കുന്നതാണ് യഥാർത്ഥ സമസ്യ. ഹാനിന്റെ ചിന്തകൾ വരികൾക്കിടയിലും വ്യക്തമാണ്. ഒരു ബുദ്ധാനുയായി ഞാൻ ബുദ്ധനിൽ അഭയം തേടുകയാണ് എന്നു പറഞ്ഞാൽ, അവന്റെ പ്രാപ്തിക്കൊത്തുള്ള ജ്ഞാനത്തിൽ, ഉണർവ്വിൽ വിശ്വാസം പ്രകടിപ്പിക്കുകയാണ്. ചൈനയിലെയും വിയറ്റ്നാമിലെയും ബുദ്ധമതാനുയായികൾ പറയും 'ഞാൻ എന്നിലുള്ള ബുദ്ധനിലേക്ക് തിരിച്ചുപോയി വസിക്കാനാഗ്രഹിക്കുന്നു ' എന്ന്. നിങ്ങൾ തന്നെയാണ് ബുദ്ധൻ എന്ന് ഇത് വ്യക്തമാക്കുന്നു '.

ബുദ്ധൻ കേവലം ഒരു വ്യക്തിയല്ല. മൂന്ന് മാനങ്ങളിൽ, പാതകളിൽ, ശരീരങ്ങളിൽ ഒരേസമയം ജീവിക്കേണ്ടതിന്റെ അനി

വാര്യതയാണത്.

ബുദ്ധമതത്തിൽ മൂന്നു രത്നങ്ങളുണ്ടെന്ന് ഹാൻ അറിയിക്കുന്നു.

ഒന്ന്, ബുദ്ധ: ഉണർവ്വ്

രണ്ട്, ധർമ്മം: ജ്ഞാനത്തിന്റെയും മൈത്രിയുടെയും മാർഗം.

മൂന്ന്, സംഘം :ഐക്യത്തിലും അവബോധത്തിലും ജീവിക്കുന്ന സമൂഹം.

നമ്മളിൽ തന്നെ ഈ മൂന്നു രത്നങ്ങളും കണ്ടെത്തണം. ഇതിനായി നമുക്ക് സ്വന്തം ദിനചര്യകളിലും സമീപനങ്ങളിലും ചിന്തകളിലും പുതിയ ക്രമം കൊണ്ടുവരേണ്ടതുണ്ട്. നമുക്ക് ഈ ശരീരവും അവയവങ്ങളും മനസ്സും മാത്രമേയുള്ളൂ. എന്നാൽ അതുപയോഗിച്ച് എന്ത് കണ്ടെത്തണമെന്ന് തീരുമാനിക്കുന്നത് മറ്റാരുമല്ല. നിരന്തരമായ ധ്യാനത്തിലൂടെ ബുദ്ധനായി തീരുമ്പോൾ മൈത്രിയുടെയും പ്രജ്ഞയുടെയും ഉയർന്ന തലത്തിലെത്തും. നമ്മൾ വെറുതെ ജീവിക്കുമ്പോൾ ഉള്ളിൽ ഒരു വെളിച്ചം ആവശ്യപ്പെടുകയാണ്, ഒരു മാറ്റത്തിനുവേണ്ടി. അത് പുതിയ നോട്ടമാണ്. ചുറ്റുപാടുകളെ നോക്കുന്നത് എങ്ങനെയാണെന്ന് അത് പഠിപ്പിച്ചു തരും. നമ്മുടെയുള്ളിൽ അതുവരെ കാണാതിരുന്ന, എന്നാൽ നിത്യവും പരിചയമുണ്ടായിരുന്ന ചില കാര്യങ്ങൾക്ക് കൂടുതൽ മിഴിവു ലഭിക്കുന്നതുപോലെ. ജീവിതത്തെ കണ്ടെത്തുകയാണ്. അർത്ഥശൂന്യമായ ആരവങ്ങൾക്കിടയിൽ എറ്റവും അർത്ഥപൂർണമായ പദം തിരയുന്ന പോലെ.

ബുദ്ധൻ നമ്മെ ആവശ്യപ്പെടുന്നു, ഉണരാനും അറിയാനും രമ്യതയിലാകാനും ;ശരിയായ വസ്തുക്കളായിരിക്കാൻ, വെറും അശയങ്ങളല്ലാതിരിക്കാൻ. തിച്ച് നാത് ഹാൻ പറയുന്നത് ഒരു മഹത്തായ നിശ്ചയത്തിലേക്ക് എത്തുന്നതോടെ നമുക്കുള്ളിൽ ഒരു പാരസ്പര്യം ഉണ്ടാകുമെന്നാണ്. ഒരാൾ ബുദ്ധനിലേക്ക് സഞ്ചരിക്കുന്നു; അതേസമയം, അതേ വേഗത്തിൽ ബുദ്ധൻ അയാളിലേക്കും സഞ്ചരിക്കുന്നുണ്ട്. 'ഞാൻ ബുദ്ധനിൽ അഭയം തേടുന്നു. ബുദ്ധൻ എന്നിൽ അഭയം തേടുന്നു'

ഒരു ബുദ്ധശരീരം

ഏത് വലിയ ചിന്തകനെയും എഴുത്തുകാരനെയും നാം മനസ്സിലാക്കുന്നത്, വൈരുദ്ധ്യമെന്ന് പറയട്ടെ, അവരുടെ ആശയങ്ങളുടെ അടിസ്ഥാനത്തിലല്ല; അതിനുള്ള വിദ്യാഭ്യാസം ഇനിയും കിട്ടിയിട്ടില്ല. നാമൊരു വൈകാരിക സംവേദനമാണ് തേടുന്നത്. മഹാചിത്രകാരനായ വാൻഗോഗിനെ സ്വന്തം ചെവി മുറിച്ചുകളഞ്ഞ ഭ്രാന്തനായാണ് പലരും പഠിക്കുന്നത്. കലാതത്ത്വവിചാരങ്ങളിൽ നവീനാശയങ്ങൾക്ക് വേണ്ടി പൊരുതിയ, മഹത്തായ സാഹിത്യകൃതി

കളുടെ വായനയിൽ വളരെ ഗൗരവക്കാരനായ വാൻഗോഗിനെ ആരും മനസ്സിലാക്കുന്നില്ല. ദസ്തയെവ്സ്കിയെ ചൂതാട്ടക്കാരനായാണ് വിലയിരുത്തുന്നത്. അദ്ദേഹത്തിന്റെ ചിന്തകൾ ഇപ്പോഴും അജ്ഞാതമാണ്. മനുഷ്യന്റെ ജീവിതത്തെ ഉന്നതമായ നിലയിൽ സാക്ഷാത്കരിക്കുന്നതിനു ഉണർവ്വും ദയയും പ്രജ്ഞയും സമ്മേളിക്കണം. നമ്മളെല്ലാം ബുദ്ധന്മാരാണ്. കാരണം നമ്മളിലൂടെയാണ് അവബോധവും പ്രേമവും സ്പർശയോഗ്യമായ വിധം യാഥാർത്ഥ്യമാകുന്നത്.

ബുദ്ധന് ഒരു ശരീരത്തിലാണ് പ്രവർത്തിക്കാനാവുക. എന്നു പറഞ്ഞാൽ കേവലം ആശയങ്ങളോ ചിന്തകളോ മാത്രം ഒരാളെ ബുദ്ധനാക്കുകയില്ല. അതിന് യാന്ത്രികമായ വഴികളില്ല. ഹാൻ അത് വിശദീകരിക്കുന്നുണ്ട്. ബുദ്ധിസം ഒരു യാഥാർത്ഥ്യമാകണമെങ്കിൽ, ഒരു ബുദ്ധശരീരം വേണം – ജ്ഞാനത്താൽ ഉണർന്ന പ്രവർത്തനത്തിനായി നിയുക്തമായ ഒരു ശരീരം'.

ജ്ഞാനത്താൽ ചൂടുപിടിച്ച ഒരു ശരീരത്തിലിരുന്നാണ് നമുക്ക് പുതിയ ലോകത്തെ കാണാനാവുക. മലിനമായ ചിന്തകളിൽ നിന്നുള്ള മോചനമാണിത്. പ്രകൃതിയിലാകെ ബൗദ്ധധർമ്മാനുകൂലമായ ഒരു വ്യവസ്ഥ പ്രവർത്തിക്കുന്നതായി ഈ പുസ്തകത്തിൽ പരോക്ഷമായി വ്യക്തമാക്കുന്നുണ്ട്. ഓരോ വസ്തുവിലും ധർമ്മം എങ്ങനെയെല്ലാം ഉൾച്ചേർന്നിരിക്കുന്നുവെന്ന് കണ്ടെത്തുകയാണ് പ്രധാനം. ഒരു ഉറുമ്പിൽപോലും ധർമ്മകർമ്മമുണ്ട്. അത് ഒറ്റയ്ക്കല്ല ജീവിക്കുന്നില്ല. ഉറുമ്പ് സഹവർത്തിത്വത്തെ ഉന്നതമാക്കിയിരിക്കുന്നു. ഇതാണ് മനുഷ്യനും ആർജിക്കേണ്ടത്;നശീകരണ വാസനയില്ലാതെ. മനുഷ്യജീവിതം വിശാലവും ആത്മീയവുമാക്കുന്നത് അവിടെയാണ്. ലോകത്ത് ധർമ്മത്തിന്റെ ഉടമസ്ഥാവകാശം മനുഷ്യരിൽ മാത്രമാണെന്ന് തെറ്റിദ്ധരിക്കരുത്. വനങ്ങളിൽ അപ്രതിരോധ്യമായ ചുറ്റുപാടിലും തലയുയർത്തിപ്പിടിച്ച് സ്വകർമ്മങ്ങളിൽ നിന്ന് വ്യതിചലിക്കാതെ നിൽക്കുന്ന വൃക്ഷങ്ങൾക്ക് ധർമ്മമില്ലേ?

പറക്കുന്നതിന്റെ ആത്മീയഹരമായി ജീവിക്കുന്ന ശലഭങ്ങളുടെ ചിറകുകളിൽ ദൈവമില്ലേ? പൂക്കളിൽ നിന്നു തേൻ നുകർന്ന്, ആത്മാനന്ദത്തിൽ പറക്കുന്ന ശലഭങ്ങളുടെ ജീവിതത്തിൽ ധർമ്മമില്ലേ? സ്നേഹത്താൽ പ്രചോദിതരായി സല്ലാപത്തിൽ ഏർപ്പെടാൻ പ്രതിജ്ഞാബദ്ധരായ പ്രാവുകൾ, ഇണപ്രാവുകൾ ധാർമികമായ ഒരു വ്യവസ്ഥയാണ്. ഈ ലോകത്തിന്റെ നേരായ നിലനിൽപ്പിനും വാഴ്വിനും വേണ്ടിയാണ് അവ ഏറ്റവും മനോഹരമായ ജീവിതഭാവം പുറത്തെടുക്കുന്നത്. ഇതിൽനിന്ന് മനസ്സിലാവുന്നത് ധർമ്മം നമ്മുടെ

കണ്ടുപിടുത്തമല്ലെന്നാണ്. കാരണം ധർമ്മം എല്ലായിടത്തുമുണ്ട്. ഒരു ധ്യാനകേന്ദ്രത്തിലല്ലെങ്കിൽ പോലും നമുക്ക് വീട്ടിലിരുന്ന് ധ്യാനം പരിശീലിക്കാം.

ഹാൻ എഴുതുന്നു: 'ഓക്കുമരങ്ങളെ നോക്കൂ. ഓക്കുമരം ഓക്കുമരമാണ്. അതിനാവശ്യമുള്ളതെല്ലാം അതിലുണ്ട്. ഒരു ഓക്കുമരം അപൂർണമാണെങ്കിൽ, നാം പ്രയാസത്തിലാകും. അതുകൊണ്ട് ഓക്കുമരം ധർമ്മമാണ് പഠിപ്പിക്കുന്നത്, പ്രത്യേകിച്ച് ഒന്നും ചെയ്യാതെ. സോഷ്യൽ സർവീസിനുള്ള യൂത്ത് സ്കൂളിൽ സേവനം ചെയ്യാതെ, പഠിപ്പിക്കാതെ, ധ്യാനത്തിലിരിക്കാതെ, ഓക്കുമരം നമുക്കെല്ലാം സഹായകരമായിത്തീരുന്നു. ഒരിടത്ത് നിലയുറപ്പിക്കുന്നതിലൂടെ മാത്രം ഓരോതവണയും നാമതിനെ നോക്കുമ്പോൾ, ആത്മവിശ്വാസം കിട്ടും. വേനൽക്കാലത്ത് അതിന്റെ ചുവട്ടിലല്ലേ തണുപ്പു കിട്ടുന്നത്. നമ്മൾ ഭൂമുഖത്ത് വന്നിട്ട് കുറേ കാലങ്ങളേ ആയുള്ളൂ; നമ്മൾ നവാഗതരാണ്. അതിനു മുമ്പ് നമ്മൾ ചെടികളായിരുന്നു, മരങ്ങളായിരുന്നു. ഇപ്പോൾ നമ്മൾ മനുഷ്യരായി. ഇനി നമ്മുടെ പൂർവ്വ അസ്തിത്വങ്ങളെ ഓർമ്മിച്ചെടുക്കാവുന്നതാണ്. ഒരിടത്തിരുന്ന് ശ്വാസമെടുത്ത് ചുറ്റും നോക്കുക. ഒരു ഓക്കുമരത്തിനു മുന്നിൽ ചെന്ന് ഒച്ചവച്ചാൽ ഓക്കുമരത്തിനൊന്നുമില്ല. ഓക്കുമരത്തെ സ്തുതിച്ചാൽ അത് അതിന്റെ മൂക്ക് ഉയർത്തുകയില്ല. ഓക്കുമരത്തിൽ നിന്ന് നമുക്ക് ധർമ്മം പഠിക്കാനാവും. അതുകൊണ്ട് ഓക്കുമരം നമ്മുടെ ധർമ്മശരീരത്തിന്റെ ഭാഗമാണ്.

നമുക്കുചുറ്റുമുള്ള എല്ലാത്തിൽനിന്നും ധർമ്മം പഠിക്കാം. അത് നമ്മുടെ ഉള്ളിലുള്ളതാണ്. ഓരോ വസ്തുവും ധർമ്മം പ്രബോധനം ചെയ്യുകയാണ്. ഒരു ചെറിയ കല്ലും ഇലയും പൂവും ധർമ്മം പഠിപ്പിക്കുകയാണ്'.

ഈ പ്രപഞ്ചം എത്ര മഹത്തരമാണ് നിർമ്മിച്ചിട്ടുള്ളത്. ഒരു തുമ്പിയെ എത്ര ആകർഷകമായി രൂപകൽപ്പന ചെയ്തിരിക്കുന്നു. കല്ലിൽ വന്നിരിക്കുന്ന തുമ്പിയുടെ ആകാരം ഒരു പ്രത്യേക സൗന്ദര്യമാനമാണ്. ഒരു പക്ഷേ, മനുഷ്യനു കണ്ടെത്താനാകാത്തത്. അതിന്റെ ചിറകുകളിലും വാലിലും ദൈവം നിർമ്മിച്ച അഭൗമമായ സ്ഫടിക ലാവണ്യത്തിനു എന്തർത്ഥമായിരിക്കും ഉദ്ദേശിച്ചിട്ടുണ്ടാവുക? ഒരു തുമ്പി എങ്ങനെയാണ് അതിന്റെ മാന്ത്രികവും സ്വപ്നാത്മകവും അലൗകികവുമായ രൂപത്തിൽ സ്വയം സമ്പൂർണ്ണമായിരിക്കുന്നത്? ഇതിലെല്ലാം ധർമ്മത്തിന്റെ അജ്ഞാതമായ സാരം അടങ്ങിയിരിക്കുന്നു.

കളിക്കുമ്പോഴും ധ്യാനം

ബുദ്ധനാകണമെങ്കിൽ പ്രജ്ഞയും ധർമ്മവും സംഘവും ഒരാളിൽ തന്നെയുണ്ടാകണം. ഒരു വ്യക്തിയുടെ സഞ്ചാരം – അതിന്റെ മഹത്വമാണ് ബുദ്ധജ്ഞാനം. അതിൽ ഒരാൾ സ്വയം കണ്ടെത്തുന്ന അസ്തിത്വമാണുള്ളത്. വ്യക്തിക്ക് മനസ്സിലാക്കാനുള്ള കഴിവ് വേണം, ധർമ്മവും ഉണ്ടായിരിക്കണം. മാത്രമല്ല, മറ്റുള്ളവരുമായി ബന്ധം പുലർത്താനാവണം. ഇതിനെയാണ് ഹാൻ 'എൻഗേജ്ഡ് ബുദ്ധിസം' എന്നു വിളിക്കുന്നത്. ഒറ്റയ്ക്കിരുന്ന് നിർമ്മാണത്തെപ്പറ്റി ആലോചിക്കുന്നതിനേക്കാൾ ഉൽകൃഷ്ടമാണ് പുറംലോകത്തിന്റെ നിലനില്പിനായി ഉത്സുകനാവുന്നത്. മഹത്വം ഒരു അനുതാപരാഗമാണ്; അത് അപരത്വത്തെ ഇല്ലാതാക്കി, മറ്റുള്ളതുമായി കൂടിച്ചേരുന്നതിന്റെ സത്തയാണ്. ശബ്ദം സംഘഗാനമാകുന്നു.

ധ്യാനം ഒരു ദിവസത്തിലെ പ്രത്യേക ഘട്ടമല്ല. ' ഇരുന്നുകൊണ്ടും നടന്നുകൊണ്ടും ധ്യാനിക്കുന്നത്, ഇരിക്കാത്തപ്പോഴും നടക്കാത്തപ്പോഴും തുടരാനാകണം. ഇതാണ് ധ്യാനത്തിന്റെ അടിസ്ഥാന തത്ത്വം'. എപ്പോഴും ധ്യാനമുണ്ട് ;അതൊരു സാർവത്രികതയാണ്. ഫുട്ബോൾ മാച്ചിൽ ഒരു കളിക്കാരൻ തന്റെ എതിർ ടീമിനെ ലക്ഷ്യമാക്കി മുന്നേറുമ്പോഴും ധ്യാനമുണ്ട്. താൻ പരിശീലനകളരിയിൽ സ്വായത്തമാക്കിയ രമ്യതയും ഏകാഗ്രതയും കാഴ്ചയും അനുഭവവും യഥാർത്ഥകളിയിൽ ധ്യാനപൂർണിമയായി പരിഭാഷപ്പെടുത്തിയാലേ ഗോൾ എന്ന ലക്ഷ്യത്തിലെത്താനാവൂ. ആ ഗോളിന്റെ നിമിഷം, അതിലേക്കുള്ള എത്തിച്ചേരൽ ധ്യാനലീനമാണ്. എന്തുകൊണ്ടാണ് നാം കളിയിൽ തോൽക്കുമ്പോൾ നിരാശരായി നിലംപതിക്കുന്നത്? . സഹകളിക്കാരുമായുള്ള വിച്ഛേദമാണ് കാരണം.

'മനുഷ്യർ പരസ്പരം മനസ്സിലാക്കാൻ അശക്തരാണ്. ഇതാണ് നമ്മുടെ യാതനയുടെ പ്രധാന ഉറവിടം'. നാം ഉള്ളിൽ ക്രൂരമായവിധം ബന്ധിതരാണ്. എല്ലാവരിലും എല്ലാവരുമുണ്ടെങ്കിലും നാമോരോരുത്തരും ഒറ്റപ്പെട്ട തുരുത്തുകൾ എന്ന നിലയിൽ സ്വയം പ്രതിനിധീകരിക്കുന്നു. പാരസ്പര്യത്തിന്റെ ആഴം നഷ്ടപ്പെട്ടിരിക്കുന്നത് പ്രകൃതിയുടെ ഭാഗം എന്ന നിലയിലാണ്. എത്ര പരിശ്രമിച്ചാലും പരസ്പരം മനസ്സിലാക്കാൻ കഴിയുന്നില്ല. മനസ്സ് എപ്പോഴും മാറുന്നതുകൊണ്ട് തൊട്ടുമുമ്പുള്ള നിമിഷങ്ങൾ നമുക്ക് അന്യമാകുകയാണ്. സന്തോഷം എങ്ങനെ നില നിർത്താം? :

' നമ്മുടെ സന്തോഷം പരസ്പരം ആശ്രയിച്ചു നിൽക്കുകയാണ്. ബുദ്ധന്റെ പ്രബോധനമനുസരിച്ച്, ഞാൻ എന്റെ കാര്യം

ഭംഗിയായി നോക്കണം. അതുപോലെ നിങ്ങൾ നിങ്ങളുടെ കാര്യങ്ങൾ ഭംഗിയായി നോക്കണം. അങ്ങനെയാണ് നമ്മൾ പരസ്പരം രക്ഷിക്കുന്നത്. ഇതാണ് ശരിയായ ഐന്ദ്രിയാനുഭവം. ഞാനെന്നെ നന്നായി സംരക്ഷിക്കുമ്പോൾ, നിങ്ങളുടെ സന്തോഷത്തിന്റെ ഉത്തരവാദിത്വം എനിക്കാണെന്ന് ഞാനറിയുന്നു. നിങ്ങളും ഇതു ചെയ്യുമ്പോൾ എല്ലാം മൈത്രിയിൽ വരുന്നു'.

ഒരാൾ മറ്റൊരാളുമായി വിനിമയം നടത്താനാവാതെ വരുന്നത് സ്വാഭാവികമായാണ്. എന്നാൽ അയാളിൽ മറ്റൊരു സിദ്ധിയുണ്ട്. സ്വയം നന്നായി പരിപാലിക്കുക; സ്വന്തം കാര്യം സ്വാർത്ഥപരമല്ലാതെ തന്നെ നന്നായി ചെയ്തു തീർക്കുക. കർമ്മം ചെയ്യുമ്പോൾ ശത്രുതയില്ല. മിത്രഭാവം ക്രമേണ ശക്തിപ്രാപിച്ചവരുകയും ചെയ്യും. എല്ലാവരും കർമ്മം ഭംഗിയായി പൂർത്തിയാക്കുന്നതോടെ, ഒരു കർമ്മമേഖലയുടെ ലാവണ്യം തെളിഞ്ഞുവരുകയാണ്. അത് എല്ലാവർക്കും പ്രയോജനകരമായി തീരും. ഒരു മതിലിന്റെ നിർമ്മാണത്തിൽ നൂറുപേർ പങ്കെടുക്കുകയാണെന്ന് കരുതുക. ഓരോരുത്തരും തങ്ങളിൽ ഏൽപ്പിക്കപ്പെട്ട ജോലി - കല്ലെടുക്കുക, നിര നിരയായി വയ്ക്കുക, സിമന്റിടുക, അളവെടുക്കുക - കുറ്റമറ്റരീതിയിൽ ചെയ്യുക. അതോടെ ഒരു മതിലാണ് പൂർത്തീകരിക്കപ്പെടുന്നത്. മതിൽ എല്ലാവരുടെയും മൈത്രിയുടെ പ്രതീകമായി പ്രത്യക്ഷമാവുകയാണ്.

ചിന്തയ്ക്ക് ഒരു രീതി

ചിന്തിക്കാനും പഠിക്കണം. നിങ്ങൾ ഒന്നിനെക്കുറിച്ച് ചിന്തിക്കുമ്പോൾ അതിനു വെളിയിലായിരിക്കരുത്. ഇതാണ് ബോഡി ഇൻ ദ് ബോഡി (Body in the body) . ചിന്തയ്ക്ക് ഒരു രീതിയുണ്ട്. ചിന്തിക്കുന്നത് എങ്ങനെയാണ്? വാലും തലയുമില്ലാത്ത, മുറിഞ്ഞുപോകുന്ന ചിന്തകളുണ്ട്. ഇവിടെ അതല്ല വിവക്ഷ. ചിന്തിക്കുന്നതിൽ പങ്കെടുക്കാനാണ് ആഹ്വാനം. ഒരാൾ ചിന്തയുടെ ഭാഗമാവണം. ചിന്തയുടെ ജൈവഭാഗമാവണം. ചിന്തിക്കുന്നവനും ചിന്തിക്കപ്പെട്ടതും തമ്മിൽ വ്യത്യാസമില്ലാതാകണം. ശരീരത്തിൽ വച്ച് തന്നെ ശരീരത്തെക്കുറിച്ച് ചിന്തിക്കുക എന്നുപറഞ്ഞാൽ നിങ്ങളുടെ ചിന്തയുടെ വസ്തു എന്ന നിലയിൽ ശരീരത്തെ നോക്കി കാണരുതെന്നാണ് അർത്ഥം. നിങ്ങൾ അതിന്റെ ഭാഗമാകണം. ബുദ്ധധ്യാനപ്രക്രിയയിൽ നോൺ ഡ്യുവാലിറ്റി (രണ്ടല്ലാതിരിക്കുക) എന്ന ആശയമാണ് പ്രധാനം. '.

അതിന്റെയർത്ഥം രണ്ടല്ല, എന്നാൽ ഒന്നല്ല എന്നുമാണ്. ഒന്നിനു പകരം രണ്ടല്ല. കാരണം, ഒന്നുണ്ടെങ്കിൽ രണ്ടുമുണ്ട്. രണ്ടിനെയും ഒഴിവാക്കണമെങ്കിൽ ഒന്നിനെയും ഒഴിവാക്കണം. അതുകൊ

ണ്ടാണ് ധ്യാനസൂക്തത്തിൽ ബുദ്ധൻ ഇങ്ങനെ പറഞ്ഞത് :' ധ്യാന പരിശീലനത്തിലേർപ്പെടുന്നയാൾ ശരീരത്തിനുള്ളിൽ ശരീരത്തെ അറിയണം. വികാരങ്ങൾക്കുള്ളിൽ വികാരങ്ങളെ അറിയണം. മനസിനുള്ളിൽ മനസിനെ അറിയണം. മനസിലെ വസ്തുക്കളിലൂടെ മനസിലെ വസ്തുക്കളെ അറിയണം. ശരീരമുള്ള ജീവിയെന്ന നിലയിൽ, നമ്മുടെ ചിന്തയുടെ വിഷയമായി ശരീരവുമുണ്ട്. അത് മനസ്സിൽ മനസ്സ് എന്താണെന്ന് ചിന്തിക്കുന്നതുപോലെ; സന്തോഷത്തിലിരുന്ന് സന്തോഷമെന്താണെന്ന് ചിന്തിക്കുന്നതു പോലെ. വിഷ്ണു സഹസ്രനാമത്തിൽ ആത്മാവിന്റെ അമൃതരസത്തെക്കുറിച്ച് പറയുന്നുണ്ട്. ആത്മാവിൽ മറ്റൊന്നുമില്ലാതാകുമ്പോൾ, അതിലായിരിക്കുന്നതിന്റെ ആനന്ദം മാത്രമായി നാം രൂപാന്തരപ്പെടും. അത് മുഖത്ത് പ്രസാദകമലമായി പ്രത്യക്ഷപ്പെടും. ധ്യാനത്തിലായിരിക്കുന്നതിനെ ഈ അമൃതരസത്തെക്കുറിച്ചുള്ള ഏകാഗ്രമായ ആലോചന എന്ന് പറയാവുന്നതാണ്. കളങ്കിതമാവാതെ, അലട്ടലില്ലാതെ, സംഘർഷമില്ലാതെ ഒന്നിൽ ലയിക്കുന്നതിലൂടെയാണ് അമൃതരസത്തിലെത്താനാവുന്നത്. മനസ്സിൽ മനസ്സിനെ ആലോചിക്കുന്നത് ഒരു വിടവ് നികത്താൻ കൂടിയാണ്. മനസ്സ് എല്ലായിടത്തേക്കും വായു പോലെ പ്രവേശിക്കുകയാണ്. ഒന്നിലും മനസ്സില്ലാതിരിക്കുന്നില്ല. ഒരു പാത്രം വെള്ളം കിണറ്റിൽ നിന്നു കോരിയെടുക്കുമ്പോൾ, ഈ പ്രക്രിയയനുസരിച്ച് ശരീരം ശരീരത്തിലാണ്. മനസ്സ് മനസ്സിലാണ്. മനസ്സിന് അവിടെ ഒഴിവില്ല. കടൽത്തീരത്ത് ചെന്ന് തിരകളെ നോക്കി എണ്ണാൻ തുടങ്ങിയാൽ മനസ്സ് അതിൽ തന്നെയാണുള്ളത്. മനസ്സിൽ എണ്ണുന്നത് എന്താണെന്ന് മനസ്സ് തന്നെ ആലോചിക്കുന്നു.

ബുദ്ധമതത്തിൽ അറിവ് പ്രജ്ഞാനുഭവത്തിന് തടസ്സമായാണ് കരുതപ്പെടുന്നത്. ജലപ്രവാഹത്തെ തടസ്സപ്പെടുത്തിക്കൊണ്ട് ഐസ് കട്ട കിടക്കുന്ന പോലെ, ഏതെങ്കിലും ഒരു കാര്യം സത്യമാണെന്ന ധാരണയിൽ നാമതിൽ തന്നെ കടിച്ചുതൂങ്ങുകയാണെങ്കിൽ, സത്യം വാതിൽക്കൽ വന്ന് മുട്ടി വിളിച്ചാൽ പോലും നമ്മൾ തുറക്കുകയില്ല. വസ്തുക്കൾ നമ്മുടെ മുമ്പിൽ സ്വയം തുറന്നു കാണിക്കുന്നതിന്, അതുൾക്കൊള്ളുന്നതിനു നമ്മൾ അതിനെക്കുറിച്ചുള്ള കാഴ്ചപ്പാടുകൾ ഉപേക്ഷിക്കാൻ തയ്യാറായിരിക്കണം'.

ബുദ്ധൻ പറഞ്ഞു :ചിലപ്പോൾ, ഏതെങ്കിലുമൊരു കാര്യം സത്യമാണെന്ന് നിങ്ങൾ കരുതുന്നു. നിങ്ങൾ അതിൽ ഉറപ്പിച്ചു പിടിക്കുകയാണെങ്കിൽ, പിന്നീട് സത്യം തന്നെ വാതിൽക്കൽ വന്നു മുട്ടിയാലും നിങ്ങൾ വാതിൽ തുറക്കില്ല'.

സത്യം എന്ന നിലയിൽ ഉള്ളിൽ കയറിക്കൂടിയ ഒന്നിനുവേണ്ടി, നിങ്ങൾ ഭാവിയിലെ പരിണാമങ്ങൾക്ക് മുമ്പിൽ നേരത്തേ വാതിലടയ്ക്കരുത്. ഒരു വ്യക്തിയെ ഏതെങ്കിലുമൊരു കാരണത്തിന്റെ പേരിൽ വെറുക്കുന്നു എന്നിരിക്കട്ടെ. നിങ്ങളുടെ ആ വെറുപ്പ് അടിസ്ഥാനരഹിതമായിരുന്നെങ്കിലോ? ആ സമയം നിങ്ങളത് ഉൾക്കൊള്ളുകയില്ല. കാരണം നിങ്ങൾ ഒരു സത്യത്തിലേക്ക് ആഗിരണം ചെയ്യപ്പെട്ടിരിക്കുകയാണ്. അത് മാറ്റാൻ നിങ്ങൾ തയ്യാറല്ല. ആ വ്യക്തി പിന്നീട് ഒരു ഘട്ടത്തിൽ ആഭിമുഖ്യത്തിന്റെയും മമതയുടെയും പാതയിൽ നിങ്ങളുടെ യടുത്തേക്ക് സഞ്ചരിച്ചാലും ഫലമുണ്ടാവുകയില്ല. കാരണം നിങ്ങൾ വാതിലടച്ചിരിക്കുകയാണല്ലോ. ഇത് അബദ്ധവും അസംബന്ധവുമാണ്. എപ്പോഴും സത്യത്തിനുവേണ്ടി വാതിൽ തുറന്നിരിക്കണം. നിങ്ങൾ കേൾക്കാനാഗ്രഹിച്ചത് എപ്പോഴാണ് നിങ്ങളുടെ പടിവാതിൽക്കൽ വന്ന് വിളിച്ചുണർത്തുന്നതെന്ന് പറയാനാവില്ല.

ധ്യാനം വേർപിരിയലല്ല

ധ്യാനത്തിലൂടെ ധാർമ്മികതയെ അറിയുന്ന നിമിഷം നിങ്ങൾ സമൂഹത്തിനുള്ളതാണ്. ധ്യാനം സമൂഹത്തിലേക്കുള്ള ഒരു പുനഃപ്രവേശനമാണ് സാധ്യമാക്കുന്നത്. അത് സമൂഹത്തിൽ നിന്നുള്ള വിച്ഛേദമല്ല, വേർപിരിയലല്ല. ഇതാണ് ക്രിയാത്മക ബുദ്ധിസം. വ്യക്തികൾ ധ്യാനിക്കാൻ വരുന്നത്, അവരുടെ എല്ലാ ബന്ധങ്ങളും ഛേദിച്ചുകളഞ്ഞിട്ടില്ല. അവർ ഏകാകികളായി വ്യക്തിപരമായ സമാധാനം നേടുകയാണെന്ന ചിന്ത ഒരു മിഥ്യയാണ്. ബുദ്ധിസത്തിൽ ഇങ്ങനെയൊരു വ്യക്തിയില്ല. ഒരു വഴിത്തിരിവിൽ, വ്യക്തികൾ എല്ലാത്തിൽ നിന്നും അകലുമ്പോഴല്ല ബുദ്ധൻ തെളിയുന്നത്; സാകല്യതയിലേക്ക് തിരിയാനുള്ള ശരിയായ കാരണം ഉണ്ടാകുമ്പോഴാണ്.

'നിങ്ങൾ ഒരു കവിയാണെങ്കിൽ ഈ ഈ കടലാസിൽ ഒരു മേഘം ചുറ്റിത്തിരിയുന്നത് കാണാം.

മേഘമില്ലാതെ വെള്ളമില്ല. വെള്ളമില്ലാതെ മരങ്ങളില്ല. മരങ്ങളില്ലാത്ത കടലാസ് ഉണ്ടാക്കാനാവില്ല. അതുകൊണ്ട് ഇവിടെ മേഘമുണ്ട് ' – ഹാൻ എഴുതുന്നു. ഇങ്ങനെ നമ്മുടെ ബോധം ഒരിടത്തുനിന്നു പടർന്ന് ചുറ്റിനുമുള്ള സകലതിനോടും ഐക്യവും ധർമ്മവും സ്ഥാപിച്ചുവളരുന്നത് ബുദ്ധിസ്റ്റ് ധർമ്മവ്യവസ്ഥയുടെ കാതലായി കാണുകയാണ് ഹാൻ. അദ്ദേഹം ക്രിയാത്മക ബന്ധമാണ് നിർദേശിക്കുന്നത്. എങ്ങനെ സക്രിയമായ ബാന്ധവം നമ്മെ ആത്മീയമായി ധനികരാക്കുന്നു എന്നാണ് അറിയേണ്ടത്.

ഒരു കാടു വേണ്ട, ചെറിയൊരു തൊടി മതി നമ്മെ ഉത്സുകരാ

ക്കാൻ. അവിടെ ഏതെല്ലാം കിളികൾ വന്നു പോകുന്നു. ഒറ്റയ്ക്ക് പാടുന്ന പാട്ടുകാരുണ്ട്. എന്നാൽ പകലിന്റെ ഏതെങ്കിലുമൊരു നിമിഷത്തിൽ പല പക്ഷികൾ കൊണ്ടും കൊടുത്തും സൃഷ്ടിക്കുന്ന ഒരു ഓർക്കസ്ട്രയുണ്ട്. അത് കേൾക്കാൻ നമുക്ക് കാതുണ്ടാവണമെന്നില്ലല്ലോ.

'ഒരു വ്യക്തി ഉണ്ടാക്കപ്പെടുന്നത്, വ്യക്തികളുടേതല്ലാത്ത ഘടകങ്ങൾ കൊണ്ടാണ്. നിങ്ങൾ മനസ്സിൽ പേറുന്ന ആ യാതനയുണ്ടല്ലോ, അതാണ് സമൂഹം;അത് നിങ്ങളോടൊപ്പം കൊണ്ടുവരികയാണ്. ധ്യാനിക്കുമ്പോൾ നിങ്ങൾക്ക് വേണ്ടി മാത്രമല്ല, മുഴുവൻ സമൂഹത്തിനും വേണ്ടിയാണ്. സ്വന്തം പ്രശ്നങ്ങൾക്ക് കണ്ടെത്താൻ ശ്രമിക്കുന്ന ഉത്തരങ്ങൾ നിങ്ങൾക്ക് വേണ്ടി മാത്രമല്ല, ഞങ്ങൾക്കെല്ലാം വേണ്ടിയാണ് '.

ഒരാൾ മണ്ണിൽ നടുന്ന വിത്ത് ഒരു വന്ദനമാണ്. മാനവരാശിയുടെ മുന്നിലുള്ള ധാർമ്മികവിധേയത്വമാണത്. അതിൽ ഒരു പ്രസന്നതയുണ്ട്, പ്രതീക്ഷയുണ്ട്. വസ്തുക്കൾ നമ്മെ സ്വാധീനിക്കുന്നുണ്ട്, നമ്മുടെ അയൽക്കാരന്റെ പെരുമാറ്റംപോലും നമ്മെ മാറ്റിമറിക്കും. ചുറ്റുപാടുള്ള പ്രതികരണങ്ങൾ എങ്ങനെയാണ് പരിവർത്തനത്തിലേക്കും നാശത്തിലേക്കും നയിക്കുന്നതെന്ന തിരിച്ചറിവുണ്ടായാൽ അതിനെതിരെ ജാഗ്രത പാലിക്കാനാവും.

ബുദ്ധമതത്തിലെ പ്രധാന ചിന്ത ജീവിതത്തിലെ ഓരോ നിമിഷത്തിലും എന്താണ് സംഭവിക്കുന്നതെന്ന് തിരിച്ചറിയുക എന്നുള്ളതാണ്. 'നമ്മുടെ ജീവിതരീതിയെക്കുറിച്ച്, ഉപഭോഗത്തെക്കുറിച്ച്, കാഴ്ചപ്പാടുകളെക്കുറിച്ച് ബോധം നേടുകയാണെങ്കിൽ, നാം ജീവിക്കുന്ന ഈ നിമിഷം എങ്ങനെ സമാധാനമുണ്ടാക്കാമെന്ന് മനസ്സിലാക്കാം. '

ഒരു കാർ ഉള്ളപ്പോൾ നമ്മൾ വേറൊരു വ്യക്തിയാണ്. തോക്കു കൈയിലുള്ളപ്പോൾ വേറൊരാളാണ്. ഓടക്കുഴൽ, പുസ്തകം, പന്ത് ... അങ്ങനെ നിങ്ങളെ മാറ്റാൻ കഴിവുള്ള എത്രയോ വസ്തുക്കൾ !. ഓരോന്നിലൂടെയും ഇങ്ങനെയാണ് നമ്മൾ മാറുന്നത്. അമ്പതിനായിരം ആറ്റംബോംബ് കൈവശമുള്ള മാനവരാശി ഏറ്റവും അപകടകാരിയായ വർഗ്ഗമാകുന്നത് ഈ രീതിയിലാണ്.

ഈ ദശാസന്ധിയിൽ നിന്ന് പിന്മാറുന്നതോടൊപ്പം ഓരോരുത്തരും ലോകത്തിന്റെ നിലനിൽപ്പിനും പരിവർത്തനത്തിനുമായി എങ്ങനെ സജ്ജരാകണമെന്നാണ് ഹാൻ 'എൻഗേജ്ഡ് ബുദ്ധിസ'ത്തിലൂടെ പറയുന്നത്. നമുക്ക് നഷ്ടപ്പെട്ട മനസ്സ് വീണ്ടെടുക്കാനുള്ള പ്രയത്നം വേണ്ടി വരും. ഒരു തിരിച്ചുപോക്കാണത്.

സന്യാസി പോൾ ബ്രണ്ടൻ പണ്ടേ പറഞ്ഞു, ഒരു സന്യാസിയാകാൻ മലമുകളിൽ പോയി ഏകാന്തധ്യാനം അനുഷ്ഠിക്കേണ്ടതില്ലെന്ന്. സന്യാസം ഒരു വ്യക്തിയിൽ സംഭവിക്കുകയാണ്. അവിടെ വ്യക്തിയിൽ സ്വാർത്ഥമായ മോക്ഷപ്രതീക്ഷയല്ല ജീവത്തായ യിട്ടുള്ളത്. അത് വ്യക്തിയിൽനിന്ന് ലോകത്തിന്റെ മോചനത്തിനായുള്ള ഏറ്റവും ശക്തമായ ആന്തരസ്വപ്നമാണ്, ആന്തരക്ഷോഭമാണ്. മനസ്സിലെ കാടും പടലും അഴുക്കും ദുർഗന്ധവും നീക്കി ശുദ്ധമാക്കുന്ന ഒരു അധ്വാനമാണ് അതിനു വേണ്ടത്. സ്വയം കണ്ടെത്തുന്നതിലാണ് ജീവിതമുള്ളത്.

ചെവിയോർത്താൽ യഥാർത്ഥ മനസ്സ്

ശുദ്ധജലം ഒളിഞ്ഞിരിക്കുന്ന ഇടം കണ്ടെത്തുന്നതുവരെ നാം മണ്ണിൽ കുഴിക്കണം. അതുപോലെ നമ്മുടെ യഥാർത്ഥമനസ്സുമായി നാം സമ്പർക്കത്തിലാവുമ്പോൾ പ്രജ്ഞയുടെയും ദയയുടെയും ഉറവകൾ പുറത്തേക്ക് ഒഴുകും. ഇതാണ് മനുഷ്യത്വത്തിലേക്കുള്ള യാത്രയെ അർത്ഥവത്താകുന്നത്. ഒരാളുടെ ശുദ്ധവും അകൃത്രിമവുമായ മനസ്സിനെ വീണ്ടെടുക്കുമ്പോൾ അത്ഭുതം സംഭവിക്കുന്നു. യഥാർത്ഥ മനസ്സുമായി സമ്പർക്കത്തിലായിരിക്കുക.

അവനവന്റെ മോക്ഷം എന്ന നിലവിട്ട് ലോകത്തിന്റെ അഭ്യുദയത്തിന് വേണ്ടിയുള്ള വിളിയായി ഒരുവനിൽ ഘനീഭവിക്കുന്ന ഊർജ്ജം കാമ്യമാണ്. എന്താണ് ആ ദയയും സ്നേഹവും? 'മനുഷ്യരുടെയും മൃഗങ്ങളുടെയും സസ്യജാലങ്ങളുടെയും ജീവിതം സംരക്ഷിക്കാനും അവയെ സ്നേഹിക്കാനും വേണ്ടി ഞാൻ എന്റെ ദയയെ തുറന്നു വിടാൻ പ്രതിജ്ഞയെടുക്കുകയാണ്'. ഇതാണ് ബോധോദയത്തിലേക്കുള്ള പാത. മനുഷ്യനിൽ നിക്ഷിപ്തമായ കഴിവുകൾ ഒന്നൊന്നായി ഉയർന്നു വരുകയാണ്.

എന്താണ് പ്രജ്ഞ? 'ഞാൻ പ്രതിജ്ഞയെടുക്കുകയാണ്, ആളുകളോടും ജീവികളോടും സസ്യങ്ങളോടും ധാതുക്കളോടും രമ്യതയിലും പ്രേമത്തിലും ജീവിക്കാൻ'. എല്ലാത്തിലും സൗന്ദര്യവും നീതിയും ജീവിക്കാനുള്ള അവകാശവും ദർശിക്കുന്ന മഹാത്ഭുതമാണിത്. എല്ലാ തിന്മകളെയും പരാജയപ്പെടുത്തുന്നതാവണം നമ്മുടെ കാഴ്ചകൾ. ഒരുപടികൂടി ഉയരത്തിൽ എത്തിക്കുന്നതാണ്, നമ്മുടെ സ്നേഹാനുജീവിതങ്ങൾ. സ്നേഹിക്കുമ്പോൾ ജീവിക്കുന്നത് തനിച്ചല്ല, മറ്റുള്ളവർക്ക് ഒപ്പമാണ്. ഒരറ്റത്തുനിന്നു ഇരുട്ടു വ്യാപിച്ചു വരുമ്പോഴും, അതിനെ ചെറുക്കേണ്ടതുണ്ട്. എൻഗേജഡ് ബുദ്ധിസം ഒരു ആഭിമുഖ്യമാണ്; അവസാനിക്കാത്ത സംവാദമാണത്. മനുഷ്യരോട് മാത്രമല്ല, ജീവനുള്ള എല്ലാത്തിനോടും ഐക്യപ്പെടുന്നതി

ലാണ് ജീവിതത്തിന്റെ അർത്ഥം സ്പഷ്ടമാകുന്നത്. അത് അവിടെ അവസാനിക്കുന്നില്ല; ജീവനില്ലാത്ത വസ്തുക്കളിലും നാമത് കാണേണ്ടതുണ്ട്. അങ്ങനെ സാകല്യബോധമുണ്ടാകുന്നു. ചെവിയോർത്താൽ, മൺതരികൾ നിർത്താതെ സംസാരിച്ചു കൊണ്ടിരിക്കുകയാണ്. ഭൂമിയുടെ അടിയിലേക്ക് ചെല്ലുന്തോറും ശബ്ദം കനക്കുന്നു ;കൂടുതൽപേർ സംഭാഷണത്തിൽ പങ്കുചേരുന്നു.

യഥാർത്ഥ സന്തോഷം സമാധാനത്തിലും ദൃഢതയിലും സ്വാതന്ത്ര്യത്തിലും ദയയിലുമാണുള്ളത്; സമ്പത്തിലോ പ്രശസ്തിയിലോ അല്ല. നമ്മുടെ തീരുമാനം ഇതാണ്: ജീവിതത്തിന്റെ ലക്ഷ്യം പ്രശസ്തിയോ ലാഭമോ സമ്പത്തോ, അല്ലെങ്കിൽ ദശലക്ഷക്കണക്കിനാളുകൾ പട്ടിണി കിടന്ന് കഷ്ടപ്പെടുമ്പോൾ സമ്പത്ത് കുന്നുകൂട്ടുകയോ അല്ല – ഹാൻ എഴുതുന്നു. ഇതെല്ലാം നേട്ടമായി ആളുകൾ വ്യാഖ്യാനിക്കുന്നത് തെറ്റിദ്ധാരണയുണ്ടാക്കുന്നു. സമ്പത്ത് ആവശ്യമില്ലെന്നല്ല ഇതിനർത്ഥം. നമ്മുടെ ജീവിതത്തോടുള്ള സമീപനമാണ് പ്രശ്നം. ചൂഷണം ചെയ്യുമ്പോൾ അത് പ്രകൃതിക്ക് വിരുദ്ധമാകും. ചൂഷണം ചെയ്താൽ നമ്മോടൊപ്പം പ്രകൃതിയും നശിക്കും. എല്ലാകാലവും ചൂഷണം സാധ്യമല്ല. എല്ലാ അടിമത്തവും ഒരിക്കൽ അവസാനിക്കുക തന്നെ ചെയ്യും. നിശ്ചയമായും മണ്ണിന്റെ മരണം സംഭവിക്കുന്നുണ്ട്. എല്ലാ പോഷകമൂല്യങ്ങളും നഷ്ടമായ മണ്ണിൽ നാം കൃത്രിമവളം വിതറുന്നു. യാതൊരു ജൈവസാന്നിധ്യവുമില്ലാത്ത മണ്ണ് കൃത്രിമവളത്തിൽ ഊഷരമായിത്തീരുന്നു. മണ്ണിനെ കൊന്നിട്ട് വിള വർദ്ധിപ്പിക്കാം; പക്ഷേ, എത്രനാൾ? പിന്നീട് വിഷവളം തിന്ന് രോഗികളാകുന്നവരെയാണ് നാം കാണുക. സംസ്കൃതത്തിൽ സമാധി എന്ന് പറയുന്നത് ചിന്തകളിൽ നിന്നുള്ള പ്രതിരോധത്തെയാണ്. ധ്യാനത്തിൽ നമ്മുടെ ശക്തിയില്ലാതാക്കുന്ന ചിന്തകളുടെയും വികാരങ്ങളുടെയും ആക്രമണം നിർത്തിയാലേ ശ്രദ്ധ കേന്ദ്രീകരിക്കാനുള്ള ശക്തി സമാഹരിക്കാനാവുകയുള്ളൂ.

നമ്മെ എപ്പോഴും വലയം ചെയ്യുന്ന ചിന്തകളിൽ നിന്ന് നാമെന്താണ് നേടുന്നത്? അത് ചുറ്റിപ്പിണഞ്ഞു മനസ്സിനെ ക്ഷീണിപ്പിക്കുന്നു. നമുക്ക് ഒന്നിലധികം മനസ്സുണ്ടെന്ന് തോന്നിപ്പിക്കുന്ന മട്ടിൽ ശാന്തിയില്ലാതാകുന്നു. ചിന്തകൾ ഒഴുകിപ്പറന്നുപോയിക്കഴിയുമ്പോൾ മനസ്സ് ശൂന്യമാവുകയും ചെയ്യും.

ചിന്തകൾ അയാഥാർഥ്യമാകുന്നത് എന്തുകൊണ്ടാണ്? അത് നിലനിൽക്കാത്തതുകൊണ്ട്. എന്നാൽ ഇതിൽ ഗുണപരമായ മാറ്റം എങ്ങനെയാണ് സാധ്യമാകുന്നത്? നിങ്ങൾ ഒരു മരം നട്ട ശേഷം വേണ്ടപോലെ വളർന്നില്ലെങ്കിൽ ചെടിയെ പഴിക്കില്ല. കാരണം

ചെടി കുറ്റക്കാരിയല്ല. എന്തുകൊണ്ടാണ് ചെടി നല്ലപോലെ വളരാത്തതെന്ന് നോക്കും. തെറ്റ് ചെയ്തതു നിങ്ങളുടെ മകനാണെങ്കിൽ അവനെ പഴിക്കും. നന്നായി വളരാൻ എന്താണ് വേണ്ടതെന്ന് അറിയാമെങ്കിൽ അവൻ നന്നായി വളരും, ഒരു മരത്തെ പോലെ. കുറ്റപ്പെടുത്തുന്നതുകൊണ്ട് ഒരു പ്രയോജനവുമില്ല. ഒരിക്കലും കുറ്റപ്പെടുത്തരുത്. വാദങ്ങളും യുക്തിയും വച്ച് ഒരിക്കലും പ്രേരിപ്പിക്കരുത്. അതുകൊണ്ട് ഒരു നല്ല ഫലം ഉണ്ടാവുകയില്ല.

തർക്കങ്ങൾ വേണ്ട, വ്യാഖ്യാനങ്ങൾ വേണ്ട. കുറ്റപ്പെടുത്തണ്ട. മനസ്സിലാക്കിയാൽ മതി. മനസ്സിലാക്കുകയാണെങ്കിൽ, മനസ്സിലായെന്ന് ബോധ്യപ്പെടുകയാണെങ്കിൽ രമ്യത സാധ്യമാകും. അങ്ങനെ സാഹചര്യം മാറും.

ഒരാൾ ഒരു കാര്യം ഗ്രഹിക്കുന്നതും അത് താൻ ഗ്രഹിച്ചിട്ടുണ്ടെന്ന് സ്വയം നിർണയനം ചെയ്യുന്നതും രണ്ടു പ്രക്രിയകളാണ്. രണ്ടാമത്തെ കാര്യത്തിൽ മനസ്സ് അതിന്റെതന്നെ അവസ്ഥയെ ബോധ്യപ്പെടുകയാണ്. ഇത് ആഴമേറിയ അറിവാണ്. അങ്ങനെയേ വളർച്ചയുടെ ലക്ഷ്യം ഗ്രഹിക്കാനാവൂ. വളർന്നാൽ മാത്രം പോരാ ;എന്തിനു വളർന്നുവെന്ന് കൂടി അറിയണം. മനുഷ്യന് ഈ അറിവ് അത്യാവശ്യമാണ്. ശംഖ് കടലിൽ ഉപേക്ഷിക്കപ്പെടുന്നതാണ്. എന്നാൽ അതു മനുഷ്യന്റെയടുത്തെത്തുമ്പോൾ വിശുദ്ധവും സാന്ദ്രവുമായ ഒരു ശാബ്ദികവിശ്രാന്തിയായി മാറുന്നു. മനുഷ്യനുള്ള ശബ്ദമായിരുന്നു അത്; ശംഖിൽ നിന്ന്, നഷ്ടപ്പെട്ട ആ ശബ്ദം വീണ്ടെടുക്കുകയാണ്. അങ്ങനെ അതൊരു സംസ്കൃത നാഗരികതയായി മാറുന്നു.

സമാധാനം എന്നത് അക്രമം ഇല്ലാതിരിക്കലല്ല;അത് പ്രജ്ഞയുടെയും ഉൾക്കാഴ്ചയുടെയും ഒരുമിച്ചുള്ള പ്രവൃത്തിയുടെയും ഒരുക്കമാണ്. വെറുതെയിരുന്നാൽ സമാധാനമാകില്ല. എന്തെങ്കിലും ഗുണപരമായി പ്രവർത്തിക്കണം. ആ പ്രവൃത്തിയിൽ ദയ ഉണ്ടാകണം. മാനസികമായി ഉൾക്കാഴ്ചയും അറിവുമുണ്ടാകണം. വെറും ശരീരവും കുറെ തോന്നലുകളുമായി ഭൂമുഖത്ത് കൂടി പാഞ്ഞുപോകുന്ന ആളിനെ ഒരു മാനുഷികതയുടെ അവകാശിയാക്കി മാറ്റുന്നത് ഇതാണ്. മാനുഷികത ആളിൽ എപ്പോഴുമില്ല. ആർജിക്കേണ്ടതാണത്.

ഹാൻ പറയുന്ന ഇൻറർ ബീയിംഗ് – ജീവിതസമന്വയം -ഈ കാലവുമായുള്ള പാരസ്പര്യമാണ്. നമ്മൾ തനിച്ചല്ല എന്ന് വിവേകമാണത്. ഒരു കുയിൽ പാടുമ്പോൾ അതിൽ നമ്മളുമുണ്ട്. മൃദുവായ ആ ശബ്ദത്തിൽ നമ്മെ സ്വാധീനിക്കുന്ന എന്തോ ഉണ്ട്.

ഒരു വസ്തുവിനെ കാണുമ്പോൾ അതിനെക്കുറിച്ചുള്ള ഭൂതകാ

ലചിന്തകൾ, വംശമഹിമകൾ വിട്ടു വലിയ സംസ്കൃത സംസ്കാരത്തിന്റെ, ദയയുടെ പശ്ചാത്തലത്തിൽ നോക്കേണ്ടതുണ്ട്. ഇന്റർ ബീയിംഗ് എന്ന ഈ സെൻബുദ്ധ ശാഖ ലോകവുമായുള്ള സംയുക്തമായ പ്രവർത്തനവും പ്രതിപ്രവർത്തനവുമാണ്. സമൂഹ ജീവിതത്തിന്റെ നന്മയ്ക്കായി എങ്ങനെ ആത്മാനുഭവത്തെ ഉപയോഗിക്കാം? മനുഷ്യരാശിയെ യാതനയിൽനിന്നു മോചിപ്പിക്കുകയാണ് ലക്ഷ്യം. ഒരാളുടെ ദുഃഖം മാറിയാൽ പോരാ; സകലരുടെയും ആകുലതകളും പേടിസ്വപ്നങ്ങളും അവസാനിക്കണം. ഒരു ദിവസംകൊണ്ട് ഇത് പ്രായോഗികമായി നടപ്പാക്കണമെന്നില്ല. എന്നാൽ ഇതിനായുള്ള ദീർഘകാല പദ്ധതി എന്ന നിലയിലാണ് വിദ്യാഭ്യാസം ചെയ്യേണ്ടത്.

ബൗദ്ധമാർഗത്തെ നിതാന്തമായ വിദ്യാഭ്യാസമായി വികസിപ്പിക്കുകയാണ് ഹാൻ. ശാന്തിയോടെയിരിക്കാൻ ആത്മരസതന്ത്രമാണ് ആവശ്യം. സ്വയം സൃഷ്ടിക്കുന്ന ശാന്തി എന്നതിലുപരി ചുറ്റിനുമുള്ളവരോട് ശാന്തിയിലേർപ്പെടേണ്ടതുണ്ട്.

ശാന്തി എവിടെ?

ധ്യാനം, നിങ്ങളിൽ എന്താണ് സംഭവിക്കുന്നതെന്ന് മനസ്സിലാക്കലാണ് – ശരീരത്തിൽ, മനസ്സിൽ, വികാരങ്ങളിൽ, പുറംലോകത്ത്. എന്താണോ സംഭവിക്കുന്നത് അതിനൊപ്പം എത്തിച്ചേരുമ്പോഴാണ് ഇത് സംഭവിക്കുന്നത്. സമകാലികതയുടെ തീവ്രനിമിഷം. മനസ്സും ശരീരവും സംഭാഷണവും ഒരുമയിലായിരിക്കുമ്പോൾ ധ്യാന പൂർണിമയുണ്ടാകുന്നു. ഒരാൾ സ്വയമറിയുന്നില്ലെങ്കിൽ, അയാൾക്കെങ്ങനെ ലോകത്തെ മാറ്റുന്ന പ്രക്രിയയിൽ പങ്കുചേരാനാവും? . സ്വയം മാറുക എന്ന വലിയ ദൗത്യം ഓരോ വ്യക്തിയെയും കാത്തിരിക്കുന്നുണ്ട്. മാറ്റത്തിന് മാത്രം മാറ്റമില്ലാതിരിക്കുന്നില്ലല്ലോ. ഓരോ ചുവടിനും പ്രാധാന്യമുണ്ട്. ഭൗതിക സാഹചര്യങ്ങളോടെന്നപോലെ ആന്തരികസാഹചര്യങ്ങളോടും പ്രതികരിക്കേണ്ടതുണ്ട്. നമ്മുടെ വാക്കുകൾക്ക് ചുറ്റുമുള്ളവരിൽ പ്രേമം സൃഷ്ടിക്കാൻ കഴിയും. അതുപോലെ വിശ്വാസവും സന്തോഷവും. പക്ഷേ, വാക്കുകൾ ഉപയോഗിക്കുമ്പോൾ ശ്രദ്ധാലുവായിരിക്കണം. അധികം സംസാരിക്കുമ്പോൾ ലക്ഷ്യം നഷ്ടപ്പെടുത്തരുത്.

വാക്കുകൾ വ്യയം ചെയ്യുന്നത് വിപത്തായി മാറും. കാരണം, കുറെ കഴിയുമ്പോൾ ഒന്നുംതന്നെ വിനിമയം ചെയ്യാനുണ്ടാവില്ല. എന്നാൽ ഒരാൾ ബുദ്ധനിലേക്ക് ആകർഷിക്കപ്പെടുന്ന സന്ദർഭം, എപ്പോഴെങ്കിലും ഉണ്ടാകാതിരിക്കില്ല. ചിലപ്പോൾ ശാന്തമായിരിക്കുന്ന അവസ്ഥ ഒരു പ്രലോഭനമാകാം. ജീവിതത്തിന്റെ ഉറപ്പില്ലാത്തതും

നശ്വരവുമായ ശബ്ദഘോഷങ്ങളുടെ നിരർത്ഥകതയിൽ നീറിപ്പുക യുന്ന അവസ്ഥയിൽ ബുദ്ധൻ അവസാനത്തെ ആശ്രയംപോലെ ഉദിച്ചുയരുന്നുണ്ടാവും.

നമ്മുടെ ബുദ്ധിസം എവിടെയാണ്, ഹാൻ ചോദിക്കുന്നു. അമെ രിക്കൻ ബോധിസത്വൻ, അമെരിക്കൻ സന്യാസി തുടങ്ങിയതൊ ന്നും തേടേണ്ടതില്ല. ബുദ്ധപാരമ്പര്യങ്ങളിൽനിന്ന് ഏറെ പഠിക്കാ നുണ്ട്. 'നിങ്ങൾ നിങ്ങളുടേതായ ബുദ്ധിസം സൃഷ്ടിക്കേണ്ടതുണ്ട്. തീവ്രമായ പരിശീലനത്തിലൂടെ സ്വന്തം ബുദ്ധിസം സൃഷ്ടിക്കാവുന്ന താണ്. ഏതു സമൂഹത്തിലാണോ പ്രവർത്തിക്കുന്നത്, അവിടുത്തെ സാഹചര്യത്തിനൊത്താണ് ബുദ്ധധർമ്മത്തെ അന്വേഷിക്കേണ്ടത്.

കഴിഞ്ഞ ഇരുപത്തിയഞ്ചു വർഷത്തെ അനുഭവത്തിൽനിന്നാണ് ഹാൻ തീപ് ഹീൻ ഓർഡർ (Tiep Hien Order) അഥവാ ഇന്റർബീ യിംഗ് (Interbeing) പരിചയപ്പെടുത്തുന്നത്. ഇതൊരു പുതിയ പദമാണ്. വിയറ്റ്നാമിലാണ് ഇത് സ്ഥാപിതമായത്, യുദ്ധകാലത്ത്. ലിൻ ചിയുടെ സെൻ സ്കൂളിൽ നിന്നാണ് ഇത് പിറവിയെടുത്തതെ ന്ന് അറിയുക. എൻഗേജ്ഡ് ബുദ്ധിസ്റ്റ് രീതിയാണിത്.

തീപ്, ഹീൻ എന്നീ വിയറ്റ്നാമീസ് വാക്കുകളുടെ ഉറവിടം ചൈനീസാണ്. തീപ് എന്നാൽ അടുപ്പത്തിലായിരിക്കുക എന്നാ ണർത്ഥം. ഒരാൾ അവനുമായി അടുപ്പത്തിലായിരിക്കണം. ഇപ്പോൾ അങ്ങനെയല്ലല്ലോ. പലരും രാഷ്ട്രീയം, മതം, ശാസ്ത്രം, സാങ്കേതികം, കല തുടങ്ങിയ മേഖലകളിൽ ഇടപെടുന്നു. എന്നാൽ ഇതിലൊന്നിലും അവനവന്റെ ആവശ്യമില്ല. പ്രൊഫഷണൽ അവബോധം മതിയാകും. മനുഷ്യൻ ഒട്ടും പരിഗണിക്കാത്തത് സ്വന്തം മനസ്സിന്റെ യഥാർത്ഥ പ്രകൃതത്തെയാണ്. ഏറ്റവും സത്യ സന്ധമായ മനസ്സു ഓരോ വ്യക്തിയിലുമുണ്ട്. ഒരു വീണ്ടുവിചാരമു ണ്ടെങ്കിൽ അതും അന്വേഷിക്കാവുന്നതാണ്.. ചെയ്യുന്നതെല്ലാം ശരി യാണെന്ന് വിചാരിച്ചു നാം മുന്നോട്ടുപോകുന്നു. സ്വന്തം തെറ്റുകൾ എങ്ങനെ കണ്ടുപിടിക്കും? മനുഷ്യന്റെ നിരാർദ്രമായ ഓട്ടങ്ങളിൽ ആരൊക്കെ ഞെരിഞ്ഞമരുന്നു. എത്രയോ ജീവികൾ നിശ്ശബ്ദരാ ക്കപ്പെടുന്നു. മനസ്സിനകത്ത് ഏകാന്തതയുടെ വിശുദ്ധമായ ജലം പാനം ചെയ്യാൻ പലർക്കും സമയം കിട്ടുന്നില്ല. സ്വയം ബാഹ്യവത്ക്ക രിക്കുന്നതാണ് ഇപ്പോഴത്തെ ലോജിക്ക്. എന്നാൽ അവനവന്യമായു ള്ള നിത്യമായ അടുപ്പമാണ് ധ്യാനത്തെ നിർണയിക്കുന്നത്. ബുദ്ധ ന്മാർ, ബോധിസത്വന്മാർ തുടങ്ങിയവരുമായി അടുപ്പത്തിലായിരിക്കു ന്നതും ഇതിന്റെ പരിധിയിൽ വരുന്നു. നമ്മുടെ ശരിയായ മനസ്സു മായി അടുപ്പത്തിലായിരിക്കുമ്പോൾ അതുവരെ അറിയാതിരുന്ന

ജ്ഞാനം ബോധ്യപ്പെടാൻ തുടങ്ങും. സ്വാതന്ത്ര്യമാണ് വായുവിൽ പോലും കലർന്നിരിക്കുന്നത്.

ഹീൻ എന്നാൽ ഈ കാലമാണ്, ഈ സമയം. നമ്മൾ ഇന്നിലായിരിക്കണം. കാരണം, ഈ നിമിഷം മാത്രമാണ് യഥാർത്ഥമായുള്ളത്. ആരും ജീവിക്കുന്നത് ഈ നിമിഷത്തിലാണ്. കഴിഞ്ഞതെല്ലാം എന്നെന്നേക്കുമായി മറഞ്ഞു കഴിഞ്ഞു;ഒരു നിഴൽ പോലും ബാക്കിയില്ല. ഫോട്ടോഗ്രാഫുകളിൽ കാണുന്നത് ഇന്നിന്റെ ജീവിതമല്ലല്ലോ. വരാനുള്ള കാലം നമ്മുടെ കൈപ്പിടിയിലില്ല. നാം ഭാവിയുടെ ഒരു അസംസ്കൃതവസ്തു മാത്രമാണ്. പക്ഷേ, ഭാവിയെ നമ്മുടെ ഇഷ്ടത്തിനൊത്ത് ഒരു കളിമൺപാത്രമോ, കവിതയോപോലെ സൃഷ്ടിക്കാനാവില്ല. കാലങ്ങളിൽ നമുക്ക് സംവേദനക്ഷമമായത് ഈ നിമിഷം മാത്രമാണ്.

ഈ നിമിഷമാണ് കാതൽ

ഭാവിക്കുവേണ്ടി പ്രാക്ടീസ് വേണ്ട; സ്വർഗ്ഗത്തിൽ പുനർജനിക്കാനും നോക്കേണ്ട. ഇപ്പോൾ, ഈ നിമിഷം സന്തോഷം, സമാധാനം നേടുക. യഥാർത്ഥ്യത്തിനു ഒപ്പം നിൽക്കുക. നമ്മെ ജീവിപ്പിക്കുന്നത്, സ്വപ്നം കാണിക്കുന്നത്, അർത്ഥമുണ്ടെന്ന് തോന്നിപ്പിക്കുന്നത് ഈ നിമിഷം മാത്രമാണ്. ശാശ്വതത്തെക്കുറിച്ചുള്ള ഒരു മാന്ത്രിക വെളിപ്പെടുത്തലാണ് ഈ നിമിഷം. തൊട്ടടുത്ത നിമിഷം അത് വെറും കെട്ടുകഥയാവുകയാണ്. അതുകൊണ്ട് ഈ നിമിഷങ്ങളെ ആശ്ലേഷിക്കുക; മായുന്നതിനുമുമ്പുള്ള അമൂല്യമായ യഥാർത്ഥ്യം എന്ന നിലയിൽ.

സ്നേഹവും അറിയലും ആശയങ്ങളല്ല; യഥാർത്ഥ വസ്തുതകളായിരിക്കണം. മനുഷ്യൻ അവനിൽതന്നെ അത് സാക്ഷാത്കരിക്കണം. അവനിൽ അതുണ്ടെന്ന് അനുഭവിക്കണം. സ്നേഹമെന്ന വികാരം എത്രപേർക്കറിയാം? കവിതകളിൽ അത് സുലഭമായുണ്ട്. പക്ഷേ, സ്വജീവിതത്തിൽ പലരും സ്നേഹത്തിൽനിന്ന് അകലാനാണ് ശ്രമിക്കുന്നത്. ഒരാൾ നമ്മെ സ്നേഹിക്കുന്നുവെന്ന് അറിയുന്നതോടെ അയാളെ വെറുക്കാൻ തുടങ്ങുന്നത് സ്നേഹം എന്താണെന്ന് മനസ്സിലാവാത്തതു കൊണ്ടല്ലേ?

മറ്റൊരാളുടെ സ്വാതന്ത്ര്യത്തിലേക്കോ സ്വകാര്യതയിലേക്കോ കടന്നുകയറുന്നതല്ല സ്നേഹം. അതൊരു ആത്മമന്ത്രമാണ്. ഇതാണ് പരസ്പരബന്ധത്തിലേക്ക്, ഇൻറർബീയിംഗിലേക്ക് നയിക്കുന്നത്. രണ്ട് വ്യക്തികൾ ചേരുമ്പോൾ ലോകം പുതിയൊരു ഉള്ളടക്കം നേടുന്നു; വളരുന്നു. അങ്ങനെ കാലം വളരുകയാണ്. ഞാൻ ഉള്ളതുകൊണ്ട് നിങ്ങളുണ്ട്; നിങ്ങൾ ഉള്ളതുകൊണ്ട് ഞാനുമുണ്ട്.

ഇതാണ് ഇൻറർ ബീയിംഗ്. ഞാൻ മാത്രമായി ഒരു ജീവിതമില്ല. എത്രയോ പേരുടെ പ്രയത്നഫലമായാണ് നമ്മൾ ജീവിക്കുന്നത്. ആർക്കും സംസ്കാരം ഉണ്ടാകുന്നത് ലോകം നിലനിൽക്കുന്നതു കൊണ്ടാണ്. സംസ്കാരത്തിന്റെ അടയാളങ്ങളായി കൊണ്ടുനടക്കുന്ന ഓരോ വസ്തുവും എവിടെയോ ഉള്ള പേരറിയാത്ത മനുഷ്യർ ഉൽപ്പാദിപ്പിച്ചതാണ്. ഈ ഭാഷ തന്നെ നോക്കൂ. അതാരാണ് കണ്ടുപിടിച്ചത്?

വ്യക്തികൾ പരസ്പരം സംവദിക്കുന്നതു പോലെ സമൂഹങ്ങളും സംവദിക്കണം. അതിലൂടെ കൊടുക്കൽവാങ്ങലുകൾ ഉണ്ടാകുന്നു. ബുദ്ധന്റ ജീവിതം വളരെ മൂല്യമുള്ളതാകുന്നത് ഈ സംവാദാത്മകത മൂലമാണ്. മതഭ്രാന്തിൽ നിന്ന് ഒഴിഞ്ഞു നിന്നാലേ സമാധാനം ലഭിക്കൂ എന്ന് ഹാൻ സാക്ഷ്യപ്പെടുത്തുന്നു. ബുദ്ധൻ ഒരു മത വാദമല്ല; ഒരു രമ്യതയാണ്, ധ്യാനമാണ്, ധർമ്മമാണ്.

ബുദ്ധൻ ഉണർവ്വാണ്, പാരസ്പര്യമാണ്. മുറിവല്ല, മുറിവുണക്കലാണ്. ദുഃഖമല്ല, ദുഃഖനിവൃത്തിയാണ്, സംയോജനമാണ്, അനുതാപരാഗമാണ്.

സഭാപ്രസംഗകനും നവസാഹിത്യപ്രമേയങ്ങളും

"ധനം എത്രയായാലും അവനു മതിവരുന്നില്ല. ആർക്കുവേണ്ടിയാണ് അധ്വാനിക്കുകയും സന്തോഷങ്ങൾ ഉപേക്ഷിക്കുകയും ചെയ്യുന്നതെന്ന് അവൻ ചിന്തിക്കുന്നില്ല. ഇതും മിഥ്യയും പരിതാപകരവുമാണ് "

സഭാപ്രസംഗകൻ, 4-8

സന്തോഷം മിഥ്യയാണെന്ന് ബൈബിളിൽ സഭാപ്രസംഗകൻ പറയുകയാണ്. പുരാതനമായ ഒരു ജ്ഞാനഗ്രന്ഥമായും വിവിധ ആശയസംഹിതകളുടെ പ്രഭവസ്ഥാനമായും സഭാപ്രസംഗകന്റെ വാക്കുകളെ കാണാനാണ് ഞാൻ താല്പര്യപ്പെടുന്നത്. ക്രിസ്തുവിനു മുൻപ് മൂന്നാം നൂറ്റാണ്ടിൽ ജീവിച്ച ഈ യഹൂദ ചിന്തകൻ ജ്ഞാനത്തിന്റെ ആഴത്തിലേക്ക് നമ്മെ കൂട്ടിക്കൊണ്ടു പോവുകയാണ്. 'ഭൂമിയുടെ വിളവ് എല്ലാവർക്കുമുള്ളതാണ്' എന്ന വാക്യത്തിൽ നിന്നല്ലേ മാർക്സിസം ഉണ്ടായത്? അധ്വാനിക്കുന്നവർക്ക് അതിന്റെ വീതം കിട്ടാതെ വരുമ്പോൾ, ഈ പ്രസ്താവം തെറ്റുകയാണ്. എന്നാൽ അതിലും സഭാപ്രസംഗകൻ മിഥ്യ കാണുകയാണ്.

"രാജാവിനും വിളവിൽ ആശ്രയിക്കാതെ വയ്യ. ദ്രവ്യഗ്രഹിക്കു ദ്രവ്യം കൊണ്ട് തൃപ്തിയടയുകയില്ല. ഇതും മിഥ്യ തന്നെ". ദ്രവ്യം തുല്യമായി വീതിക്കപ്പെടുന്നതു നല്ലതുതന്നെ. പക്ഷേ അതുകൊണ്ട് എല്ലാം പരിഹരിച്ചു എന്നർത്ഥമില്ല. മനുഷ്യൻ അതിൽ തൃപ്തി നേടണമെന്നില്ല. അവന്റെ ആഗ്രഹങ്ങൾ പെരുകിക്കൊണ്ടിരിക്കും. മാർക്സിസത്തിൽ നിന്ന് വ്യതിചലിച്ചാൽ ദ്രവ്യമോഹത്തിലെത്തും. അധികാരവും അങ്ങനെ തന്നെ. അതിനെ ആഗ്രഹിക്കുന്നവനു തൃപ്തി കിട്ടുകയില്ലല്ലോ. ഉത്തരകൊറിയൻ ഭരണാധികാരി ഉൻ തന്റെ മരിച്ചുപോയ പിതാവ് ഇല്ലിന്റെ ഓർമ്മദിനത്തെ മുന്നിൽ

കണ്ടു പത്തു ദിവസത്തേക്ക് ചിരി നിരോധിച്ചത് അധികാരംകൊണ്ടു തൃപ്തി വന്നിട്ടില്ല എന്നാണ് സൂചിപ്പിക്കുന്നത്. സഭാപ്രസംഗകൻ ഇതിനെ മുന്നിൽ കണ്ടിരിക്കുന്നു. "ഇത് മിഥ്യ തന്നെ " എന്ന വാക്യം എപ്പോഴും മുഴങ്ങുകയാണ്. ഫലശൂന്യതയുടെയും യുക്തിരാഹിത്യത്തിന്റെയും പെരുമ്പറ നാദം മുഴങ്ങിക്കൊണ്ടിരിക്കുമ്പോൾ സമാധാനത്തോടെ എങ്ങനെ പ്രാർത്ഥിക്കും? . മനുഷ്യൻ വന്നതുപോലെ പോലെ പോകേണ്ടവനാണ്. "അമ്മയുടെ ഉദരത്തിൽ നിന്ന് പുറത്തു വന്നതു പോലെ നഗ്നനായി തന്നെ അവൻ പോകും. അവന്റെ പ്രയത്നഫലത്തിലൊന്നും അവൻ കൊണ്ടുപോകുകയില്ല. അതും വലിയ തിന്മയാണ്. അവൻ വന്നതുപോലെ തന്നെ പോകും ". (5 -15-16)

ഈ ശൂന്യതയല്ലേ യാഥാർത്ഥ്യം? നമ്മൾ എപ്പോഴു യാഥാർത്ഥ്യത്തിനു വില കൊടുക്കുന്നു. യാഥാർത്ഥ്യം ഒരു മൂർത്തതയായി നാം വ്യാഖ്യാനിക്കുന്നു. ഭൗതികേതരമായ ആദർശങ്ങളെ തേടിച്ചെല്ലുന്ന എഴുത്തുകാരൻ യഥാർത്ഥ്യത്തെ നിഷേധിക്കുന്നു. എന്തിന്? യാഥാർത്ഥ്യം അനീതി നിറഞ്ഞതാകയാൽ അതിൽ അയാൾക്ക് അഭിരമിക്കാൻ ഒന്നുമില്ല. അയാൾ ഭൗതികലോകത്തെ നിരാകരിക്കുകയാണ്. 1827 ൽ ഓസ്കാർ വൈൽഡിന്റെ ക്രോംവെൽ എന്ന നാടകത്തിനെഴുതിയ ആമുഖം ഫ്രഞ്ച് കാല്പനികതയുടെ ഉദയം കുറിക്കുകയാണ്. കലയുടെ സൗന്ദര്യം കലയിൽ തന്നെ ഒതുങ്ങുകയാണിവിടെ. എന്നാൽ റിയലിസ്റ്റ് എഴുത്തുകാരും ഇതിനോട് യോജിക്കുന്നതാണ് കാണുന്നത്. എമിലി സോളയും മറ്റും യഥാതഥമായി കഥ പറഞ്ഞപ്പോഴും ദാർശനികമായ സൂക്ഷ്മദർശനം സാധ്യമാക്കി. ക്ലാസിക്കൽ, നിയോക്ലാസിക്കൽ സാഹിത്യത്തിന്റെ മൂശയിലിട്ടുവാർത്ത സങ്കല്പങ്ങളോടു വിയോജിച്ചുകൊണ്ടാണ് അവർ യാഥാർത്ഥ്യം എന്ന ആശയത്തെ വികസിപ്പിച്ചത്.

എന്തിലാണ് സന്തോഷമുള്ളത്?

യാഥാർത്ഥ്യം, ഒരു ദാർശനികന്റെ കാഴ്ചപ്പാടിൽ മിഥ്യയാണ്. അവിടെ പ്രത്യക്ഷത്തിൽ കാണാത്തത് പലതും കാണേണ്ടിവരും. യാഥാർത്ഥ്യത്തെ കാൽപനികമായി മോടി പിടിപ്പിച്ചുകൊണ്ട് എഴുതിയവരുണ്ട്. വൈരുദ്ധ്യങ്ങൾക്കകത്ത് തലയുയർത്താനാവാതെയാണ് ലോകത്ത് മനുഷ്യർ ജീവിക്കുന്നത്. എന്നാൽ എന്തിലാണ് അവന് സന്തോഷിക്കാനുള്ളത്? . സന്തോഷം തന്നെ മിഥ്യയായിരിക്കെ, അവൻ എന്തെഴുതും?

നിഴൽ പോലെ കടന്നുപോകുന്ന ഈ വ്യർത്ഥമായ ഹ്രസ്വജീ

വിതത്തെ എങ്ങനെ മനസ്സിലാക്കും? പൊരുളുകൾ അറിയാത്ത തിന്റെ വ്യഥ ഭയങ്കരമാണ്. കാഫ്കയുടെ കഥകൾ അതല്ലേ വിവരി ക്കുന്നത്? പൊരുളുകളെ അത് തുറിച്ചുനോക്കുന്ന പോലെയുണ്ട്. എന്നാൽ ആത്യന്തികമായ യാതൊന്നിലും എത്തിച്ചേരാനാകുന്നു മില്ല. മനുഷ്യൻ എങ്ങനെയാണ് തന്റെ ഏറ്റവും അഗാധവും ഏകാ ന്തവുമായ ഒരിടത്ത് മറ്റാരോടും വിനിമയം ചെയ്യാനാകാത്ത വ്യഥ അനുഭവിക്കുന്നതെന്ന് ആ കഥകൾ സൂചന തരുന്നു.

It sounds absurd, but it is true എന്ന കാഫ്കയുടെ നിരീക്ഷണം അദ്ദേഹത്തിന്റെ മിഥ്യാലോകത്തെക്കുറിച്ചുള്ള ഏകദേശ ധാരണ തരുന്നുണ്ട്. ഒരേ സമയം അസംബന്ധവും യാഥാർത്ഥ്യവുമായിരിക്കു ന്നതിന്റെ മരവിപ്പും സന്ത്രാസവുമാണത്.

ഉദ്യോഗസ്ഥന്മാരുടെയും നിയമങ്ങളുടെയും ഒരു മഹാപ്രപഞ്ച ത്തിൽ എത്തിപ്പെടുന്ന ഒരാൾ ശരിയാണെന്ന് വിശ്വസിക്കുന്നത്, അപ്രതീക്ഷിതമായി തെറ്റാണെന്ന് തെളിയിക്കപ്പെടുന്നു. പ്രതീക്ഷ നിലനിർത്തുകയും അത് പൊടുന്നനെ തകർക്കപ്പെടുകയുമാണ് ചെയ്യുന്നത്.

ഒരു വ്യവസ്ഥയ്ക്കകത്ത് നിൽക്കുന്നത് നമുക്ക് വേണ്ടിയാകണ മെന്നില്ല; അതിന്റെ നിലനിൽപ്പിനുവേണ്ടിയായിരിക്കാം. വ്യവസ്ഥമാ ത്രമാണുള്ളത്; എന്നാൽ അത് നിറയെ യുക്തിരാഹിത്യവും സമസ്യ കളുമായിരിക്കും. ദുർഗത്തിൽ പ്രവേശിക്കാനെത്തുന്ന ലാൻഡ് സർവെയറായ കെ എന്ന കഥാപാത്രമാണല്ലോ 'കാസിലി'ലെ കേന്ദ്ര ബിന്ദു. എന്നാൽ അയാൾക്ക് ദുർഗത്തിൽ പ്രവേശിക്കാനാവുന്നി ല്ല. പല വഴികൾ ചൂണ്ടിക്കാണിക്കപ്പെടുന്നുണ്ടെങ്കിലും, അതൊന്നും അയാളെ രക്ഷിക്കുന്നില്ല.

അപരിചിതത്വം നിമിഷംതോറും വർദ്ധിക്കുന്നതല്ലാതെ ഒന്നും സംഭവിക്കുന്നില്ല. ഓരോ പുതിയ വ്യക്തിയെ പരിചയപ്പെടുമ്പോഴും ലക്ഷ്യത്തെക്കുറിച്ചുള്ള ചർച്ചകൾ മാത്രമാണുണ്ടാവുന്നത്. ദുർഗ്ഗവു മായി യാതൊരു ബന്ധവുമില്ലാതിരുന്ന കെക്ക് രണ്ട് ഉത്തരങ്ങളാണ് ദുർഗ്ഗത്തിൽ നിന്നു ലഭിക്കുന്നത്. ആദ്യത്തേത് അയാളെ അറിയില്ലെ ന്നും രണ്ടാമത്തേത് അറിയാമെന്നുമാണ്. ഏതാണ് ഇതിൽ ശരി? നോവലിന്റെ അവസാനം വരെ ഇതിന് സ്ഥിരീകരണം ലഭിക്കുന്നി ല്ല. അയാളെ അറിയില്ലെന്ന് ദുർഗത്തിൽ നിന്ന് ആരാണ് അറിയിക്കു ന്നത്? പൊടുന്നനെ അതെങ്ങനെ മാറി? ഇതു തന്നെയാണ് ഉദ്യോഗ സ്ഥൻമാരുടെയും നിയമങ്ങളുടെയും ലോകത്ത് ഒരു മനുഷ്യവ്യക്തി അനുഭവിക്കുന്ന ഏകാന്തത. അയാൾക്ക് എപ്പോഴും രണ്ട് ഉത്തര ങ്ങൾ ലഭിക്കുന്നു :തുടക്കത്തിൽ അറിയില്ലെന്നും പിന്നീട് അറിയാ

മെന്നും. രണ്ടും വാസ്തവത്തിൽ ഒന്നുതന്നെയാണ്.

ഒരിക്കലും അനാവൃതമാകാത്ത ഒരു ദുർഗ്ഗമാണ് കാഫ്കയുടെ നോവലിലെ ദുർഗ്രഹത. അത് ജീവിതത്തിലുള്ളതാണ്. അതിനെ ഭേദിക്കാനാണ് കെ ശ്രമിക്കുന്നത്. അങ്ങനെയുള്ള ദുർഗ്ഗം നില നിൽക്കുന്നുണ്ടോ എന്നു തന്നെ വായനക്കാരൻ സംശയിച്ചുപോകും. എന്തിനാണ് ദുർഗം ഇത്രമാത്രം രഹസ്യസ്വഭാവം സൂക്ഷിക്കുന്നത്? . കെ എന്ന വ്യക്തിക്ക് എന്തുകൊണ്ടാണ് അവിടെ പ്രവേശിക്കാൻ അനുവാദം കിട്ടാത്തത്? കെ ഏതു തരത്തിലാണ് അപ്രിയനാകുന്നത്? കെയുടെ ജീവിതത്തിൽ ദുർഗപ്രവേശനം കൊണ്ട് എന്താണ് ലഭിക്കുക? കേവലം ഉദ്യോഗലബ്ധി മാത്രമാണോ? ഗ്രാമത്തിൽ താമസിക്കണമെങ്കിൽ ദുർഗത്തിലെ ക്ളാമിന്റെ (Klamm) അനുവാദം വേണമെന്ന് പറയുന്നുണ്ട്. അപ്പോൾ ക്ളാം ഒരു ഏകാധിപതിയായിരിക്കാം. മനുഷ്യമനസ്സിന് പിടികൊടുക്കാത്ത ആ ഏകാധിപതി അദൃശ്യനായി ജീവിക്കുകയാവാം. അയാളുടെ സമ്മതമില്ലെങ്കിൽ ആർക്കും തന്നെ അവിടെ ജീവിക്കാൻ കഴിയില്ല. അല്ലെങ്കിൽ ഈ ദുർഗം പ്രപഞ്ചത്തിന്റെ രഹസ്യമാകാം. അവിടേക്കെത്താൻ മനുഷ്യരാശിക്ക് കഴിയില്ല. മനുഷ്യന്റെ സകല ഇന്ദ്രിയങ്ങളും വിചാരിച്ചാലും, പ്രാപഞ്ചിക നിയമങ്ങളുടെ പൊരുൾ വ്യക്തമാവില്ല. അത് അദൃശ്യവും അപ്രാപ്യവുമായി തുടരുകയാണ്. ദൈവത്തെ പോലെ ദുർഗത്തിലെ ക്ളാമും മറഞ്ഞിരിക്കുന്നു. ദൈവം എന്തുകൊണ്ട് അദൃശ്യനായിരിക്കുന്നു? ദൈവത്തിനു മനുഷ്യരുടെ ദൈനംദിന കാര്യങ്ങളിൽ ഏർപ്പെടേണ്ടതില്ല. മനുഷ്യനാണ് ദൈവത്തെ ആവശ്യമുള്ളത്. മനുഷ്യർ തിന്മകളാണ് പ്രയോഗിക്കുന്നത്. ചോദ്യവും ഉത്തരവും തിന്മ നിറഞ്ഞതാണ്. നോട്ടവും പിന്തിരിയലും തിന്മയാണ്.

സത്യമല്ല, വിചിന്തനങ്ങൾ

സഭാപ്രസംഗകൻ പറയുന്നു: " എല്ലാവർക്കും ഒരേ ഗതി വന്നു ചേരുന്നത് സൂര്യനു കീഴെ എല്ലാ പ്രവൃത്തികളിലും അടങ്ങിയിരിക്കുന്ന തിന്മയാണ്. മനുഷ്യഹൃദയം തിന്മകൊണ്ട് നിറഞ്ഞിരിക്കുന്നു, ജീവിതകാലം മുഴുവൻ അവർ ഭ്രാന്തുകൊണ്ട് നിറഞ്ഞിരിക്കുന്നു". കാഫ്കയുടെ നോവലിൽ ജീവിച്ചിരിക്കുന്നവരെ പ്രതിനിധാനം ചെയ്യുന്നത് കെ മാത്രമാണ്. കാരണം, അയാൾ മാത്രമാണ് ദുരിതമനുഭവിക്കുന്നത്. അയാൾ തിന്മ അടിഞ്ഞുകൂടിയിരിക്കുന്നു. അയാൾ കള്ളം പറയുകയും അധാർമ്മികമായ വഴികളിലൂടെ തന്റെ മാർഗ്ഗം നേരെയാക്കാൻ അദ്ധ്വാനിക്കുകയും ചെയ്യുന്നു. എന്നാൽ അയാളുടെ എല്ലാ അധ്വാനവും പാഴായിപ്പോകുന്നു. കാരണം,

അയാൾ ഭ്രാന്തുകൊണ്ട് ജീവിക്കുന്നവനാണല്ലോ. മനുഷ്യനിൽ നിറഞ്ഞിരിക്കുന്ന യുക്തിവൈചിത്ര്യവും ആഗ്രഹങ്ങളും അവനെ എന്നും നരകിക്കാൻ വിധിച്ചിരിക്കുന്നു.

കാഫ്ക സത്യത്തെയല്ല, അതിനെക്കുറിച്ചുള്ള വിചിന്തനങ്ങളാണ് ആവിഷ്കരിക്കുന്നതെന്ന് സുഹൃത്ത് മാക്സ് ബ്രോഡ് പറഞ്ഞിട്ടുണ്ട്. നോവലിൽ സത്യം തന്നെ ഇല്ല; സത്യത്തെ തേടുക മാത്രമാണ് ചെയ്യുന്നത്. കെ യിൽ വഴിവിട്ട സമീപനങ്ങളുണ്ടെങ്കിലും, അയാൾ ദുർഗത്തിൽ പ്രവേശിക്കാൻ നടത്തുന്ന ശ്രമങ്ങളെ ധാർമികമായി കാണാനാവും. കാരണം, അവിടെ ചെന്ന് ക്ളാമിനെ കാണണമെന്നും ജീവിക്കാനുള്ള അനുവാദം വേണമെന്നുമാണല്ലോ അയാളുടെ ആവശ്യങ്ങൾ. ഇതു രണ്ടും നിരാകരിക്കപ്പെടുന്നു. ജീവിക്കാനുള്ള അനുവാദം കിട്ടാൻ വേണ്ടി അയാൾ അനുഭവിക്കേണ്ടി വരുന്ന അലച്ചിൽ തന്നെയായിരുന്നു അയാളുടെ ജീവിതം. അയാൾ ആഗ്രഹിച്ച ജീവിതം ഒരു സ്വപ്നമായിരിക്കാം, അങ്ങനെയൊന്നുണ്ടെങ്കിൽ. എന്നാലും നീ ഭീകരമായ ഒരു നിഴൽപോലെ കൊണ്ടു നടക്കുന്ന ജീവിതമാണ് അയാൾക്ക് മുന്നിലുള്ളത്.

ഈ നോവലിൽ 'താരതമ്യേന ' നീതിമാനായി നമുക്ക് കാണാവുന്നത് കെയെ മാത്രമാണ്. അയാൾ നിലനിൽക്കാനായി കള്ളം പറയുന്നു. എന്നാൽ അയാളെ തടയുന്നവരെല്ലാം നീതിമാന്മാരാണെന്ന വ്യാജേന നീചന്മാരായിരിക്കുന്നു. "നീതിമാന്മാർക്ക് നീചന്മാരുടെ പ്രവൃത്തികൾക്ക് യോജിച്ച അനുഭവവും നീചമാർക്ക് നീതിമാന്മാരുടെ പ്രവൃത്തികൾക്ക് യോജിച്ച അനുഭവവും ഉണ്ടാക്കുന്നു എന്നത് ഭൂമിയിലുള്ള ഒരു മിഥ്യയാണ് " -സഭാപ്രസംഗകൻ പറയുന്നു.

ദൈവം മനുഷ്യനെ സൃഷ്ടിച്ചത് ഒരു കെണിയിലകപ്പെടുത്താനാണോ? അവന്റെ സന്ദേഹങ്ങൾ മാറ്റിക്കൊടുക്കാൻ ദൈവം ഒന്നും ചെയ്യുന്നില്ല. അത് അവൻ തന്നെ മാറ്റണം. അവന്റെ ഉത്തരവാദിത്വം സ്വന്തം സംശയങ്ങൾ ഇല്ലാതാക്കുന്നതിലുമാണുള്ളത്. അവൻ സന്ദേഹങ്ങളും അതിൽ നിന്നുണ്ടാകുന്ന ദുഃഖങ്ങളും ഒറ്റയ്ക്ക് ചുമക്കണം. അതുകൊണ്ടു തന്നെ അലങ്കോലത്തിലേക്ക്, സംഘർഷത്തിലേക്ക് വീഴുക എന്നത് അവന്റെ വിധിയാണ്. "ദൈവം മനുഷ്യനെ സരളഹൃദയനായി സൃഷ്ടിച്ചു. എന്നാൽ അവന്റെ സങ്കീർണപ്രശ്നങ്ങൾ അവന്റെ തന്നെ സൃഷ്ടിയാണ് "-സഭാപ്രസംഗകൻ പറയുന്നു.

കാഫ്കയുടെ ഡയറിയിൽ ഇങ്ങനെ വായിക്കാം: And also looking back on it in retrospect. What have you done with your gift of sex!? It was a failure, in the end that is all that they will say. But it might easily have succeeded എന്തുകൊണ്ടാണ് സെക്സ് ഉപയോഗിക്കപ്പെടാതെ പോയതെന്ന്, അത് പരാജയമായിരുന്നെന്ന് ഏറെക്കുറെ സമ്മതിക്കേണ്ടിവരും. അങ്ങനെ സംഭവിച്ചത് ഭയം കാരണമായിരുന്നു. എന്നാൽ അതിന്റെ പരാജയത്തിന്റെയും വിജയത്തിന്റെയും ഇടയിൽ വളരെ നിരർത്ഥകമായ കാര്യങ്ങളാണുണ്ടാവുകയെന്ന് കാഫ്ക കൂട്ടിച്ചേർക്കുന്നു. ചരിത്രത്തിലെ വലിയ ജയങ്ങളുടെയെല്ലാം ഭാഗമായിരുന്നു അത്. നിരർത്ഥകതകൾ നിരർത്ഥകതകളെ നിർണയിക്കുന്നു എന്നാണ് അദ്ദേഹം എഴുതുന്നത്. നിരർത്ഥകതകളെയാണ് പരാജയമായും വിജയമായും നമ്മൾ സ്വീകരിക്കുന്നത്, വ്യാഖ്യാനിക്കുന്നത്. ഇത് വൈരുദ്ധ്യാത്മകമായ ഒരു യുക്തിയാണ്.

വിശകലനം ചെയ്ത് അർത്ഥമുണ്ടാക്കുന്നവർ

വിജയത്തിനു ആധാരമായ യുക്തികൾ ചേർത്തുവയ്ക്കുമ്പോൾ വിജയമുണ്ടാകുന്നു; മറിച്ചാകുമ്പോൾ പരാജയവും. എല്ലാവരും ആത്യന്തികമായ ഒരേ മിഥ്യയിൽ തളച്ചിടപ്പെട്ടിരിക്കുമ്പോൾ തന്നെ, വിവിധങ്ങളായ പ്രത്യക്ഷതകൾ കൊണ്ട് പലവിധ യുക്തികൾ നിർണായകമായിത്തീരുന്നു. സഭാപ്രസംഗകൻ ഈ നിരപ്പാക്കലിനെക്കുറിച്ച് പറയുന്നത് ഇങ്ങനെയാണ്: " അവന്റെ മുൻപിലുള്ളതെല്ലാം മിഥ്യയാണ്. എന്തെന്നാൽ നീതിമാനും നീചനും സന്മാർഗിക്കും ദുർമാർഗിക്കും ശുദ്ധനും അശുദ്ധനും ബലിയർപ്പിക്കുന്നവനും അർപ്പിക്കാത്തവനും നല്ലവനും ദുഷ്ടനും ശപഥം ചെയ്യുന്നവനും ചെയ്യാത്തവനും ഗതി ഒന്നു തന്നെ. എല്ലാവർക്കും ഒരേ ഗതി വന്നുചേരുന്നത് സൂര്യനു കീഴെ എല്ലാ പ്രവൃത്തികളിലും അടങ്ങിയിരിക്കുന്ന തിന്മയാണ് ". ഈ തിന്മയെ സാർവ്വത്രികമായ മനുഷ്യാനുഭവമായി ആവിഷ്കരിക്കുകയാണ് കാഫ്ക ചെയ്തത്. സിദ്ധാന്തമായും ആശയങ്ങളുടെ ശാസ്ത്രത്തെ നിർണയിക്കുന്ന ചിന്തയായും സഭാപ്രസംഗകൻ കാഫ്കക്ക് പ്രേരണയായിട്ടുണ്ടെന്നാണ് ഞാൻ വിലയിരുത്തുന്നത്. ജീവിതത്തിന്റെ നശ്വരതയെക്കുറിച്ച് ഏറെ ചിന്തിച്ച് അസ്വസ്ഥനായ കാഫ്ക താൻ എപ്പോഴും റൊമാ ചക്രവർത്തിയായിരുന്ന മാർകസ് ഒറേലിയസിന്റെ 'മെഡിറ്റേഷൻസ്' എന്ന കൃതി കൊണ്ടുനടന്നതായി വെളിപ്പെടുത്തിയിട്ടുണ്ട്. ഒറേലിയസിന്റെ ചിന്തകളുമായി ആത്മബന്ധം സ്ഥാപിക്കുന്നതാണ് സഭാപ്രസംഗകന്റേത്. രണ്ടിലും ഭൂമിയിലെ ജീവിതത്തിന്റെ ക്ഷണികത, നിരർത്ഥകത, നിമിഷങ്ങളുടെ ആകെത്തുക, ദൈവം, സത്യം, ഉച്ചനീചത്വങ്ങൾ, നന്മ, തിന്മ തുടങ്ങിയവയെല്ലാം ചർച്ചചെയ്യുന്നു. കാഫ്ക തന്റെ സന്ദിഗ്ധതയും ദുരൂഹതയുടെ നേർക്കുള്ള നോട്ടവും പരസ്പര

പൊരുത്തരാഹിത്യവും അർത്ഥങ്ങൾക്കിടയിലെ കലാപവും ശേഖരിച്ചത് സഭാപ്രസംഗകന്റെ ഒരു വാചകത്തിൽ നിന്നാണെന്ന് ഞാൻ പറഞ്ഞാൽ അതിൽ ചിന്തിക്കാൻ വകയുണ്ട്. ആ വാക്യം ഇതാണ് :"ഭോഷന്റെയും എന്റെയും ഗതി ഒന്നുതന്നെയെങ്കിൽ ഞാൻ എന്തിന് ജ്ഞാനിയായിരിക്കണം? ഇതും മിഥ്യയെന്ന് ഞാൻ ആത്മഗതം ചെയ്തു". മിഥ്യയാണെന്ന് ഉറപ്പുള്ളവന് മാത്രമേ, അതിന്റെ അന്വേഷണത്തിൽ മനസ്സ് കൊടുക്കാനാവൂ. ഉത്തരമില്ലെന്ന് അറിഞ്ഞാൽ പിന്നെ, ആരും തന്നെ ഉത്തരത്തിനായി അലയില്ല. ഉത്തരം തരാൻ ആരുമില്ലെന്നറിഞ്ഞാൽ നാം നിശ്ചലരാവുകയേയുള്ളൂ. 'ദുർഗ്ഗ്'ത്തിലെ കെക്ക് ദൂരെ കുന്നിൻ മുകളിലുള്ള ദുർഗ്ഗത്തെപ്പറ്റിയുള്ള അറിവുകൾ സ്വയം ക്ഷയിക്കുന്നതും ഉറപ്പില്ലാത്തതുമാണ്. എന്നാൽ അസംബന്ധങ്ങളുടെ ഒരു കളിക്ക് അയാൾ നിന്നുകൊടുക്കുന്നു. അതിനായി അയാൾ സ്വയം ഉപേക്ഷിക്കുന്നു. സത്യത്തെപ്പറ്റിയുള്ള വേവലാതി ഉപേക്ഷിച്ച ശേഷം, സത്യം തേടുന്നവന്റെ വിധി ഇതായിരിക്കുന്നുവെന്ന് കാണിച്ചു തരുന്നു. എന്നാൽ അപ്പോഴും അയാൾ പ്രതീക്ഷ കൈവിടാത്തവനെ പോലെ കാണപ്പെടുന്നു. അതിന്റെയർത്ഥം ഇതായിരിക്കാം: മനുഷ്യന് ജീവിക്കാൻ ഇതുപോലുള്ള ഏടാകൂടങ്ങൾ അനിവാര്യമാണ്. അവനു സംശയിച്ചു കൊണ്ട്, അവിശ്വസിച്ചുകൊണ്ട് മാത്രമേ ജീവിക്കാനാവൂ.

അതിൽ അവൻ ജീവിതമെന്ന ദുർഗ്രഹതയെ ചേർത്തുനിർത്തുന്നു. അവൻ തന്നെയാണ് ആ ജീവിതം. അവൻ ചിന്തിക്കുന്നതിലൂടെ അവനെ തന്നെയാണ് കണ്ടെത്തുന്നത്. അവനാകട്ടെ, സത്യത്തെക്കുറിച്ച് ഉത്ക്കണ്ഠപ്പെടുന്നത് ജീവിക്കാൻ വേണ്ടി തന്നെയാണ്. സത്യത്തെ ലഭിച്ചുകഴിഞ്ഞാൽ അവന് പിന്നെ എന്താണ് ജീവിക്കാനുള്ളത്. നിരർത്ഥകതയെ അറിഞ്ഞശേഷം, അതുതന്നെ വിശകലനം ചെയ്തു ഒരർത്ഥം ഉണ്ടാക്കാൻ ഒരുമ്പെടുകയാണ്. സ്വയം നിർമ്മിക്കുന്നതും സ്വയം പിന്തുടരുന്നതുമായ ദുരന്തമായി അസംബന്ധങ്ങളെ ജീവിക്കുന്ന കാലമത്രയും നിലനിർത്തേണ്ടത് അവന്റെ ആവശ്യമാണ്. ഈ സിദ്ധാന്തമാണ് കാഫ്ക തന്റെ രചനയ്ക്കായി കണ്ടെത്തിയത്. ഒരു വ്യവസ്ഥയിലേക്ക്, അസംബന്ധങ്ങളെ പരിഭാഷപ്പെടുത്തുകയാണ് അദ്ദേഹം ചെയ്തത്.

ജീവിതം കലാരൂപങ്ങൾക്ക് മുകളിൽ

'ദ് കാസിൽ' ഒരു സൈദ്ധാന്തിക, തത്വശാസ്ത്ര എടാകൂടമാണ്. അതിൽ ചെന്നു വീണാൽ നട്ടം തിരിയുകയേയുള്ളൂ. അതിന്റെ ആത്യന്തികമായ വ്യഥ മിഥ്യയുമായി ബന്ധപ്പെട്ടതാണ്. മിഥ്യയ്ക്കകത്ത് ഒരാൾ സ്വന്തം സമസ്യകളെ പരമാവധി യുക്തികൊണ്ടു വിഘടിപ്പി

ക്കാനും നിലനിർത്താനുമാണ് അത് ലക്ഷ്യംവയ്ക്കുന്നത്. ജീവിതം ഒരു കഥയല്ല, അതിനു ഫിക്ഷന്റെ ഛായ ഉണ്ടെങ്കിലും. ജീവിതത്തെ ഭാവനയ്ക്കോ രചനയ്ക്കോ പൂർണമായി പിടിച്ചെടുക്കാനാവില്ല;ഒന്നുകിൽ യാഥാർത്ഥ്യത്തിനപ്പുറമുള്ള ഒരിടത്തേക്ക് സഞ്ചരിക്കാം. അല്ലെങ്കിൽ യാഥാർത്ഥ്യത്തെക്കുറിച്ച് തന്നെ വിവരിക്കാം. ജീവിതം ഒരു കലാരൂപത്തിനും താഴെയല്ല; മുകളിലാണ്. അതുകൊണ്ട് ക്രൂരതയുടെ നാടകവേദിയുടെ ഉപജ്ഞാതാവായ ഫ്രഞ്ച് നാടകകൃത്ത് അഥനൊ അർത്തോ (Antonin Arthaud) ജീവിതം എല്ലാ കഥകൾക്കും കടങ്കഥകൾക്കും ദൈവികതയ്ക്കും സറിയലിസത്തിനും വളരെ മുകളിലാണെന്ന് പറഞ്ഞു. അർത്തൊ ഇങ്ങനെ എഴുതി :"ആകെ വേണ്ടത് ജീവിതത്തെ വ്യാഖ്യാനിക്കാനുള്ള സിദ്ധിയാണ്. വാൻഗോഗിനു മാത്രമാണ് കലയിൽ ആ സിദ്ധിയുണ്ടായിരുന്നത്. വാൻഗോഗിനു മുമ്പ് ആർക്കും ആ കഴിവില്ലായിരുന്നു. അതിനുശേഷം വന്നവർക്കും ആ കഴിവില്ല. അതിന്റെയർത്ഥം, കലാവസ്തുവിൽ നിന്ന് മിത്തിന്റെ അംശത്തെ മാറ്റണമെന്നാണ്. പിന്നെ, എന്താണുള്ളത്? വസ്തുവിനെ കലാകാരൻ തന്റെയുള്ളിലേക്ക് കൊണ്ടുവരികയാണ്. അതിനെ അടുത്തുനിന്ന് കാണുകയാണ്. ആ കാഴ്ചയിൽ യാഥാർത്ഥ്യം കൂടുതൽ പ്രകാശിക്കുന്നു. എന്തിനു? അല്ലെങ്കിൽ, യാഥാർത്ഥ്യം അയാൾക്ക് പ്രയോജനരഹിതമാകും. എല്ലാവരുടെയും മിഥ്യയെ അയാളും അനുകരിക്കേണ്ടിവരും. കലാകാരനു തന്റെ യഥാർത്ഥ്യത്തെയല്ല, അതിൽനിന്ന് സൃഷ്ടിക്കുന്ന സൂക്ഷ്മ യാഥാർത്ഥ്യത്തെയാണ് ആസ്വദിക്കാനാവുക. അവന്റെ പ്രവൃത്തിയിലാണ് ആസ്വാദനമുള്ളത് ".

ഈ വ്യാഖ്യാനകല മനുഷ്യനു ആകെയുള്ള നേട്ടമാണ്. സഭാപ്രസംഗകൻ പറയുന്നു: " അതുകൊണ്ട് മനുഷ്യൻ തന്റെ പ്രവൃത്തി ആസ്വദിക്കുന്നതിനേക്കാൾ മെച്ചമായി ഒന്നുമില്ലെന്നും അതുതന്നെയാണ് അവന്റ ഗതിയെന്നും ഞാൻ മനസ്സിലാക്കി " (3-22) . കലാകാരന്റെ മുന്നിൽ ആ ഒരു നിമിഷമേയുള്ളു. പഴയതോ പുതിയതോ അവൻ തേടിപ്പോകുമ്പോൾ നഷ്ടപ്പെടുന്നത് ആ നിമിഷമായിരിക്കും. പഴയതിനെ വർത്തമാനകാലമാക്കേണ്ടതുണ്ട്. തന്റെ പ്രവൃത്തി ആസ്വദിക്കുന്ന ഒരു കലാകാരനെ കാണാൻ വിഷമമാണ്. കാരണം, അവൻ ജീവിതത്തിലെ വരാനിരിക്കുന്ന മിഥ്യയെക്കുറിച്ച് അറിവ് നേടിയിട്ടുണ്ടാവില്ല. തനിക്ക് മുന്നിലുള്ള ജീവിതത്തെ പുതുതായി നിർമ്മിക്കേണ്ടതുണ്ട്. കലാകാരൻ അങ്ങനെ ചെയ്തില്ലെങ്കിൽ അവന്റെ വാക്കുകൾ ആരും കേൾക്കുകയില്ല.

"അത് മിഥ്യയിൽ ജനിച്ച് അന്ധകാരത്തിലേക്ക് പോകുന്നു;

അതിന്റെ നാമം അവിടെ തിരോഭവിക്കുന്നു " (6 -4) എന്താണ് ജീവിതമെന്ന് നമുക്കറിയില്ല; അത് അറിയാത്തതുകൊണ്ട് കാണുന്നതിന്റെ അർത്ഥത്തെ വ്യാഖ്യാനിക്കേണ്ടി വരുന്നു. ഓരോ വ്യാഖ്യാനവും ഓരോ ജീവിതമാണ്. "ജീവിതകാലം മുഴുവൻ അവർ ഭ്രാന്തുകൊണ്ട് നിറഞ്ഞിരിക്കുന്നു" (9-3) എന്ന് പറയുന്നത് വാൻഗോഗിന്റെ കലയിൽ നാം കാണുന്നു. ആകാശത്തിലെ നക്ഷത്രങ്ങളെ ഇലാസ്തികമാക്കുന്നത് വഴി അദ്ദേഹം അതിനെയും ജൈവമാക്കിയിരിക്കുന്നു. നക്ഷത്രങ്ങൾ അലട്ടലിന്റെയും അലച്ചിലിന്റെയും സംഘർഷമനുഭവിക്കുകയാണ്. നക്ഷത്രങ്ങൾ ആകാശത്ത് സ്വസ്ഥത നഷ്ടപ്പെട്ടവരായി കാണപ്പെടുന്നു.

പ്രകാശത്തിനു ഭ്രാന്ത് എന്ന് വിളിക്കാവുന്ന വിധത്തിൽ ആ ചലനങ്ങൾ മാറുകയാണ്. ഏതോ മിഥ്യയിൽപ്പെട്ട് നട്ടം തിരിയുന്ന മനുഷ്യരെ ആശ്വസിപ്പിക്കാനായി നക്ഷത്രങ്ങൾ ഉറ്റുനോക്കുകയാണ്. നക്ഷത്രങ്ങൾക്കും ഈ ഭൂമിയിലെ ജീവിതം മിഥ്യയാണെന്നറിയാം എന്നു സാരം. ഭ്രാന്തിനെ കലാപരമായ ജീവിതത്തിന്റെ പ്രതീതിയായി വാൻഗോഗ് ചിത്രകലയിൽ പരീക്ഷിച്ചു. എന്തിന് ഈ ഭ്രാന്തിൽ നിന്ന് രക്ഷപ്പെടണം?

ജീവിതം, തിന്മ, ക്രൂരത

വസ്തുക്കളെ അന്യാദൃശവും ഭീകരവും ജ്ഞാനകേന്ദ്രീകൃതവുമായി നോക്കുന്നതിനു ബൗദ്ധികമായ ഒരു സ്ഥാനചലനം ആവശ്യമാണ്. ആ നോട്ടം നോക്കുന്നവന്റെ അസ്തിത്വത്തെ നിർണയിക്കുകയാണ്, മുൻപൊരിക്കലും ഉണ്ടായിട്ടില്ലാത്ത വിധം. അർത്തോ എഴുതി:

"നന്മ എന്ന് പറയുന്നത് ബാഹ്യമായി കാണുന്നതാണ്; ആന്തരികമായ മുഖം തിന്മയുടേതാണ് ". മനുഷ്യഹൃദയം തിന്മകൊണ്ട് നിറഞ്ഞിരിക്കുന്നുവെന്ന സഭാപ്രസംഗകന്റെ ഭാഷതന്നെയാണിത്.

അർത്തോയെ ഈ ബൈബിൾ കൃതി ആഴത്തിൽ സ്വാധീനിച്ചിട്ടുണ്ടെന്നതിനു ഇതുമാത്രമല്ല തെളിവ്. അദ്ദേഹം ക്രൂരതയുടെ നാടകവേദിയാണ് അന്വേഷിച്ചത്. മനുഷ്യജീവിതം തിന്മ മാത്രമല്ല ക്രൂരവുമാണെന്ന് അർത്തോ തന്റെ നാടകങ്ങളിലൂടെ വിളിച്ചുപറഞ്ഞു. ലോകത്തിന്റെ ക്രൂരത പ്രേക്ഷകർ അറിയണമെന്ന് വ്യക്തമാക്കുന്നത് അതുകൊണ്ടാണ്. തിന്മയും ക്രൂരതയും മനസ്സിൽ വച്ചുകൊണ്ട് നടക്കുന്ന മനുഷ്യരെ അതിന് അഭിമുഖമാക്കിനിർത്താനാണ് അദ്ദേഹം ശ്രമിച്ചത്. മനുഷ്യൻ തിന്മകൊണ്ട് നിറയപ്പെട്ടിരിക്കുന്നതിനാൽ സൗന്ദര്യം എങ്ങനെ സൃഷ്ടിക്കും, ആവിഷ്ക്കരിക്കും? നാടകം ഒരു വിശ്വസനീയമായ അനുഭവമായി ആളുകൾ

ഒരിക്കലും കാണുന്നില്ലെന്ന പക്ഷക്കാരനാണ് അർത്തോ. മനുഷ്യൻ ജീവിതത്തെ തന്നെ തിന്മയിലും ക്രൂരതയിലും മുക്കിവച്ചിരിക്കുന്ന തിനാൽ അവന്റെ പ്രവൃത്തികൾ മിഥ്യയുടെ തരംഗമാവുകയുള്ളൂ.

"lt must give the impression that it is as unprecedented, as incapable of repeating itself as any action in life ". ജീവിതത്തെ അതിന്റെ ആന്തരികതയിൽ, ക്രൂരമായി സമീപിക്കാനാണ് നാടകം എന്ന രംഗവേദി തിരഞ്ഞെടുത്തത്. ജീവിതമല്ല സ്റ്റേജ്, എന്നാൽ ജീവിതവുമായി അതിനു ബന്ധമുണ്ട്. തീയേറ്റർ ഒരു യഥാർത്ഥ രംഗ വേദിയല്ല ;അത് നാടകകൃത്ത് മനുഷ്യമനസ്സിൽ നിന്ന് സൃഷ്ടിച്ചെ ടുക്കുന്ന മാനുഷികവും അല്ലാത്തതുമായ ജൈവചോദനകളുടെ ഉറവിടങ്ങളിലേക്കുള്ള യാത്രയാണ്.

"നാടകം ഒരു കച്ചവടമല്ല, അത് ചില വലിയ മനുഷ്യമനസ്സുകൾ സകലതും ബലികഴിക്കുന്നതിന്റെ ഫലമാണ് "എന്ന് അർത്തോ പറയുന്നത് തന്റെയുള്ളിലെ ജ്വാലയുടെ പശ്ചാത്തലത്തിലാണ്. എന്തിനാണ് ഇങ്ങനെ സ്വയം ബലിയർപ്പിച്ചു നാടകമൊരുക്കു ന്നത്? എന്താണോ തന്നെ ചുറ്റിവരിഞ്ഞിരിക്കുന്ന അപകടകര മായ മിഥ്യ, അത് ലോകത്തിനുമുന്നിൽ കാണിച്ചുകൊടുക്കാൻ തന്നെ. നാടകം ഒരു കണ്ടുപിടുത്തമാണ്. മനുഷ്യൻ അഭിമുഖീക രിക്കുന്ന ക്രൂരതയുടെ അന്തർമണ്ഡലത്തെ അനാവരണം ചെയ്യു മ്പോൾ അതിനു മുമ്പൊരിക്കലും ഉണ്ടാകാത്ത ചലനങ്ങൾ ആവശ്യ മാണ്. ജീവിതത്തെക്കുറിച്ചുള്ള സ്വപ്നങ്ങളും മിഥ്യകളും അതിൽ വിഭ്രാമകമായി രംഗപ്രവേശം ചെയ്യുകയാണ്. യഥാർത്ഥ്യത്തെ അതിനിടയിൽ ചെന്ന് വിശകലനം ചെയ്ത് മനുഷ്യമനസ്സിൽ കുഴി ച്ചിട്ടിരിക്കുന്ന ചലനവേഗങ്ങൾ കണ്ടെടുക്കണം. ആന്തരികതയിൽ വ്യാപിച്ച തിന്മയെ ബോധതലത്തിൽ ഒരാൾ ഉൾക്കൊള്ളണമെന്നി ല്ല. എല്ലാവരും സുന്ദരികളും സുന്ദരന്മാരുമായി സ്വയം കാണുന്നത് ആഴം കുറഞ്ഞ ലോകത്തെയാണ് നിർമ്മിക്കുന്നത്. വികാരങ്ങ ളിലൂടെ കൈമാറ്റം ചെയ്യപ്പെടുന്ന പുറംലോകം ഒരു നുണയാണ്. അർത്തോ എഴുതി "അദൃശ്യത സൃഷ്ടിക്കുന്ന ഭീഷണികളിൽ നമ്മൾ വിശ്വസിക്കുന്നു. നമ്മൾ പോരാടുന്നതും ആ അദൃശ്യതയ്ക്കെതി രെയാണ്. ചില രഹസ്യങ്ങൾ പുറത്തു കൊണ്ടുവരാനാണ് നമ്മൾ ശ്രമിക്കുന്നത് ". ആരും വിശ്വസിക്കാത്ത, നാടകം എന്ന നുണയെ പുറത്തുകൊണ്ടുവരാൻ വേണ്ടി ആഗ്രഹങ്ങളും സ്വപ്നങ്ങളും മിഥ്യകളും വരുന്നു. ജീവിതത്തിന്റെ മിഥ്യ അദൃശ്യതകളിലാണെന്ന കാഴ്ചപ്പാടിന് വലിയ അർത്ഥമുണ്ട്. യാഥാർത്ഥ്യത്തെ അതേപടി പിന്തുടരുന്നവർ മനസ്സിലാക്കാത്ത മിഥ്യയാണത്.

അത് മറ്റെവിടെയുമല്ല ഉള്ളത് ; അവരിൽ തന്നെയാണ്. "ബോധത്തിന്റെ ഇരുണ്ട ഇടങ്ങൾ കാണിച്ചുകൊടുക്കുകയാണ് ലക്ഷ്യം. അത് ഭീമമായ പരാജയമാണ്. നമ്മൾ നമ്മെ തന്നെ നശിപ്പിച്ചുകൊണ്ട് തുറന്നു കാണിച്ചുകൊണ്ട്, പരാജയവും പരിഹാസ്യതയും ഏറ്റുവാങ്ങുന്നു ".

മരിക്കാത്ത ആഗ്രഹങ്ങൾ

മനുഷ്യനിൽ അന്തർവഹിക്കുന്ന ശൂന്യത പ്രകൃതിയിൽ എവിടെയുമുള്ളതല്ലെന്നാണ് അർത്തോ പറയുന്നത്. ബാഹ്യലോകത്തെ ശൂന്യത മനുഷ്യമനസ്സിന് ആവാഹിക്കാൻ കഴിയണമെന്നില്ല. എന്നാൽ മനുഷ്യനിൽ തന്നെയുണ്ടാകുന്ന ശൂന്യതയെ അവൻ നേർക്കുനേർ കാണുന്നത് വിരളമാണ്.

"പ്രേക്ഷകരുടെയുള്ളിൽ മനുഷ്യമാംസം ഭക്ഷിക്കാനുള്ള ആഗ്രഹം പോലുമുണ്ട്. അതവരെ ബോധ്യപ്പെടുത്തുകയാണ് ലക്ഷ്യം. കുറ്റവാസന, ലൈംഗിക വാസന, കിരാതവാസന, ഭ്രമചിന്തകൾ -ഇതെല്ലാം ആന്തരികമായി അതിനൊപ്പം നിലനിൽക്കുന്നു". മനുഷ്യന്റെ അന്തരംഗം നിറയെ തിന്മയും ക്രൂരതയുമാണെന്ന വാദത്തെ ശരിവയ്ക്കുന്നതാണ് ഈ പ്രസ്താവം. സഭാപ്രസംഗകൻ അത് നേരത്തെ പറഞ്ഞു. മനുഷ്യൻ തിന്മയിൽ തന്നെയാണ് കഴിയുന്നത്. അത് പക്ഷേ, അവനു അറിയുകയുമില്ല. മനുഷ്യരെ കൊന്നു തിന്നാനുള്ള ആഗ്രഹംപോലും അവനിൽ ഇപ്പോഴും പ്രവർത്തിക്കുന്നുവെന്ന അറിവ്, ഈ വിഷയത്തിൽ അർത്തോ എത്ര ആഴത്തിൽ പഠനം നടത്തിയെന്നതിന് തെളിവാണ്. ലൈംഗികവും പരപീഢ നിറഞ്ഞതുമായ ആഗ്രഹങ്ങൾ ഒരിക്കലും മരിക്കുന്നില്ല. എന്നാൽ ഒരു സിവിൽ സമൂഹത്തിൽ അതെല്ലാം ആളുകൾ ഒളിപ്പിക്കുകയാണ് ചെയ്യുന്നത്. അവസരം കിട്ടുമ്പോൾ അത് പുറത്തു വരികയും ചെയ്യും. ഇത് ഒരു പൊതുവേദിയിൽ അവതരിപ്പിച്ചാൽ ആളുകൾ വിശ്വസിക്കണമെന്നില്ല. എന്നാണ് അത് അവതരിപ്പിക്കാത്തിടത്തോളം ജീവിതത്തോട് തനിക്ക് സത്യസന്ധനാ കാനാവില്ലെന്നാണ് അദ്ദേഹം വിചാരിക്കുന്നത്. ജീവിതകാലത്തിന്റെ നല്ലൊരു പങ്കും മാനസികരോഗാശുപത്രിയിൽ കഴിഞ്ഞയാളായിരുന്നല്ലോ അർത്തോ. അദ്ദേഹം സുഖപ്പെട്ടു എന്ന് തോന്നുന്ന ഘട്ടത്തിൽ തിരിച്ചുപോന്നാൽ തന്നെ അധികം താമസിയാതെ ആശുപത്രിയിലെത്തിച്ചേരുകയാണ് പതിവ്. തന്റെ മാനസികരോഗം ഈ ലോകജീവിതത്തിന്റെ അടിത്തട്ട് കാണാനുള്ള ഒരു സൂക്ഷ്മദർശിനിയായിട്ടാണ് അർത്തോ ഉപയോഗിച്ചത്.

"ഒരു വസ്തുവിനെ നോക്കേണ്ടത് അതിന്റെ വ്യവസ്ഥാപിതമായ

പരിസരത്ത് വച്ചല്ല; അത് എവിടെയാണോ അപ്രത്യക്ഷമാകാൻ പോകുന്നത് അവിടെ വച്ചാണ് " -ഒരു കലാകാരന്റെ, ചിന്തകന്റെ വസ്തുബോധത്തെ വളരെ ആഴത്തിൽ തന്നെ അർത്തോ പരിശോധിക്കുന്നുണ്ട്. എങ്ങനെയാണ് വസ്തു അപ്രത്യക്ഷമാകുന്ന ഇടം കണ്ടെത്തുന്നത്? വസ്തുക്കൾ എങ്ങനെയാണ് അപ്രത്യക്ഷമാകുന്നത്? യാഥാർത്ഥ്യം അതിന്റെ ബാഹ്യമായ കാഴ്ചയിൽ ഒരു അപ്രത്യക്ഷതയെ ഓർമ്മിപ്പിക്കുന്നു. അതിന്റെ കാണിക്ക് അദൃശ്യമായ ഒരു കോൺ ഉണ്ടാവും. ഏതൊരു വസ്തുവും രഹസ്യമാണ്, കൃത്രിമമാണ്. അതിനെ അനാവരണം ചെയ്യാൻ ബാഹ്യവസ്തുവിനെ ഇല്ലാതാക്കേണ്ടതുണ്ട്. ഒരു മനുഷ്യനെ നോക്കുമ്പോൾ അവന്റെ മരണവും കാണേണ്ടതുണ്ട് ;കൂരതയുടെ ബോധത്തിൽ അതും ഉൾച്ചേർന്നിട്ടുണ്ട്.

മനുഷ്യൻ അവന്റെ മരണവുമാണല്ലോ. മരണത്തിലൂടെ മാത്രമാണല്ലോ ഈ കാണുന്ന ജനസഞ്ചയമെല്ലാം അവരുടെ അസ്തിത്വത്തെ പൂർത്തീകരിച്ചത്. അതുകൊണ്ട് അവൻ അതിവേഗം സഞ്ചരിക്കുമ്പോഴും അപ്രത്യക്ഷതയുടെ ഒരു ഉറവിടം അവന്റെ യുള്ളിൽ തന്നെയാണ്. നമ്മൾ എന്താണെന്നത് നമ്മുടെ ബോധത്തിന്റെ യാഥാർത്ഥ്യമാണ്. എന്നാൽ നമ്മൾ ഒന്നുമല്ല എന്നുള്ളത് ഈ അപ്രത്യക്ഷതയുടെ ഉറവിടത്തിൽ വ്യക്തമാണ്.

"ധൂളി അതിന്റെ ഉറവിടമായ മണ്ണിലേക്ക് മടങ്ങും " (12-7) എന്നു സഭാപ്രസംഗകൻ പറയുന്നത് അർത്തോ അപ്രത്യക്ഷതയുടെ ഇടവുമായി ബന്ധിപ്പിക്കാവുന്നതാണ്.

"മനുഷ്യനു മൃഗത്തേക്കാൾ യാതൊരു മേന്മയുമില്ല. എല്ലാം മിഥ്യയാണ്. എല്ലാം ഒരിടത്തേക്ക് പോകുന്നു. എല്ലാം പൊടിയിൽ നിന്നുണ്ടായി, എല്ലാം പൊടിയിലേക്ക് മടങ്ങുന്നു " (3-20) . സഭാപ്രസംഗകൻ യാഥാർത്ഥ്യത്തെയല്ല, അതിന്റെയടിയിലുള്ള അപ്രത്യക്ഷകളെ തുറന്നു കാണിച്ചിരിക്കുന്നു. ഓരോന്നും അതിന്റെ തന്നെ ശൂന്യതയും റദ്ദാകലും അപ്രത്യക്ഷതയും പിന്തിരിയലും മൗനവുമാണ്.

നിരാസവും വെറുപ്പും

വളരുമ്പോൾ തന്നെ അതിൽ നിശ്ചലതയും ഇരുട്ടും വ്യാപിച്ചിരിക്കുന്നു. അതുകൊണ്ട് കാഴ്ചയുടെ സമഗ്രതയ്ക്കുവേണ്ടി, അതിന്റെ ആത്യന്തികവും അദൃശ്യവുമായ ഉറവിടങ്ങളെക്കൂടി കാണേണ്ടതുണ്ട്. To live life by denying life

എന്ന് അർത്തോ പറയുന്നത് മിഥ്യയെക്കുറിച്ചും ശൂന്യതയെക്കുറിച്ചു മുള്ള ഒരു ഭ്രാന്തൻ കാഴ്ചയായി മാറുകയാണ്. ജീവിതത്തെ

നിഷേധിക്കുമ്പോഴാണ് അതിന്റെ പിടികിട്ടാത്ത സ്വഭാവം പ്രകടമാകുന്നത്.

കാരണം, നാം നമ്മെത്തന്നെ പൂർണമായി അംഗീകരിക്കുന്നില്ലല്ലോ. നമ്മൾ പലതും അമർത്തുകയും ഒളിക്കുകയും ചെയ്യുന്നു; നമ്മെത്തന്നെ ചതിക്കുന്നു. നമുക്ക് പോലും വേണ്ടാത്ത വസ്തുവാണ്, ചില നേരങ്ങളിൽ നമ്മൾ. നമ്മളിൽ തന്നെ നമ്മുടെ നിരാസവും വെറുപ്പും നിന്ദയും കുഴിച്ചിട്ടിരിക്കുന്നു. അതുകൊണ്ട് ഒരുവന് സ്വയം തള്ളിക്കളയേണ്ടിവരുന്നു. അവൻ ഒരിക്കലും ഏകതാനമായി പെരുമാറുന്നില്ല. അവന് സ്വത്വമില്ല.

അവന്റെ ഇഷ്ടങ്ങൾപോലും അവനു രസിക്കില്ല. രസമുണ്ടെങ്കിൽ തന്നെ അവൻ അത് സന്ദർഭത്തിനൊത്ത് തള്ളിക്കളയുകയും ചെയ്യും. അവന്റെ പ്രേമങ്ങൾ അവന്റെ നിരാകരണവുമാണ്. അവന് സ്വയം പീഡിപ്പിച്ചകൊണ്ട് മാത്രമേ പ്രേമിക്കാനാവൂ. അവന്റെ യഥാർത്ഥ ഇഷ്ടം അവനു പോലും അറിയില്ലല്ലോ ;അവനു യഥാർത്ഥ ഇഷ്ടം തന്നെ ഉണ്ടാകണമെന്നില്ല. അത് അവൻ തെറ്റിദ്ധരിച്ചതാകാം. അതുകൊണ്ട് അവൻ ഇഷ്ടപ്പെട്ടതെല്ലാം പെട്ടെന്ന് തകർന്നു വീഴുകയും ചെയ്യും. അവന് മനസ്സിലാക്കാനാവാത്ത ഇഷ്ടങ്ങളെ അവൻ എങ്ങനെ ദീർഘകാലം കൊണ്ടുനടക്കും? അതുകൊണ്ട് ഇഷ്ടത്തോടൊപ്പം അവൻ വെറുപ്പും കൊണ്ടുനടക്കുന്നു. വെറുപ്പും ഇഷ്ടവും മാറിക്കൊണ്ടിരിക്കുകയാണ്.

ഇതിനിടയിലെ സംഘർഷത്തിൽ നിന്ന് രക്ഷനേടാൻ ഏതെങ്കിലും ഒന്നിനെ അവൻ താത്കാലികമായി ഇഷ്ടപ്പെട്ടേക്കാം. നമ്മെ തന്നെ നിരാകരിക്കാൻ ആഗ്രഹിക്കുമ്പോൾ മറ്റൊന്നിനെ സ്നേഹിക്കാനാകുമോ? അതുകൊണ്ട് സ്നേഹിക്കുന്നു എന്ന് പറയുന്നത് ഒരു പ്രത്യേക സ്വഭാവമുള്ള വെറുപ്പാണ്. ഇതെല്ലാം കാലത്തിന്റെ പരിഗണനകളായി കാണാവുന്നതാണ്. സഭാപ്രസംഗകൻ പറയുന്നു: "എല്ലാറ്റിനും ഒരു സമയമുണ്ട്. ആകാശത്തിനു കീഴിലുള്ള സമസ്ത കാര്യത്തിനും ഒരവസരമുണ്ട്. ജനിക്കാൻ ഒരു കാലം, മരിക്കാനൊരു കാലം, നാടാനൊരു കാലം, നട്ടത് പറിക്കാനൊരു കാലം. കൊല്ലാൻ ഒരു കാലം, സൗഖ്യമാക്കാൻ ഒരു കാലം, തകർക്കാൻ ഒരു കാലം, കരയാൻ ഒരു കാലം, ചിരിക്കാൻ ഒരു കാലം, വിലപിക്കാൻ ഒരു കാലം, നൃത്തം ചെയ്യാൻ ഒരു കാലം. കല്ലുപെറുക്കി കളയാൻ ഒരു കാലം, കല്ലുപെറുക്കി കൂട്ടാനൊരു കാലം, ആലിംഗനം ചെയ്യാൻ ഒരു കാലം, ആലിംഗനം ചെയ്യാതിരിക്കാൻ ഒരു കാലം. സമ്പാദിക്കാൻ ഒരു കാലം, നഷ്ടപ്പെടുത്താൻ ഒരു കാലം, സൂക്ഷിച്ചുവയ്ക്കാൻ ഒരു കാലം, എറിഞ്ഞുകളയാൻ ഒരു കാലം, കീറാൻ ഒരു കാലം, തുന്നാൻ

ഒരു കാലം, മൗനം പാലിക്കാൻ ഒരു കാലം, സംസാരിക്കാൻ ഒരു കാലം, സ്നേഹിക്കാൻ ഒരു കാലം, ദ്വേഷിക്കാൻ ഒരു കാലം, യുദ്ധത്തിന് ഒരു കാലം, സമാധാനത്തിനു ഒരു കാലം" (3-3-8) . ഇതെല്ലാം ചേർന്നതാണ് മനുഷ്യൻ. അവന്റെ കാലങ്ങൾ അവനുപോലും അപഗ്രഥിക്കാനാവുന്നതല്ല. അവൻ കാലത്തിന്റെ നിഗൂഢതയിൽ ഒരു കളിപ്പാട്ടം പോലെ ഉപയോഗിക്കപ്പെടുകയാണ്. ലോകാവസ്ഥ അറിയാതെ ഒരു ജീനിയസിന് എഴുതാനൊക്കില്ല. ശാന്തതയിലോ ക്രമപ്പെടുത്തലിലോ വ്യവസ്ഥാപിതത്വത്തിലോ സാഹിത്യമില്ല. പുതിയതായി സൃഷ്ടിക്കുന്നതെന്തും ക്രമപ്പെടുത്തലിനു എതിരാണ്

അപ്രവചനീയമായ കാലം

ഫ്രഞ്ച് നോവലിസ്റ്റും ചിന്തകനുമായ ആൽബേർ കമ്യു പറഞ്ഞു: " ലോകത്തിന്റെ സൗമ്യമായ അനാസ്ഥയിലേക്ക് ഞാൻ എന്നെത്തന്നെ തുറന്നു പിടിച്ചിരിക്കുന്നു". 'സിസിഫസ് പുരാണം' എഴുതിയ കമ്യുവിനു പ്രധാനം അലങ്കോലവും അനാസ്ഥയുമായിരുന്നു. ലോകം സ്വാഭാവികതയിൽ അങ്ങനെയാണ്. മനുഷ്യനോ മറ്റേതെങ്കിലും ജീവികളോ വിചാരിക്കുന്നതുപോലെ ഒന്നുംതന്നെ സംഭവിക്കുന്നില്ല. എല്ലാ യുക്തിക്കും ശാസ്ത്രത്തിനും അപ്പുറം അപ്രവചനീയമായ കാലം നിൽക്കുന്നു. ശാസ്ത്രയുക്തിയുടെ അരികിൽ നിന്ന് അപ്രവചനീയതയും മിഥ്യയും ആരംഭിക്കുകയാണ്. ഒരു വിമാനം ശാസ്ത്രയുക്തിയാണ്. എന്നാൽ അത് ആകാശത്ത് വച്ച് കേടാകുമ്പോൾ മിഥ്യയാരംഭിക്കുന്നു. എല്ലാത്തിന്റെയും അസംബന്ധത്തെ ആദ്യമേ തിരിച്ചറിയണമെന്ന് കമ്യു എഴുതുന്നതു അതുകൊണ്ടാണ്. ഒരു സംഭവത്തിന്റെ എപ്പോഴും നിലനിൽക്കുന്നതും വ്യാഖ്യാനങ്ങൾക്ക് അപ്പുറമുള്ളതും മറുപുറവുമായ അസംബന്ധമാണത്.

അതിനെക്കുറിച്ചുള്ള അറിവാണ് ഒരാളുടെ അസ്തിത്വം. ഈ അസംബന്ധം ഒരാളുടെ നിസ്സാരതയും ലഘുത്വവുമാണ്. ഭൂമിയിലെ ജീവിതത്തെക്കുറിച്ച് കിട്ടാവുന്നതിൽ ഏറ്റവും സത്യസന്ധമായ പ്രസ്താവനയാണത്. ഓർമ്മകളോ, മനസ്സുകളോ പ്രകൃതിയിൽ ശേഷിക്കുകയല്ല, അപ്രത്യക്ഷമാകുകയാണല്ലോ ചെയ്യുന്നത്.

ജീവിച്ചിരിക്കുന്ന വേളയിൽ മാത്രം പ്രവർത്തിക്കുന്ന ഈ സങ്കേതങ്ങൾ യഥാർത്ഥമാണെന്ന് എങ്ങനെ പറയും? "അസംബന്ധമാണെന്ന് കരുതി അതിൽ തന്നെ എല്ലാം അവസാനിപ്പിക്കരുത്. അതിനെതിരായി പോരാടണമെന്ന് കമ്യു പറയുന്നത് ഈ മിഥ്യയെ എങ്ങനെ മറികടക്കണമെന്ന പദ്ധതിയുടെ ഭാഗമാണ്. "ജീവിതകാലം മുഴുവൻ ആനന്ദിക്കുകയും ആസ്വദിക്കുകയും ചെയ്യുന്നതിനേക്കാൾ കാര്യമായി മനുഷ്യർക്ക് യാതൊന്നുമില്ലെ

ന്ന് ഞാൻ അറിയുന്നു " എന്ന് സഭാപ്രസംഗകൻ പറയുന്നത് (3-12) ഈ പശ്ചാത്തലത്തിൽ വ്യാഖ്യാനിച്ചു മനസ്സിലാക്കണം. ആനന്ദി ക്കുക, ആസ്വദിക്കുക എന്നു പറയുന്നതിലൂടെ സഭാപ്രസംഗകൻ ലക്ഷ്യമാക്കുന്നത് അർത്ഥനിർമ്മിതിയാണ്. ദൈവത്തെക്കുറിച്ചോ, പൊരുളിനെക്കുറിച്ചോ യാതൊന്നും അറിയാൻ നിവൃത്തിയില്ലാത്ത തുകൊണ്ട് സ്വന്തം അസംബന്ധത്തിൽ നിന്ന് രക്ഷപ്പെടാനുള്ള ഉപാ ധിയായാണ് ഇത് ചൂണ്ടികാണിക്കുന്നത്. ആ പോരാട്ടം ഒരർത്ഥമു ണ്ടാക്കാതിരിക്കില്ല എന്ന് കമ്യു പറയുന്നത് ഈ അർത്ഥത്തിലാണ്. ആനന്ദവും ആസ്വാദനവുമാണ് ജീവിതത്തിലെ ആകെയുള്ള മൂല്യ ങ്ങൾ. കാരണം, മറുവശത്ത് പൊരുളുകൾ അജ്ഞാതമായി തുട രുകയാണ്. അതുകൊണ്ട് ജീവിക്കണമെങ്കിൽ ആനന്ദത്തിലേക്കും ആസ്വാദനത്തിലേക്കും തിരിയേണ്ടതുണ്ട്.

ആൽബേർ കമ്യു Revolt എന്ന വാക്കിലൂടെ ഉദ്ദേശിക്കുന്ന തും ഇതിനു സമാനമാണ്. നമ്മുടെ ഓർമ്മകൾ നിലനിൽക്കുന്നത് ഇതിന്റ ബലത്തിലാണ്. കമ്യു എഴുതുന്നു:

"നഷ്ടപ്പെട്ട വീടിനെക്കുറിച്ചുള്ള, വാഗ്ദത്ത ഭൂമിയെക്കുറിച്ചുള്ള ഓർമ്മകൾ നമുക്കില്ലാതാവുകയാണെങ്കിൽ, അതിന് പരിഹാരമി ല്ല". നമ്മുടെ അന്യവൽക്കരണം പൂർത്തിയാകുമെന്നാണ് വിവക്ഷ. ആകെയുള്ള ബന്ധം ഇതാണല്ലോ. നമ്മെ ഇവിടെ ജീവിക്കാൻ പ്രേ രിപ്പിക്കുന്നത് നമ്മുടേതെന്ന് പറയാവുന്ന എന്തെങ്കിലുമുണ്ടെന്ന ചിന്തയാണ്. അത് നഷ്ടപ്പെടുകയാണെങ്കിലോ പിന്നീട് നിരാശയും ആത്മഹത്യയുമായിരിക്കും ഫലം. എല്ലാ പരിശ്രമവും പരിശുദ്ധ മാണോ? ഈ ലോകം നന്നായി നിലനിൽക്കണമെന്നോ ലോകത്ത് എല്ലാവർക്കും നല്ലതു വരണമെന്നോ എല്ലാവരും വിചാരിക്കുന്നു ണ്ടോ? അങ്ങനെയുള്ള പ്രവർത്തനങ്ങൾ ഉണ്ടോ? "എല്ലാ സൗന്ദര്യ ത്തിന്റെയും ഹൃദയത്തിൽ മനുഷ്യത്വമില്ലാത്ത എന്തോ ഉണ്ട്" എന്ന് കമ്യു എഴുതുന്നത് സംസ്കൃതിയുടെ ആന്തരികമായ ശൂന്യതയി ലാണ് നമ്മെ എത്തിക്കുന്നത്. "എല്ലാ അധ്വാനവും എല്ലാ വൈദ ഗ്ധ്യവും മനുഷ്യരുടെ പരസ്പര സ്പർദ്ധയുടെ ഫലമാണെന്ന് ഞാൻ ഗ്രഹിച്ചു " എന്ന് സഭാപ്രസംഗകൻ (4-4) ആണയിടുന്നുണ്ട്. സംസ്കാരത്തിന് പവിത്രതയില്ലെന്നാണ് അത് സൂചിപ്പിക്കുന്നത്. മിഥ്യയുടെ മറ്റൊരു തലമാണിത്. ആർക്കോവേണ്ടി അധ്വാനിക്കു ന്നവരുണ്ട്. അവർ അദ്ധ്വാനിക്കുകയും സമ്പത്ത് കുന്നുകൂട്ടുകയും ചെയ്യുന്നു. എന്നിട്ട് അതിനായി തങ്ങൾ ചെയ്ത ക്രൂരതകൾ ആ സമ്പത്തിനോടൊപ്പം ഉപേക്ഷിച്ച ശേഷം ലോകം വിട്ടു പോകുന്നു. ഇതും മിഥ്യ തന്നെ.

സൗന്ദര്യം നൂറടി മുകളിൽ

സൗന്ദര്യത്തിൽ മനുഷ്യത്വമില്ലാത്ത എന്തോ ഉണ്ടെന്ന കമ്യുവിന്റെ വീക്ഷണം സാഹിത്യ, കലാപ്രവർത്തനത്തിൽ പോലും വ്യക്തികൾ വിചിത്രവും ദുരൂഹവുമായി ഇടപെട്ടിരിക്കുന്നു എന്നാണ് വ്യക്തമാക്കുന്നത്. സൗന്ദര്യം ഈ ലോകത്തിന്റേതല്ല ;അത് അഭൗമമാണ്. അഭൗമമായതിനോട് മനുഷ്യന് ഹൃദയബന്ധമുണ്ടാകുന്നത് വിസ്മയകരമാണ്. സൗന്ദര്യം തേടുന്നത് സകലതും ഉപേക്ഷിച്ചിട്ടായിരിക്കണം. അത് കുടുംബബന്ധങ്ങളിലോ, സ്വാർത്ഥതയിലോ, വെട്ടിപ്പിടിത്തത്തി ലോ ദുരയിലോ കാണുകയില്ല. സൗന്ദര്യം ഒരടിയല്ല, നൂറടി മുകളിൽ പറക്കുന്നു. അതിനു വേണ്ടി മനുഷ്യൻ ഉത്സുകനാവുന്നത് അവൻ പിന്നിലുപേക്ഷിക്കുന്ന വ്യർത്ഥതയെക്കുറിച്ച് ഓർത്തിട്ടാണ്. അവൻ ചവിട്ടിനിൽക്കുന്ന മണ്ണ് പാപത്തിന്റേതാണെങ്കിൽ, അവിടെ അവന് സമാധാനം കിട്ടില്ല. ഭൗതികമായ പാരതന്ത്ര്യത്തിന്റെയും മാലിന്യത്തിന്റെയും ഇടയിൽ നിന്ന് കൂടുതൽ ഉന്നതമായത് നേടാനുള്ള ശക്തി മനുഷ്യനിലുണ്ട്. ഇത് വ്യർത്ഥതയെ മറികടക്കുന്നതാണ്. എന്നാൽ ആ സൗന്ദര്യമാകട്ടെ മനുഷ്യത്വമില്ലാത്തതാണ്; അത് മനുഷ്യന്റേതല്ല. "സൂര്യനു കീഴെ ദൈവം നിനക്ക് നല്കിയിരിക്കുന്ന വ്യർത്ഥമായ ജീവിതം" (9-9) മനുഷ്യനെ മഥിക്കുന്നു. അവന്റെ അദൃശ്യതകൾ മരണത്തിൽ നിന്നല്ല, ജനത്തിൽനിന്നു തന്നെ ആരംഭിക്കുന്നു. അവൻ മായുന്നവനാണ്, വിസ്മരിക്കപ്പെടുന്നവനാണ്. അതുകൊണ്ട് അവനിൽ അസ്ഥിരതയെക്കുറിച്ചുള്ള ആകുലത കലാപത്തിനു വഴിതെളിക്കുന്നു. നിഴലിനോടെങ്കിലും അവൻ യുദ്ധം ചെയ്യാതിരിക്കില്ല. അവന് അത്രത്തോളം ജീവിക്കുന്ന ഇടം സംഘർഷാത്മകമാണ്. പ്രകൃതിയിൽ സൗന്ദര്യം ഉണ്ടെങ്കിലും അത് മാനുഷികമല്ല ;അതിനു മനുഷ്യനെ രക്ഷിക്കാനാവില്ല. മനുഷ്യനെ ഉദ്ദേശിച്ചോ, വൈകാരികമായ ലക്ഷ്യങ്ങളുടെ ഫലമായോ ഉണ്ടാക്കപ്പെട്ടതല്ല ആ സൗന്ദര്യം. അതിനെ ഒന്നിനെയും രക്ഷിക്കാനാവില്ല. പൂക്കൾ വാരിവിതറിയതുപോലെ തോന്നുന്ന ഒരു താഴ്വരയോ, സ്ഫടിക ജലം ഒഴുകുന്ന നദിയോ നമ്മെ ആകർഷിക്കും. അതെടുത്തു മനസ്സിലേക്ക് പകർത്താൻ തോന്നും. എന്നാൽ അവിടെ നിന്നാൽ ജീവിതം ഒരു തരത്തിലും സുരക്ഷിതമാകണമെന്നില്ല.

സോറൻ കീർക്കഗോറിന്റെ 'ദ് സിക്നസ് അൺ ടു ഡത്ത്' എന്ന കൃതിയിൽ മനുഷ്യരാശി നിത്യമായ നിരാശയിലാണെന്ന് പറയുന്നുണ്ട്. ദൈവം ഒരു മനുഷ്യനായി എന്തുകൊണ്ട് അവതരിച്ചു എന്നതിനെപ്പറ്റി കീർക്കഗോർ ചിന്തിക്കുന്നുണ്ട്. പ്രത്യേകമായ ചിലത്

ചെയ്യാനുണ്ടെന്ന ബോധ്യത്തിൽ നിന്നാണ് ദൈവം ഈ തീരുമാനമെടുത്തത്. ദൈവമായിരിക്കുന്നതിന്റെ വിരസത അവസാനിപ്പിക്കുകയായിരുന്നു ലക്ഷ്യം.

ഇതൊരു സാഹസികതയല്ല. ഇത് വളരെ ഗൗരവത്തോടെയാണ് ദൈവം കണ്ടത്. അസ്തിത്വത്തിനു വന്നുചേർന്ന പ്രാമുഖ്യമാണിത്. ഓരോരുത്തർക്കും ഇതിനെക്കുറിച്ച് ഒരു അഭിപ്രായമുണ്ടാകുമെന്നാണ് ദൈവം കരുതിയത്. എന്നാൽ ദൈവത്തിലെത്തിച്ചേരുക മനുഷ്യന് സാധ്യമല്ല. വിശ്വാസത്തിലൂടെയാണ് അതിനായി ശ്രമിക്കുന്നത്. ദൈവം മനുഷ്യന്റെ അസ്തിത്വത്തെ അംഗീകരിക്കുകയാണ് ചെയ്തത്. അല്ലെങ്കിൽ മനുഷ്യനായി നിലകൊള്ളേണ്ട ആവശ്യമില്ലല്ലോ.

തന്റെ പാപത്തിന് അല്ലെങ്കിൽ നിരാശയ്ക്ക് പരിഹാരമുണ്ടാക്കാനാണ് മനുഷ്യൻ ദൈവത്തെ സൃഷ്ടിച്ചത്. പക്ഷേ, അത് നിത്യമായ നിരാശയാണ് നല്കുന്നത്. ഓരോ വ്യക്തിക്കും ദൈവം വേറിട്ട അനുഭവമേകുന്നതാണ് ആത്മാവിന്റെ സമസ്യയാകുന്നത്.

ആത്മാവ് അല്ലെങ്കിൽ self നമ്മുടെ ശരിയായ പ്രതിഫലനമാണോ? നമ്മൾ പലതും സങ്കൽപ്പിക്കുന്നുണ്ടെങ്കിലും നമുക്ക് നമ്മുടേതായ ഒരാത്മാവുണ്ടോ?

അത് നിമിഷംതോറും പലതായി വേഷം മാറുകയല്ലേ ചെയ്യുന്നത്? പരസ്പര പൊരുത്തമോ, യുക്തിയോ ഇല്ലാതെ പെരുമാറുന്ന ആത്മാവ് ദൈവവുമായി എങ്ങനെ സമന്വയിക്കും?

എപ്പോഴെങ്കിലും നമ്മൾ ആത്മാവിന്റെ സഹജവും സ്ഥിരവുമായ ഒരനുഭവത്തിന് വിധേയമാക്കുന്നുണ്ടോ? ഇല്ല. അതുകൊണ്ടാണ് കീർക്കഗോർ ആത്മാവ് ഒരു ഘട്ടത്തിലും പൂർണ്ണമല്ലെന്നു പറയുന്നത്. അത് എന്തോ ആയിത്തീരാനുള്ള പ്രക്രിയയിലാണ്. ആത്മാവ് നിലനിൽക്കുന്നില്ലെന്നാണ് കീർക്കഗോറിന്റെ പക്ഷം. അതിനെക്കുറിച്ചുള്ള ചിന്ത മനുഷ്യനു നിരാശയുണ്ടാക്കുന്നു. എല്ലാം അറിയാമെന്ന ധാരണയിൽ അവൻ പാപം ചെയ്യുകയാണ്. പാപിയാകുന്നതിന്റെ കാരണം ആത്മാവ് അവന് അനുഭവപ്പെടാത്തതുകൊണ്ടാണെന്ന് വരുമോ?

അനശ്വരമായ ആ രോഗം

"ജീവിച്ചിരിക്കുന്നവരേക്കാൾ ഭാഗ്യവാന്മാരാണ് മരിച്ചുപോയവരെന്ന് ഞാൻ വിചാരിച്ചു " (4-2) എന്നു പറയുന്നത് ഇതിന്റെ പശ്ചാത്തലത്തിൽ കൂടുതൽ അർത്ഥപൂർണമാണ്. ജീവിച്ചിരിക്കുന്നത് നിരാശയ്ക്കും ദൈവത്തിനുമിടയിലുള്ള ഓട്ടമാണെന്ന തരത്തിൽ കീർക്കഗോർ വ്യാഖ്യാനിക്കുന്നത് ഈ മിഥ്യയെ തന്നെയാണ്. മനു

ഷ്യന്റെ ശരീരത്തിലല്ല, മനസ്സിലാണ് അനശ്വരമായ ഈ രോഗം പിടി പെട്ടിരിക്കുന്നത്. അവൻ ആത്മീയമായി രോഗിയാണ്. അവന്റെ രോഗത്തെക്കുറിച്ചുള്ള വ്യാഖ്യാനങ്ങളും അതിന്റെ ആവിഷ്കാര ങ്ങളുമാണ് അവന്റെ സൃഷ്ടികൾ. അതിൽ അവൻ സ്വന്തം പാപ ബോധത്തെ അന്വേഷിക്കുകയാണ്. എന്നാൽ ആത്മാവ് ഒരു ഘട്ടത്തിലും അതായിരുന്നില്ലെങ്കിൽ, അത് അതിനു അന്യമായിരി ക്കും. ഇതാണ് രോഗാവസ്ഥയിലേക്ക് നയിക്കുന്നത്- കീർക്കഗോർ ചൂണ്ടിക്കാട്ടുന്നു. ആത്മാവിന്റെ പ്രതീക്ഷയിൽ മനുഷ്യൻ ജീവി ക്കുകയാണ്. എന്നാൽ അതൊരിക്കലും ആർജിക്കാനാവുന്നില്ല, ഓരോഘട്ടത്തിലും. അവൻ അതിന്റെ പരീക്ഷണശാലയിലാണ്; അല്ലെങ്കിൽ അതിന്റെ രൂപാന്തരപ്രക്രിയയിൽ അവൻ ഒരുപകര ണമാക്കപ്പെടുന്നു. ഓരോ വ്യക്തിയും നിരാശയിലാണെന്ന് കീർക്ക ഗോർ പറയുന്നു. ദൈവത്തെ അവൻ കണ്ടെത്താൻ വിധിക്കപ്പെട്ടി രിക്കുന്നു. അല്ലെങ്കിൽ അവൾ നിരാശയിൽ നീറിക്കഴിയേണ്ടിവരും. എന്നാൽ എന്തിനാണ് അവൻ നിരാശപ്പെട്ടുകൊണ്ടും തെറ്റ് ചെയ്യു ന്നത്? അല്ലെങ്കിൽ സന്തോഷം ഉപേക്ഷിക്കുന്നത്? സഭാപ്രസംഗകൻ ചോദിക്കുന്നുണ്ട്,

കീർക്കഗോർ മനുഷ്യനെ വ്യാഖ്യാനിച്ച് അവന്റെ അസ്തിത്വ ത്തെ ബാധിച്ചിരിക്കുന്ന അവസാനിക്കാത്ത ഉത്ക്കണ്ഠയെക്കുറി ച്ച് പറയുന്നതിൽ സഭാപ്രസംഗകൻ സൂചിപ്പിച്ച മിഥ്യ തന്നെയാണു ള്ളത്. എന്താണ് ഈ മിഥ്യ? അദൃശ്യതയോ മാന്ത്രികതയോ അല്ല; ഫലശൂന്യതയാണ്. ഒരർത്ഥം കണ്ടെത്താൻ എത്ര ശ്രമിച്ചിട്ടും കഴിയാത്ത അവസ്ഥയാണിത്. അർത്ഥം തിരഞ്ഞു ജീവിതം നശിപ്പി ക്കരുതെന്ന് സഭാപ്രസംഗകൻ പറഞ്ഞിട്ടുണ്ട്. "ചെയ്യാനുള്ളത് സർവ്വ ശക്തിയോടും കൂടെ ചെയ്യുക; എന്തെന്നാൽ നീ ചെന്നു ചേരേണ്ട പാതാളത്തിൽ ജോലിക്കോ ചിന്തയ്ക്കോ വിജ്ഞാനത്തിനോ അറിവിനോ സ്ഥാനമില്ല ". (9 -10) . മനുഷ്യനെ വിഭ്രമിപ്പിക്കുന്ന കാര്യ മാണിത്. എന്തുതന്നെ ചെയ്താലും അതിന്റെ ഫലം ഇവിടെത്തന്നെ തന്നെ മങ്ങിപ്പോകും. ജ്ഞാനിയായതുകൊണ്ടോ, സന്മാർഗ്ഗിയായ തുകൊണ്ടോ നല്ലത് വരണമെന്നില്ല. അപ്പം ജ്ഞാനിക്ക് ലഭിച്ചിട്ടില്ലെ ന്നും ധനം ബുദ്ധിമാന് എത്തിച്ചേർന്നിട്ടില്ലെന്നും സഭാപ്രസംഗകൻ പറയുന്നത് ഇതിന്റെ

ആഴം വ്യക്തമാക്കുന്നു. ഏത് ദിശയിൽ സഞ്ചരിച്ചാലും മനുഷ്യനു ക്ളേശം തന്നെയാവും ഫലം. എല്ലാ നേട്ടങ്ങളും അതിനു വേണ്ടി ചെയ്ത അദ്ധ്വാനവുമെല്ലാം വ്യർത്ഥമാണെന്നറിയുന്ന മനുഷ്യനെ യാണ് നവസാഹിത്യം അവതരിപ്പിച്ചത്. ഒരിക്കലും അഴിക്കാനാ

വാത്ത കുരുക്കാണത്. എന്നാൽ സന്തോഷം എന്തിന് ഉപേക്ഷിക്കണം? ചെയ്യാനുള്ളത് എന്തിനു ചെയ്യാതിരിക്കണം? ഒന്നും തന്നെ വേണ്ടെന്ന് വെക്കുന്നതുകൊണ്ട് പ്രയോജനമില്ല. പാതാളത്തിൽ ഇതിന്റെ പേരിൽ ഒന്നും ഉണ്ടാവുകയില്ല. മരണാനന്തരം മറ്റൊരു ശൂന്യതയാണ് കാത്തിരിക്കുന്നത്. അതുകൊണ്ട് ജീവിച്ചിരിക്കുന്നത് തന്നെയാണ് കുറേക്കൂടി പ്രസക്തമായ മിഥ്യ. ആ മിഥ്യ ഏകാന്തതയെ താൽക്കാലികമായി നിലനിർത്തുന്നു. സ്വയം നഷ്ടപ്പെടുമ്പോഴും അതിൽ ജീവിക്കുന്നതിന്റെ മിഥ്യ ഒരടയാളമാകുന്നു.

യാഗാശ്വമായി പൊരുൾ

"യാഥാർത്ഥ്യം എത്ര വിദൂരത്താണ്; ആഴത്തിൽ, അളക്കാൻ കഴിയാത്ത ആഴത്തിൽ, ആർക്ക് അത് കണ്ടുപിടിക്കാൻ കഴിയും" (7_24)

യാഥാർത്ഥ്യം അപ്രാപ്യമാണെന്ന ഈ ബൈബിൾ വാക്യം കഴിഞ്ഞ ഏതാനും നൂറ്റാണ്ടുകളിലെ സാഹിത്യപരീക്ഷണങ്ങളെയെല്ലാം സ്വാധീനിച്ചിട്ടുള്ളതാണ്. യാഥാർത്ഥ്യത്തെ സമീപിക്കാൻ കഴിയാത്തതുകൊണ്ടാണ് ഫിക്ഷ്നും കവിതയും ആവശ്യമായിവരുന്നത്.

ഫിക്ഷ്ന് യാഥാർഥ്യത്തിന്റെ അപനിർമാണമാണ് വേണ്ടത്. വസ്തുവിന്റെ തനത് സ്വഭാവത്തെ മാറ്റാനാണ് ഫിക്ഷ്ൻ എഴുതുന്നത്. ജനാധിപത്യരാജ്യത്തോ, സർക്കാർ നിരീക്ഷണത്തിലോ ഉൾപ്പെടാത്ത മറ്റൊരു ലോകമുണ്ട്. അതിനെ യാഥാർത്ഥ്യം എന്ന വാക്കുകൊണ്ട് വിവരിക്കാനാവില്ല. ഒരാൾക്കും അയാളെക്കുറിച്ചുള്ള യാഥാർത്ഥ്യം അറിയില്ലെന്നതാണ് സത്യം. ഏതോ വലിയ ദുരൂഹത നമ്മെ ചൂഴുകയാണ്. അർത്ഥമറിയാതെ പ്രവർത്തിക്കാൻ വിധിക്കപ്പെട്ടതുകൊണ്ട് ദു:ഖിക്കുകയാണ് നമ്മുടെ മാർഗം. ദു:ഖിക്കുന്നതിലൂടെ, സഹനത്തിനു ഒരർത്ഥം സൃഷ്ടിക്കുകയാണ്. ദു:ഖം ജൈവമായ സത്യമാകയാൽ, അതിനു നീതീകരണമുണ്ട്. അത് സഹനത്തെ എളുപ്പമുള്ളതാക്കുന്നു. സഹസ്രാബ്ദത്തിലെ വാക്കുകളായി, മുകളിൽ ചേർത്ത സഭാപ്രസംഗകന്റെ ഉദ്ധരണിയെ കാണാവുന്നതാണ്. എല്ലാ നവരചനകളും ഇതിന്റെ പരിധിയിൽ വരും.

"ഹാ!ശുഭേ! നിജഗതാഗതങ്ങൾ ത-
ന്നീശനിശ്ചയമറിഞ്ഞിടാ നരൻ,
ആശ നിഷ്ഫലവുമായ് വരുന്നവ-
ന്നാശിയാതിഹ വരുന്നഭീഷ്ടവും"
സ്വന്തകർമ്മവശരായ് തിരിഞ്ഞിടു -

ന്നന്തമറ്റ ബഹുജീവകോടികൾ
അന്തരാളഗതിതന്നിലൊന്നൊടൊ-
ന്നന്തരാ പെടുമണുക്കളാണ് നാം "

യാഥാർത്ഥ്യത്തെ കണ്ടെത്താൻ പ്രയാസമായിരിക്കുമെന്നു തന്നെയാണ് ആശാനും പറയുന്നത്. ജനിമൃതികൾക്കിടയിൽ എന്തോ തുടിക്കുന്നു, മിന്നിമായുന്നു, ശബ്ദങ്ങൾ പുറപ്പെട്ട് നിശ്ശബ്ദമാകുന്നു... എന്തെങ്കിലും മനസിലാകുന്നുണ്ടോ? പ്രകൃതി നീണ്ട വിസ്മൃതിയുടെ നിർമ്മാണത്തിൽ ഏർപ്പെട്ടിരിക്കുകയാണ്. പൊരുളിനെക്കുറിച്ച് തലങ്ങും വിലങ്ങും ചർച്ചകൾ ഉണ്ടാകുന്നു. ഒരു പൊരുളിനെയും ഉറപ്പിച്ചുനിർത്താനോ ബന്ധിക്കാനോ കഴിയില്ല. യാഗാശ്വമായി പായുന്നത് പൊരുളാണ്; പിടിതരാത്ത യാഥാർഥ്യമാണത്. അതിനെ പിടിച്ചുകെട്ടാൻ ആരുമില്ല. ഈശ്വരനിശ്ചയമറിയില്ല എന്ന് ആശാൻ പറയുന്നതിൽ സഭാപ്രസംഗകന്റെ വാക്കുകൾ മുഴങ്ങുന്നു. ആശയാലുണ്ടാകുന്ന വ്യർത്ഥതാബോധവും സന്തോഷവും എന്തുകൊണ്ട് സംഭവിക്കുന്നുവെന്ന് പറയാൻ മനുഷ്യൻ അശക്തനാണ്. കർമ്മം ശരിയായി വരുന്നുവെന്ന് നമുക്ക് തോന്നുന്നതാകാം. ചിലപ്പോൾ പ്രതീക്ഷിച്ച പോലെയായിരിക്കില്ല. അപ്പോൾ വിഷാദമാണുണ്ടാവുക. നമുക്ക് വേണ്ടി പല പമ്പരങ്ങൾ കറങ്ങുന്നു. എന്താണ് പൊരുൾ? ഏതോ നിമിത്തത്തിൽ പ്രചോദിതരായി നാം സഞ്ചരിക്കുന്നു. അതാണ് പൊരുളെന്ന് വിചാരിക്കുന്നു ;അതിനപ്പുറത്തുള്ള യാഥാർത്ഥ്യം എന്താണ്? ആശാൻ വലിയ തത്ത്വചിന്തകനെപോലെ തുടർന്നു പറയുന്നുണ്ട്, കർമ്മത്തിന്റെ പൊരുളറിയാതെ ചുറ്റിത്തിരിയുന്നത് സഹസ്രകോടി ജീവികളാണെന്ന്. ഈ ലോകത്തിന്റെ ദുരൂഹമായ ഇടനാഴികളിൽ നാം നിസ്സഹായരായിപ്പോയിരിക്കുകയാണ്. "അന്തരാള ഗതി തന്നിലൊന്നൊടൊന്നന്തരാ" എന്നു പറയുമ്പോൾ യാഥാർത്ഥ്യം തീർത്തും അപ്രാപ്യമാണെന്നതിനെക്കുറിച്ചുള്ള ശൂന്യതാബോധമാണ് തെളിയുന്നത്.

ജനിമൃതികളിലെ ഇടനാഴിയിൽ നാം ഒറ്റപ്പെട്ടിരിക്കുന്നു. നിഗൂഢവും പൊരുളറിയാതെ വിഭ്രമിപ്പിക്കുന്നതുമായ ഈ ഇടനാഴിയിൽ യാദൃശ്ചികമായി ചിലരെ കണ്ടുമുട്ടുന്നു. അവരെയൊന്നും നാം ക്ഷണിച്ചു വരുത്തിയതല്ല; കർമ്മഗതിയെന്ന് പറയാമെന്ന് മാത്രം. അതിനു നിശ്ചയമില്ല. വിചാരിച്ചിരിക്കാതെ നമ്മിളിലേക്ക് ചിലർ വരുന്നു ;ചിലരിലേക്ക് നാം എത്തിച്ചേരുന്നു. ഒന്നിനും ഉറപ്പില്ല.

ചിലപ്പോൾ സ്നേഹം എന്ന പശ ഉല്പാദിപ്പിക്കപ്പെട്ടേക്കാം ;അല്ലെങ്കിൽ അകൽച്ചയുടെ നോവറിയാം. സ്നേഹ ബന്ധത്തിൽ നിന്നുള്ള വേദനയേറ്റുവാങ്ങി പിന്തിരിയാൻ കഴിയാതെ വരാം. ഈ സാർവ

ത്രിക ഗതികേടിൽപ്പെട്ട അണുക്കളാണ് മനുഷ്യർ. എല്ലാ ജീവികളും അങ്ങനെതന്നെ. രണ്ടായിരം കോടി പുഴുക്കൾ ഒരു ഇരുണ്ട ഓവുചാലിൽ പുളയ്ക്കുമ്പോൾ, അവയിലൊന്നു പോലും മറ്റൊന്നിന്റെ ജീവിതത്തിലേക്ക് നേരിട്ട് പ്രവേശനാനുമതി നേടിയിട്ടില്ല.

അവ എങ്ങനെ ഒന്നിച്ചുകൂടി? എന്തിനു അവ പിരിയുന്നു. അജ്ഞതയുടെ തണുത്തുറഞ്ഞ ഒരു തടാകമായി ഈ ലോകം മാറുന്നു. ഒട്ടും പ്രതീക്ഷിക്കാതെ ലക്ഷക്കണക്കിന് പുഴുക്കൾ ഏതോ ലക്ഷ്യപൂരണത്തിനെന്നപോലെ ഒത്തുകൂടുകയും അവ താമസിയാതെ നശിക്കുകയും ചെയ്യുന്നു. ലോകം അവയ്ക്ക് അന്യമായിരിക്കുക മാത്രമല്ല, അജ്ഞാതവുമാണ്. മനുഷ്യനും അങ്ങനെയാണ്. അവന് അന്യഗ്രഹങ്ങളെക്കുറിച്ചുള്ള അറിവ് എത്രയോ പരിമിതമാണ്.

മാത്യു അർനോൾഡ് കേട്ട ഗാനം

മനുഷ്യനും ഒരിടവേളയിൽ ഒട്ടും വിചാരിക്കാതെ പരസ്പരം ബന്ധത്തിലേർപ്പെടുന്നു. കാരണങ്ങൾ എന്ന പേരിൽ ഉണ്ടാകുന്നതെല്ലാം മറയാക്കി വേർപിരിയുകയും ചെയ്യുന്നു.

ജനിമൃതികളുടെ പൊരുളിലേക്ക് നോക്കാനാവാത്ത മനുഷ്യൻ അജ്ഞനാണ്. അവന്റെ കർമ്മഫലങ്ങൾക്ക് വിശദീകരണങ്ങൾ പര്യാപ്തമല്ല. ഒരു ഫലശൂന്യതയെയാണ് ജീവിതം അഭിമുഖീകരിക്കുന്നത്. 'ഡോവർ ബീച്ച്' എന്ന കവിതയിൽ മാത്യു അർനോൾഡ് കേൾക്കുന്ന കടൽത്തീരത്തെ വിഷാദരാഗം (The eternal note of sadness) എന്താണ് ഈജിയൻ തീരത്ത് സോഫോക്ലീസ് നൂറ്റാണ്ടുകൾക്ക് മുമ്പ് കേട്ട ഗാനമാണത്. അത് നിറയെ മനുഷ്യദുരിതമാണ്. അത് കലങ്ങുന്നതും അടിച്ചുകയറുന്നുതും ഇറങ്ങിപ്പോകുന്നതുമാണ്.

കവി എഴുതുന്നു :

But now I only hear
It's melancholy, long, withdrawing roar,
Retreating, to the breath of the night wind, down the vast edges drear
And naked shingles of the world.

മാറ്റമില്ലാത്ത ശോകത്തെക്കുറിച്ചാണ് കവി സംസാരിക്കുന്നത്. തന്റെ പ്രിയപ്പെട്ടവളോട് കവിക്ക് പറയാനുള്ളത് ലോകത്തിന്റെ ഒരിക്കലും പിടിതരാത്ത വിഷാദാരവ ങ്ങളെക്കുറിച്ചാണ്. സന്തോഷിക്കേണ്ട നിമിഷങ്ങളിൽ അതിനെ ഹനിച്ചുകൊണ്ട് തീരവും ചരൽക്കല്ലുകളും തിരകളും ഒരേയൊരു രാഗം മാത്രം കേൾപ്പിക്കുന്നു.

കവിയെ തിരിച്ചുവിളിക്കുകയാണ് ആ ഗാനം. ഓരോ തിരയും മനുഷ്യ ദുരിതത്തെ തന്നെ ആഖ്യാനം ചെയ്യുന്നതായി കവിക്ക് തോന്നുന്നു. അപ്പോൾ കവിയുടെ പ്രണയമോ? ആ പ്രണയത്തിന്റെ ആനന്ദത്തെ പോലും വലിഞ്ഞു മുറുക്കുകയാണ് വിഷാദത്തിന്റെ ആ ഗാനം; അതിൽ നിന്ന് ആർക്കും മോചനമില്ല. ഈ ലോകം നമ്മെ ചതിക്കുകയാണോ ചെയ്യുന്നത്? കവി അത് ഇങ്ങനെ ധ്വനിപ്പിക്കുന്നു:

Ah, love, let us be true
To one another! for the world, which seems
To lie before us like a land of dreams

പ്രേമത്തെ എങ്ങനെ മൂല്യമുള്ളതാക്കാമെന്ന ചിന്തയിൽ നിന്നാണ് നമുക്ക് പരസ്പരം സത്യസന്ധരാകാമെന്ന സമാധാനത്തിൽ എത്തുന്നത്. ലോകത്തിന്റെ അനശ്വരമായ ആ വിഷാദരാഗം എല്ലാവരെയും ആശയക്കുഴപ്പത്തിലാക്കിയിരിക്കുകയാണ്. പ്രേമിക്കുമ്പോൾ മനസ്സിന് സത്യസന്ധത ഒരു ഭാരമായിട്ടുണ്ടാകാം.

അതുകൊണ്ട് സ്വപ്നഭൂമി പോലെ തോന്നിക്കുന്ന ഈ ലോകം നമ്മോട് നുണ പറയുകയാണെന്ന് അറിഞ്ഞുകൊണ്ടുതന്നെ നമുക്ക് സത്യസന്ധരാകാം. നിസ്വരായവരുടെ കൈയിൽ ഈ ആയുധമേയുള്ളു.

"അവന്റെ ദിനങ്ങളെല്ലാം വേദന നിറഞ്ഞതാണ്; അദ്ധ്വാനമാകട്ടെ, ദു:ഖ സങ്കുലവും. രാത്രിയിൽ പോലും അവന്റെ മനസ്സിനു സ്വസ്ഥതയില്ല. ഇതും മിഥ്യ തന്നെ " (2-23) .

ഈ സ്വസ്ഥതക്കുറവാണ് മാത്യു അർണോൾഡ് ഡോവർ കടൽതീരത്ത് വച്ച് തുറന്നു വിട്ടത്. അദ്ദേഹം നൂറ്റാണ്ടുകളായുള്ള ജനതയുടെ മിഥ്യകളിൽ മുങ്ങിത്താഴുന്നതിന്റെ വേദനയാണ് പകരുന്നത്. അത് മറച്ചുപിടിക്കാൻ കവിക്ക് അറിയില്ല. അദ്ദേഹം അത് തുറന്നുപറയാനാണ് എഴുതുന്നത്. ലോകം നുണകളാൽ രൂപീകരിക്കപ്പെടുമ്പോൾ അതിനെതിരെ സത്യസന്ധതയിലൂടെ അതിജീവിക്കാൻ ശ്രമിക്കുകയാണ്. എല്ലാ നുണകളും അഴിഞ്ഞുവീഴണം, എങ്കിലേ സത്യത്തെ നേർക്കുനേർ കാണാനാവൂ. ഭുമിയിലെ മനുഷ്യന്റെ പ്രയത്നത്തെക്കുറിച്ച് സഭാപ്രസംഗകൻ പറയുന്നതിന്റെ സാരം ഇതാണ്.

സാരത്തിനുള്ളിലെ സാരം

എല്ലാ ആഘോഷങ്ങൾക്കും ശേഷം അവശേഷിക്കുന്നത് സ്വയം കാണാനുള്ള ചില കാഴ്ചകളാണ്. അത് നൂറ്റാണ്ടുകൾക്ക് പിന്നിലേക്ക് നമ്മെ കൊണ്ടുപോകുന്നു. അനുഭവങ്ങളുടെ സാരം ഗ്രഹിച്ചവരൊക്കെ സഭാപ്രസംഗകൻ ഉയർത്തിയ പരമമിഥ്യയിലേക്ക് തന്നെ നിപതിച്ചിട്ടുണ്ട്. ജർമ്മൻ തത്ത്വചിന്തകൻ ഷോപ്പനോർ ജീവിതം ദു:

ഖമാണെന്ന് നിർവ്വചിച്ചതിനു സമാനമാണ് ഡോവർ ബീച്ചിൽ മാത്യു അർനോൾഡ് സത്യം വെളിപ്പെടുത്തുന്നത്. മനുഷൻ ഒരു ചതിയാണ്;എന്തിനു വേണ്ടി, എന്തിനു ചുറ്റും കറങ്ങുന്നുവെന്ന് അറിയാത്തതുകൊണ്ട് ഓരോ നിമിഷത്തെയും അവൻ മഹത്വവത്ക്കരിക്കുന്നു. ആനന്ദമായാലും ദുഃഖമായാലും വറ്റിച്ചുനോക്കിയാൽ ഒന്നുമുണ്ടാവില്ല.

"സൂര്യന് കീഴുള്ള കഠിനാധ്വാനവും മനുഷ്യക്ലേശവുംകൊണ്ട് മനുഷ്യനു എന്ത് നേട്ടം? അവന്റെ ദിനങ്ങളെല്ലാം വേദന നിറഞ്ഞതാണ്. അധ്വാനമാകട്ടെ, ദുഃഖസങ്കുലവും " (2-22, 23) - സഭാപ്രസംഗകന്റ ഈ വാക്കുകൾക്കപ്പുറം ലോകസാഹിത്യം ഒന്നും കണ്ടെത്തുന്നില്ല. സാരത്തിനുള്ളിലെ സാരം ഇതുതന്നെയാണ്. ഒരു തുരങ്കത്തിലൂടെ സഞ്ചരിക്കുന്നത് സാഹസമാണ്. ആന്ദ്രേ തർക്കോവ്സ്കിയുടെ Stalker എന്ന സിനിമയിൽ തുരങ്കത്തിലൂടെയുള്ള സഞ്ചാരം കാണാം. മൂന്നുപേർ വിചിത്രമായ ഒരു സ്ഥലവും അവിടുത്തെ പ്രഭുവിനെയും കാണാൻ പോവുകയാണ്. അവർക്ക് ഒന്നും തന്നെ കണ്ടെത്താനായില്ല. അവസാനം അവർ തർക്കിക്കുകയും ലക്ഷ്യം മറക്കുകയും ചെയ്യുന്നു. അവർ തങ്ങളുടെ യുക്തിക്കനുസരിച്ച് പലതും ഇഴ പിരിച്ച് പരിശോധിക്കുന്നു. ഓരോരുത്തരും സ്വയം ന്യായീകരിച്ചു. സാഹിത്യവും കലയുമെല്ലാം നിറം കെട്ട് വീഴുകയാണ്. നിശ്ചലവും നിരാലംബവുമായ യാതൊന്നിന്റെയോ നിഴലുകളായി അവർ രൂപാന്തരപ്പെടുന്നു. അല്ലെങ്കിൽ, അവർ ആ നിഴൽ തന്നെയല്ലേ? നിഴലായതുകൊണ്ട് യാഥാർത്ഥ്യത്തെ അറിയണമെന്നില്ല. ആ നിഴലിനു കാരണമായ യഥാർത്ഥ വസ്തുത എവിടെ? ഉദ്വേഗവും നിരാശയും സംശയവും ഉത്തരമില്ലാത്ത അവസ്ഥയും അവരെ പിരിമുറുക്കത്തിലാക്കുന്നു.

മനുഷ്യൻ കഠിനാധ്വാനത്തിലൂടെ എന്താണ് നേടുന്നതെന്ന ചോദ്യം ആർക്കും തന്നെ ചോദിക്കാനാവില്ല. ആ ചോദ്യം നമ്മെ തകർക്കാൻ ശേഷിയുള്ളതാണ്. യാതൊന്നിനോടും ബന്ധമില്ലാത്ത സഭാപ്രസംഗകൻ അത് ചോദിച്ചത് ദൈവത്തിന്റെ ചിരി തനിക്ക് രഹസ്യമായി കാണാനായതുകൊണ്ടാണ്. മനുഷ്യന്റെ പ്രയത്നം വേദനനിറഞ്ഞതാണെന്ന് ഡോവർ ബീച്ചിൽ പറയുന്നത്, അനശ്വരമായ ഒരു ദു:ഖരാഗം സമുദ്രതീരത്ത് നിന്ന് ഒഴുകി വരുന്നു എന്ന അർത്ഥത്തിലാണ്. ഓരോ വ്യക്തിയും അത് വേറിട്ട വഴിയിൽ കേൾക്കുന്നു, സാരം ഒന്നു തന്നെ. അധ്വാനിക്കുന്നവർ സന്തോഷിക്കുന്നു. എന്നാൽ അവരെ ദുഃഖം നിറഞ്ഞ സന്ദേഹങ്ങൾ കാത്തിരിക്കുകയാണ്. ഒരു കവിക്ക് ഇത് മനസ്സിലാക്കാനായില്ലെങ്കിൽ എഴുതിയിട്ട്

കാര്യമില്ല. എല്ലാ മികച്ച സാഹിത്യവും ആത്യന്തികമായി ഈ പൊരുളിലേക്കാണ് എത്തിച്ചേരുന്നത്. മിഥ്യ, അതുമാത്രമാണ് സത്യം ; ആ സത്യത്തെ മറയ്ക്കാനോ, ഭേദിക്കാനോ വേണ്ടിയാണ് മിക്കവരും എഴുതുന്നത്, വരയ്ക്കുന്നത്.

മറ്റെന്താണ് ചെയ്യാനുള്ളത്?

ഒരേ പ്രപഞ്ചത്തിൽ

മനസ്സിനുള്ളിലേക്ക് പ്രവേശിക്കാൻ എപ്പോഴും കഴിയണമെന്നില്ല. കലാകാരന്മാർ ഏകാന്തത തേടുന്നത് ഈ പ്രവേശനം സാധ്യമാക്കുന്നതിനാണ്. തിരക്കേറിയ ഒരു നഗരത്തിലൂടെ സഞ്ചരിക്കുമ്പോഴും കലാകാരൻ തന്റെ മനസ്സിനുള്ളിലേക്ക് പ്രവേശിക്കാൻ ശ്രമിച്ചുകൊണ്ടിരിക്കും. ഇത് ഒരു സഹനമാണ്. ആ സഹനത്തെ ഏകാന്തതയെന്നു വിളിക്കാം. അതുകൊണ്ട് ഈ ഏകാന്തതയ്ക്ക് പവിത്രതയുണ്ട്. കാരണം, അത് നമ്മുടേതാണ്. നമ്മളാണല്ലോ നമുക്കൊപ്പം തനിച്ചാകുന്നത്. അതിന്റെയർത്ഥം നമ്മുടെയുള്ളിലേക്ക് നോക്കാൻ നമുക്ക് പ്രാപ്തിയുണ്ടെന്നാണ്. സാഹിത്യമോ കലയോ നമ്മുടെ തന്നെ ആന്തരിക ലോകത്തെയാണ് അനാവരണം ചെയ്യുന്നത്. എത്രത്തോളം തുറക്കുന്നുവോ അത്രത്തോളം അത് പവിത്രമായിരിക്കും;വിഭജനങ്ങൾക്ക് അപ്പുറമായിരിക്കും. മനുഷ്യന്റെ ചിന്തയിൽ നിറയെ പ്രതിലോമ വികാരങ്ങളും അശുഭചിന്തകളുമാണ് കൂടുകൂട്ടിയിരിക്കുന്നത്. അതുകൊണ്ടാണ് ജലാലുദ്ദീൻ റൂമിക്കും കബീർദാസിനും ഖലിൽ ജിബ്രാനും മനുഷ്യത്വത്തിന്റെ ശുചീകരണത്തെക്കുറിച്ച് പറയേണ്ടി വരുന്നത്. ഒരു നവീനമായ സ്നേഹാത്മകതയാണ് ഈ കവികളെല്ലാം അവതരിപ്പിച്ചത്. സ്വാർത്ഥതയോ ഗൂഢലക്ഷ്യമോ ഇല്ലാത്ത, വെയിൽ പോലെ പരക്കുന്ന ഇന്ദ്രിയങ്ങളുള്ള സ്നേഹം.

ഒരേയൊരു പ്രപഞ്ചത്തിൽ

എഴുതുമ്പോൾ മനസ്സിനുള്ളിലേക്ക് കയറാൻ സാധിക്കണമെന്നില്ല. കാരണം, നമ്മുടെ മനസ്സിന്റെ ഉപരിതലത്തിലുള്ള തോന്നലുകളെ പോലും, ചിലപ്പോൾ സ്വാംശീകരിക്കാൻ കഴിയണമെന്നില്ല. ഒരു തോന്നലിന്റെ പിറകിലുള്ളത് ഏത് പ്രചോദനമാണെന്ന് തിരക്കിയാലല്ലേ അത് കണ്ടുപിടിക്കാനാവൂ. മനസ്സിന്റെ അടിത്തട്ടിലേക്ക് ചെല്ലുന്തോറും കൂടുതൽ അടുക്കുകയാണ് ചെയ്യുന്നത്, ഈ പ്ര

പഞ്ചത്തോട്. നാമെല്ലാം ഈ ഒരേയൊരു പ്രപഞ്ചത്തിലാണല്ലോ. അതുകൊണ്ട് നമ്മുടെയുള്ളിലേക്ക് തുരങ്കം നിർമ്മിച്ചു ചെന്നാലും മറ്റെങ്ങും പോകാനാവില്ല. അത് പ്രപഞ്ചത്തിന്റെ മറ്റൊരു വശത്തേക്ക് തന്നെ ചെന്നെത്തും.

നമ്മുടെ മനസ്സ് നമ്മുടേത് മാത്രമാണെന്നു പറയുന്നത് ഈ വസ്തുത ഗ്രഹിക്കാത്തതുകൊണ്ടാണ്. മനസ്സ് ഈ ഒരേയൊരു പ്രപഞ്ചത്തിന്റേതാണ്.

അതുകൊണ്ട് പ്രപഞ്ചത്തിന്റെ എല്ലാ അർത്ഥസൂചനങ്ങളും ഘടനകളും മനസ്സിലുമുണ്ടാവും. പ്രപഞ്ചത്തിൽ നിന്നു വേറിട്ട് മനസ്സിന് അസ്തിത്വമില്ല. മനസ്സിനെ നാം നിർമ്മിച്ചതല്ലല്ലോ. ഈ പ്രപഞ്ചത്തിന്റെ നിയമത്തിനനുസരിച്ചാണ് മനസ്സ് പ്രവർത്തിക്കുന്നത്. എന്നാൽ മനസ്സിന് മാറ്റമില്ലാതിരിക്കാനാവില്ല. മനസ്സ് ഒരുപേക്ഷിക്കൽ പ്രക്രിയയിലൂടെ കടന്നു പോവുകയാണ്. അത് അതിവേഗം നൃത്തം ചെയ്യുകയാണ്. വെള്ളത്തിലാണെങ്കിൽ അത് മത്സ്യത്തോടാണ് മത്സരിക്കുന്നത്; ആകാശത്തിലാണെങ്കിൽ നക്ഷത്രങ്ങളോടും. പടം പൊഴിക്കാത്ത പാമ്പുകൾ ചത്തൊടുങ്ങുകയേയുള്ളൂ. അതുപോലെ അഭിപ്രായങ്ങൾ മാറ്റാത്ത മനസ്സുകളും മരിക്കുകയാണ്.

The snakes which cannot cast its skin has to die. As well the minds which are prevented from changing their opinions ; they cease to be mind_

ഫ്രഞ്ച് തത്ത്വജ്ഞാനി നിഷേ പറഞ്ഞു.

മനസ്സിൽ നിന്നു അന്യമായി യാതൊന്നുമില്ല. പ്രപഞ്ചത്തിൽ നിന്ന് അന്യമായി യാതൊന്നും മനസ്സിലുമില്ല. മനസ്സുതന്നെയാണ് പ്രപഞ്ചം. മനസ്സിന്റെ വേഗത്തെ ആരും നിർണിക്കുന്നില്ലല്ലോ. മനസ്സിനുള്ളിൽ നക്ഷത്രങ്ങളെപ്പോലെ പലതും സഞ്ചരിക്കുന്നു. ചിലത് എരിഞ്ഞടങ്ങുന്നു; ചിലത് പിറക്കുന്നു, പൊട്ടിത്തെറിക്കുന്നു. മനസ്സിന്റെ ഒരേയൊരു മേൽക്കൂര ഈ പ്രപഞ്ചം തന്നെയാണ്. ഒരേ ലോകത്ത് ഒരേ രക്തം കുടിച്ചു വളരുന്ന മനസ്സുകൾക്ക് ഒരേ കാലാവസ്ഥയിലാണ് വളരാൻ വിധി. അതുകൊണ്ട് എല്ലാ മനസ്സുകളിലും എല്ലാമുണ്ട്. എല്ലാത്തിന്റെയും വിത്തിട്ടിരിക്കുന്ന, അളക്കാനാവാത്ത ആഴമുള്ള മണ്ണാണ് മനസ്സ്. മനസ്സിൽ ഈ പ്രപഞ്ചത്തിലെ എല്ലാ കാലങ്ങളുമുണ്ട്. മൂവായിരം വർഷം മുമ്പുണ്ടായ ഒരു പ്രാർത്ഥനയും കാട്ടിലെ അലർച്ചയും ആക്രമിക്കപ്പെട്ടു കരയുന്ന മൃഗത്തിന്റെ കരച്ചിലും മനസ്സിലുണ്ട്. മനസ്സിനു കാലമില്ല. അത് കാലത്തെ തന്നെ എപ്പോഴും പുതുക്കുകയാണ്. പഴയകാലവും പുതിയകാല

വും ഭാവിയും അതിൽ ഒരു രേഖയിലെന്നപോലെ സഞ്ചരിക്കുന്നു. ക്ളോക്കിലെ സമയം രേഖീയമാണെങ്കിൽ മനസ്സിലെ കാലം രേഖീയതയിൽ തന്നെ ഭൂതവർത്തമാനഭാവി കാലങ്ങളെ കശക്കിയും ഒടിച്ചു മടക്കിയും രേഖീയമാക്കുന്നു.

അയ്യായിരം വർഷം മുമ്പുള്ള മനുഷ്യർ നമ്മുടെയുള്ളിലുണ്ട്. പ്രാകൃതമായ ചേഷ്ടകൾ നമ്മളിൽ മരിക്കുന്നില്ല, ഉറങ്ങുക മാത്രമാണ് ചെയ്യുന്നത്. ഭയമാണ് നമ്മുടെ കാട്. കാട്ടിൽ ജീവിച്ച മനുഷ്യന്റെ കാടുകൾ ഒരിക്കലും അവസാനിക്കുന്നില്ല. കാട്ടിൽ കേട്ട നിലവിളി നമ്മുടെയുള്ളിൽ പ്രതിധ്വനിക്കുന്നു. അതുകൊണ്ട് നമുക്ക് ഒന്നിനോടും അകൽച്ചയില്ല. നാം എല്ലാത്തിന്റെയും സിരാകേന്ദ്രമാണെന്ന് തിരിച്ചറിയുക. എല്ലാ പുസ്തകങ്ങളും നമ്മളിലുണ്ട്. എത്ര നൂറ്റാണ്ട് മുമ്പ് രചിച്ച കൃതികളും ഇനി രചിക്കാനിരിക്കുന്ന കൃതികളും നമ്മളിലുണ്ട്. നമ്മുടെ ശേഷിക്കൊത്ത് അത് കണ്ടെത്തുന്നുവെന്ന് മാത്രം. നമ്മുടെയുള്ളിലില്ലാത്ത ഒരു കൃതിയോ ആശയമോ ഭാഷയോ മറ്റൊരാൾക്ക് കണ്ടുപിടിക്കാനാവില്ല. കാരണം, നമ്മൾ ഒരേ ആകാശത്തിനു കീഴിലുള്ളവരാണ്. നമ്മുടെ ഘടന ഈ പ്രപഞ്ചത്തിന്റെ ഭാഗമാണ്. പ്രപഞ്ചത്തിലെ ആശയങ്ങളാണ് മനസ്സുകളിലൂടെ പുറത്തുവരുന്നത്. മനസ്സുകൾ പല വഴികളിലൂടെ ഓർക്കുന്നത് പ്രപഞ്ചത്തെക്കുറിച്ചാണ്. പ്രപഞ്ചത്തിന്റെ ഒരു ഡിസൈനാണത്. പ്രപഞ്ചത്തിലില്ലാത്തതൊന്നും മനസ്സുകളിലൂടെ പുറത്തു വരുന്നില്ല.

ഒരേ ആകാശത്തിനു കീഴിൽ

എന്റെ മനസ്സിൽ ആയിരമോ പതിനായിരമോ പുസ്തകങ്ങളുണ്ട്. അത് കണ്ടുപിടിക്കാനാവശ്യമായ, അഗാധമായ, ഏകാന്തതയോ ധ്യാന മോ എനിക്കില്ല. വല്ലപ്പോഴുമൊരിക്കൽ മനസ്സിലേക്ക് പ്രവേശനം കിട്ടുകയും, അതിനുള്ളിലെ മായക്കാഴ്ചകൾക്കായി അവസരമുണ്ടാവുകയും ചെയ്യുമ്പോഴാണ് വിചിത്രമായ ചില ആശയങ്ങളും വാക്യങ്ങളും പുസ്തകങ്ങളും രചിക്കാനാകുന്നത്.

ഞാൻ എന്റെ നോവലുകൾ (ജലഛായ, ശ്രീനാരായണായ, വാൻഗോഗിന്) രചിച്ചത് ഇങ്ങനെയാണ്. ഈ നോവലുകളിൽ പറയുന്ന ആശയങ്ങളോ കഥാപാത്രങ്ങളോ പശ്ചാത്തലമോ ഭാഷയോ യാതൊന്നും എനിക്കുണ്ടായിരുന്നില്ല. മനസ്സിനുള്ളിലേക്ക് കയറിയപ്പോൾ ഏതോ ലോകത്തേക്ക് എന്നെ ആരോ പിടിച്ചു കൊണ്ടുപോയ അനുഭവമാണുണ്ടായത്. എന്റെ നിയന്ത്രണങ്ങൾക്കപ്പുറത്തുള്ള ഒരു പ്രവാഹമാണത്. അതിനുള്ളിൽ ഞാനകപ്പെടുകയല്ലാതെ വേറെ വഴിയില്ലായിരുന്നു. അപരിചിതമായ വഴികളിലൂടെ എന്നെ അത് വലിച്ചിഴച്ച് കൊണ്ടുപോയി പുതിയ ഭൂപ്രകൃതി

കാണിച്ചുതന്നു.

എല്ലാവരുടെയും മനസ്സ് ഒരേ ആകാശത്തിലാണല്ലോ ജീവിക്കുന്നത്. ഞാൻ മാത്രമല്ല, എല്ലാ കാലങ്ങളിലെയും എഴുത്തുകാരും കലാകാരന്മാരും അതിൽ ജീവിച്ചവരാണ്. ഒരാൾക്കും ഈ ആകാശമല്ലാതെ വേറൊന്നുമില്ല. അതുകൊണ്ട് ഈ ആകാശം വിനിമയം ചെയ്യുന്നതിന്റെ ആകെത്തുക ഒന്നു തന്നെയായിരിക്കും -വിഭിന്നമായ രൂപഭാവങ്ങളുണ്ടെങ്കിലും. ഓരോ മനുഷ്യനും വ്യത്യസ്തമായ ആകാശമുണ്ടെന്ന് പറയുന്നത് ആലങ്കാരികമാണ്. വ്യക്തിപരമായ അഭിവീക്ഷണങ്ങളുടെ ആകാശമുണ്ടാകാം. ചിലപ്പോൾ വ്യക്തികൾ അവരുടെ മാനസികാവസ്ഥയ്ക്കനുസരിച്ച് പലതും കാണുന്നു. ആത്മനിഷ്ഠമായ കാഴ്ചകളുണ്ട്. കലയിൽ ആത്മനിഷ്ഠതയാണുള്ളത്. ഓരോ നിമിഷത്തിലെയും തോന്നലുകൾക്ക് മാനമുണ്ട്. തോന്നലുകളാണ് ജീവിപ്പിക്കുന്നത്. സത്യത്തെക്കുറിച്ചും മിഥ്യയെക്കുറിച്ചുമുള്ള ചിന്തകൾ ഒരേ തരം യുക്തി കൊണ്ട് ഉണ്ടാക്കപ്പെട്ടതാണ്. സത്യം കുറേ കഴിയുമ്പോൾ മിഥ്യയാകാം. അനേകം സത്യങ്ങളുണ്ടാകുന്നത്, പലർ പല കോണുകളിലൂടെ നോക്കുന്നതുകൊണ്ടാണ്. ഒരു സാഹിത്യകൃതിയെ വായനക്കാർ പല കോണുകളിലൂടെ നോക്കി പല അനുമാനങ്ങളിലെത്തിച്ചേരുകയാണല്ലോ ചെയ്യുക. ഒരു ചിത്രത്തെയും അങ്ങനെയാണ് നോക്കുന്നത്. വാൻ ഗോഗിന്റെ The Starry Night ഓരോ കാണിക്കും ഓരോ അനുഭവമാണ്. എല്ലാ കാണികളെയും കാഴ്ചയുടെ തലത്തിൽ ഏകീകരിക്കാനോ ഉദ്ഗ്രഥിക്കാനോ കലാകാരൻ ഉദ്ദേശിച്ചിട്ടില്ല. അത് അസാധ്യവുമാണ്.

മനുഷ്യമനസ്സ് എപ്പോഴും സ്വയം ഭിന്നിക്കുകയാണ്. കാരണം, അതിനു സ്ഥായിയായ ഒരവസ്ഥയിരിക്കുന്നതാണ് വിമുഖമായിട്ടുള്ളത്. എപ്പോഴും സ്വയം കലഹിച്ചുകൊണ്ടാണ് മനസ്സ് പ്രവർത്തിക്കുന്നത്. അത് മനസ്സിന്റെ അതിജീവനമാണ്. നമ്മളെല്ലാം അളവറ്റ രീതിയിൽ, സീമയറ്റ രീതിയിൽ ഒരേ മനുഷ്യകുലത്തിന്റെയും ജൈവാനുഭവത്തിന്റെയും ഒരേ പ്രാപഞ്ചികതയാണ് വീതിച്ചെടുക്കുന്നത്; മറ്റൊന്ന് അസാധ്യമാണ്. എല്ലാം മനസ്സിൽ നിറച്ചിരിക്കുകയാണ്. ഒരു വലിയ പാറയിൽ നിന്ന് ഏത് ശില്പവും കൊത്തിയെടുക്കാം. മയിലും ഒട്ടകവും മനുഷ്യനുമെല്ലാം പാറയിലുണ്ട്.

എല്ലാത്തിനും ആ പാറ തന്നെ മതി. പക്ഷേ, ശില്പി ഏതാണോ കാണുന്നത് അതാണ് കൊത്തിയെടുക്കുന്നത്. അതുകൊണ്ട് മറ്റു ശില്പങ്ങൾ അതിലില്ല എന്നു പറയാനാവില്ല. എല്ലാം ആ പാറയിലുണ്ട്. എല്ലാം നമുക്ക് കൊത്തിയെടുക്കാനാവില്ല. ഇതുതന്നെയാണ്

മനസ്സിന്റെ കാര്യത്തിലുമുള്ളത്. മനസ്സിൽ നിന്ന് ഏതുകാലത്തിന്റെയും ചരിത്രം കണ്ടുപിടിക്കാം. ഏതു പ്രവചനവും സാധ്യമാണ്. ഒരു പ്രപഞ്ചമേയുള്ളു. ഭൂമിയിലെ കാലത്തിൽ മാത്രമാണ് നമ്മുടെ കൊത്തുപണികൾ. ഭൂമിയിലെ കാലമാകട്ടെ ആവർത്തനമാവുകയാണ് ചെയ്യുന്നത്. പിറവി തന്നെ ആവർത്തനമല്ലേ? ഒരു വിത്തിൽ നിന്നു മറ്റൊരു വിത്ത് ;അതിൽ നിന്നു മറ്റൊരു വിത്ത്. അതങ്ങനെ തുടരുകയാണ്. മനുഷ്യനിൽ വീണ്ടും മനുഷ്യൻ പിറക്കുന്നു. പല കാലങ്ങളിൽ, പല സ്ഥലങ്ങളിൽ ഇതുതന്നെ സംഭവിക്കുന്നു. ആഫ്രിക്കയിലും യൂറോപ്പിലും ഏഷ്യയിലുമെല്ലാം മനുഷ്യൻ തന്നെ പിറക്കുന്നു. മനുഷ്യപ്പിറവിക്ക് മനുഷ്യൻ തന്നെയാണ് കാരണമാകുന്നത്. എല്ലാവർക്കും ചിന്തിക്കാൻ ഒരു മനസ്സേയുള്ള. ഒരേ മനസ്സ് എന്നു പറയാം. ഒരേ മനസ്സുള്ള നമ്മൾ അഭേ ദ്യമായി ബന്ധിക്കപ്പെട്ടിരിക്കയാണ്.

പാറയിൽ നിന്ന് എന്തും കൊത്താം

എനിക്ക് നെപ്പോളിയനിൽ നിന്നോ, ബിഥോവനിൽ നിന്നോ വ്യത്യാസപ്പെടാനാവുന്നത് തിരഞ്ഞെടുപ്പുകളുടെയും സിദ്ധികളുടെയും കാര്യത്തിലാണ്. മനസ്സിന്റെ കാര്യത്തിൽ ഞങ്ങൾ ഒരേ ഉറവിടത്തിൽ നിന്നാണ് വന്നിട്ടുള്ളത്. ഒരേ മനസ്സുകൊണ്ടാണ് ഞങ്ങൾ സ്വയം അറിഞ്ഞിട്ടുള്ളത്. എന്റെ സ്നേഹിതനെ ഞാനും എന്നെ എന്റെ സ്നേഹിതനും അറിയുന്നത് ഒരേ മനസ്സുകൊണ്ടാണ്. എന്നാൽ പാറയിൽ നിന്നു എന്ത് കൊത്തിയെടുക്കണമെന്നത് 'ശില്പി' യുടെ തിരഞ്ഞെടുപ്പായതുകൊണ്ട് ഒരേപോലെ ചിന്തിക്കണമെന്നില്ല. ഒരേപോലെ ചിന്തിച്ചാൽ മനുഷ്യൻ തമ്മിൽ ഒരു സംവാദവും സാധ്യമല്ല; പ്രണയം പോലും സാധ്യമല്ല. പ്രണയത്തിന്റെ അടിസ്ഥാനം എന്നിലില്ലാത്തത് ഞാൻ തേടുന്നു എന്നതാണ്. എന്നെ ഭ്രമിപ്പിക്കണമെങ്കിൽ, ആകർഷിക്കണമെങ്കിൽ എനിക്കില്ലാത്തത് എന്തോ ആകണം. ഒരേ പ്രപഞ്ചത്തിന്റെ, മനസ്സിന്റെ ആകാശത്തിനുള്ളിൽ മാത്രമേ ഈ ആകർഷണം സാധ്യമാകൂ. അന്യമായൊരു ലോകത്തിനോട് നമുക്ക് ആകർഷണമുണ്ടാവുകയില്ല. എല്ലാത്തിന്റെയും സ്വരം ഒന്നാണെന്നു ഗ്രഹിക്കാൻ അനേകമനേകം പൊയ്സ്വരങ്ങളെ കണ്ടുപിടിച്ചു ഡിലീറ്റ് ചെയ്യേണ്ടിവരും. നമ്മുടേതായ ഒന്നിനെ തന്നെയാണ് ഡിലീറ്റ് ചെയ്യുന്നത്; അത് നമ്മുടേതായി നിലനിൽക്കുന്നതിനാൽ പ്രസക്തിയില്ല എന്നറിയുന്നതുകൊണ്ടാണ്.

ലോകത്തിലെ വ്യത്യസ്തതകൾ റിഹേഴ്സലുകളായി കണ്ടാൽ മതി. ഒരു കോസ്മിക് ഷോയിലെന്നപോലെ അത് മറവിയിലേ

ക്ക് മായുകയാണല്ലോ ചെയ്യുന്നത്. എത്രയോ കോടി കോസ്മിക് ഷോകൾ നാം ഈ ലോകത്തും നമ്മുടെ മനസ്സിലും കണ്ടുകഴിഞ്ഞു!. എല്ലാം അപ്രത്യക്ഷമായിരിക്കുന്നു, പുതിയ ഷോകൾക്ക് വേണ്ടി. വിവിധ വർണ്ണങ്ങളും രൂപങ്ങളും വന്നു നിറയുകയാണ്. തൊട്ടടുത്ത നിമിഷത്തിൽ നിഷ്ക്രമിക്കുകയാണ്. ഇന്നലെകളിലെ വർത്തമാനങ്ങളെല്ലാം ലോകമറിയാതെ തന്നെ വിസ്മൃതമായിരിക്കുന്നു. ഈ ലോകത്തിന്റെ വർത്തമാനങ്ങൾ ആർക്കും തന്നെ സ്ഥിരമായി വേണ്ട; അത് ഓരോരുത്തരുടെയും താൽക്കാലിക ആവശ്യം മാത്രമാണ്. അതിനുശേഷം അത് മറവിയിലേക്കാണ് പോകുന്നത്. പ്രകൃതി മറവിയിലാണ് വീണ്ടും ജനിക്കുന്നത്. എല്ലാം മറക്കുകയാണ്, മറവിയിലേക്ക് ആഴ്ന്നു പോവുകയാണ്. പക്ഷി, മൃഗ, പ്രാണിക്കൂട്ടങ്ങളെല്ലാം, നൂറ്റാണ്ടുകളായി, വിസ്മൃതിയിലേക്ക് പോയി എരിയുന്നു. മനുഷ്യരും അങ്ങനെ തന്നെ. അങ്ങനെ നോക്കുമ്പോൾ ഈ ലോകത്തിന്റെ ആവർത്തനങ്ങൾക്ക് വ്യത്യസ്ത അർത്ഥമുണ്ടാവാൻ തരമില്ല.

എന്നും ഒരു സൂര്യൻ

എല്ലാം അതിന്റെ തന്നെ മറവിയിൽ, കുമിളകളെന്ന പോലെ ഇല്ലാതാവുകയാണ്. ലോകത്തിൽ ആര് ചിന്തിച്ചതും എന്നിലുണ്ട്. എന്നിലേക്ക് നിർബാധം എല്ലാ കെട്ടുപാടുകളും ഉപേക്ഷിച്ചു കടന്നു ചെന്നാൽ എനിക്ക് എല്ലാ മഹത്തായ ചിന്തകളിലുമെത്താം. അതിൽ അതിശയമൊന്നുമില്ല. മണ്ണിനടിയിൽ ആഴത്തിലുള്ള ഒരു ജലപാത എല്ലാവർക്കും കാണാവുന്നതാണ്; അവിടേക്ക് എത്താനാണ് പ്രയാസം. അങ്ങനെയൊരു ജലപാതയുണ്ടെന്ന വസ്തുത നിരാകരിക്കാതിരുന്നാൽ മതി. നമുക്ക് സ്വന്തമല്ലാത്തതായി ഇവിടെയാതൊന്നുമില്ല. നൂറ്റാണ്ടുകൾ കഴിഞ്ഞ് എഴുതപ്പെടാവുന്ന പുസ്തകങ്ങൾ എന്നിലുണ്ട്. മിന്നൽ പോലെ ആ പുസ്തകങ്ങൾ നമ്മുടെ മനസ്സിലൂടെ പാഞ്ഞുപോകുന്നുണ്ട്. നേരിയ ഒരു തോന്നലിൽ അത് പ്രകാശം വിതറുന്നു. എന്നാൽ അതിനെ യഥാർത്ഥ വലിപ്പത്തിൽ, പരപ്പിൽ ഉൾക്കൊള്ളാനുള്ള സന്ദർഭം നമുക്ക് ഒത്തുവരുന്നില്ല. അഗാധതകളിൽ നമ്മെ ഒന്നിപ്പിക്കുന്ന ഒരു ചാലുണ്ട്.

നമുക്ക് ഒരു സൂര്യനെയുള്ളൂ. അതാണല്ലോ നമ്മെ ജീവിപ്പിക്കുന്നത്. എല്ലാ കാലത്തും ഒരു സൂര്യൻ മാത്രമേ ഉണ്ടായിരുന്നുള്ളു എന്ന സത്യം നമ്മൾ ഏത് കാലത്തും ഒന്നാണെന്നു ഉറപ്പിക്കുന്നു. എല്ലാവരുടെയും സൂര്യൻ ഒന്നു തന്നെ. അതുകൊണ്ട് എല്ലാ കാലങ്ങളുടെയും പ്രതീകമാണത്.

പ്രിയപ്പെട്ട വസ്തുക്കൾ എന്തുകൊണ്ടു ആത്മഹത്യ ചെയ്യുന്നു?

ഏതൊരു വസ്തുവും നമ്മുടെ ജീവിതത്തിലേക്ക് വരുന്നത് ഒരു ആരവമായാണ്;കട്ടപിടിച്ച നിശ്ശബ്ദതകളെ അത് തകർക്കുന്നു. ഒരു പേനയാകട്ടെ, വർത്തമാനപ്പത്രമാകട്ടെ, വീട്ടുപകരണമാകട്ടെ, മൊബൈൽ ഫോണാകട്ടെ അതിനൊക്കെ കുറച്ചുനേരത്തേക്കെങ്കിലും നമ്മെ ഒന്നു നവീകരിക്കാനാവും. നവീകരിക്കുക എന്നു പറഞ്ഞത് പഴയതെല്ലാം ഉപേക്ഷിച്ച് പുതിയതാകും എന്നയർത്ഥത്തിലല്ല; ഒരു ഉണർവും ഉത്തേജനവും സാധ്യമാക്കുന്ന നവീനതയാണത്. യാത്രയുടെ ചൂട് സഹിക്കുമ്പോൾ ഒരു തണുത്ത കാറ്റ് വന്നാലുണ്ടാകുന്ന ഉണർവ്വു പോലൊന്ന്.

കുറേ വർഷങ്ങൾക്കു മുമ്പ് ഞാനൊരു സുഹൃത്തിനൊത്ത് യാത്ര ചെയ്യുകയായിരുന്നു. രാത്രി ഒരു മണി കഴിഞ്ഞു. യാത്രയുടെ ക്ഷീണവും ഉറക്കം വരുന്നതിന്റെ മരവിപ്പും എല്ലാം കൂടി എന്റെ സുഹൃത്തിനെ വല്ലാതെ വലിച്ചു. അദ്ദേഹം ഉണർവ്വിന് വേണ്ടി പരതുന്നതു ഞാൻ കണ്ടു. ബാഗിലുണ്ടായിരുന്ന ഒരു മാഗസിനിലെ ചില പേജുകൾ അദ്ദേഹം ആർത്തിയോടെ വായിക്കാൻ ശ്രമിക്കുന്നത് ഞാൻ ശ്രദ്ധിക്കുന്നുണ്ടായിരുന്നു. എന്നാൽ വായനയിൽ ശ്രദ്ധിക്കാനാവുന്നില്ല. ഞങ്ങൾ ബസിൽ നിന്നിറങ്ങി. ബസ്സ്റ്റാൻഡിൽ ഏതാനും കടകൾ മാത്രം പ്രവർത്തിക്കുന്നുണ്ട്. അടുത്ത ബസ് വരാൻ കുറെ സമയമെടുക്കുമത്രേ. ഞങ്ങൾ സ്റ്റാൻഡിനു മുന്നിലുള്ള റോഡിലൂടെ സാവധാനം നടന്നു. അപ്പോഴാണ് ഒരു പൂക്കട കണ്ണിൽപ്പെട്ടത്. ഞങ്ങൾ വെറുതെ അങ്ങോട്ട് നടന്നു. സുഹൃത്ത് കടയിലേക്ക് ഓടിച്ചെന്ന് രണ്ടുമുഴം മുല്ലപ്പൂ വാങ്ങി കൈയിൽ

പിടിച്ചു. എന്നാൽ അതോടെ അദ്ദേഹത്തിന്റെ പ്രകൃതം മാറി. അതിലെ പൂവുകൾ വല്ലാത്ത ആസക്തിയോടെ മൂക്കിനോടടുപ്പിച്ചു ശ്വസിച്ചു. 'എന്തൊരുന്മാദം! ഇതാണ് എന്നെ ഇപ്പോൾ ജീവിപ്പിക്കുന്നത്. എനിക്ക് ജീവിതം തന്നത് ഈ പൂവാണ്. ഇത് എന്റെ എല്ലാ ദുഃഖവും അകറ്റി' - അദ്ദേഹം പറഞ്ഞുകൊണ്ടിരുന്നു.

ഇതാണ് ഒരു വസ്തു നമ്മളിലേക്ക് വരുന്നതിന്റെ ശരിയായ അനുഭവം. നമ്മൾ സ്നേഹിക്കുന്നതിനനുസരിച്ചു ഓരോ വസ്തുവും ചലിക്കുകയാണ്. എല്ലാറ്റിലും നമ്മെ ബന്ധിപ്പിക്കുന്ന എന്തോ ഉണ്ട്. അത് സ്നേഹമാണെന്ന് ഞാൻ വിചാരിക്കുന്നു. സ്നേഹം എല്ലാ വസ്തുക്കൾക്കും തിരിച്ചറിയാം. നമ്മൾ അത് ആദ്യം തിരിച്ചറിയണം. നമുക്കാണ് ഒരു ലോകത്തിന്റെ ആവശ്യമുള്ളത്. വെറും ലോകമല്ല; ആരവങ്ങൾ ഒഴിയാത്ത, പ്രകടനങ്ങൾക്ക് വിരാമമില്ലാത്ത, ധാരാളിത്തത്തിനു അറുതിയില്ലാത്ത ലോകം. ആ ലോകവുമായി നാം സൃഷ്ടിക്കുന്ന ബന്ധം നമ്മെയും നിർവ്വചിക്കുന്നു. നാം എന്താണോ, എന്തായിതീരണോ എന്നൊക്കെ നിശ്ചയിക്കുന്നത് നാം സൃഷ്ടിക്കുന്ന ഈ ബന്ധമാണ്. നമ്മൾ കല്ലെടുത്ത് എറിഞ്ഞു കൊള്ളിച്ചു ഓടിച്ച ഒരു മൃഗവും നമ്മുടെ സുഹൃത്തായിരിക്കില്ല. കാരണം, അതോടെ നമ്മളുമായുള്ള ബന്ധത്തിന്റെ ഐന്ദ്രിയ കോഡ് നഷ്ടപ്പെടുന്നു. അതിനെ സംശയവും ഭീതിയും മറ്റൊരു വഴിക്ക് കൊണ്ടുപോവുകയാണ്.

നാം പുരാതന ജീവികളാണ്. ഒരു കടലു കണ്ടാൽ നമുക്ക് പൂർവ്വകാലങ്ങളിലെ കടൽത്തിരകൾ ഓർമ്മവരും. ഓർമ്മകൾ കാലങ്ങളിലൂടെ പിന്നോട്ട് പോയി ശതഗുണീഭവിക്കും. മാത്യു ആർനോൾഡ് 'ഡോവർ ബീച്ച് 'എന്ന കവിതയിൽ അത് കാണിച്ചു തന്നത് ഓർക്കുമല്ലോ:

Sophocles long ago
Heard it on the Aegean, and it brought
Into his mind the turbid ebb and flow
Of human misery ;we
Find also in the sound a thought,
Hearing it by this distant northern sea"

സോഫോക്ലിസ് ഈജിയൻ കടൽതീരത്ത് അത് കേട്ടു. അത് മനുഷ്യദുരിതത്തിന്റെ പ്രക്ഷുബ്ധമായ കയറ്റിറക്കങ്ങൾ കാണിച്ചു കൊടുത്തു. നമ്മളും ഈ ശബ്ദത്തിൽ പ്രാചീനമായ ചിന്തകൾ അനുഭവിക്കുന്നു. ഈ വിദൂരമായ വടക്കൻ കടലിലും അതു തന്നെ. പുരാതനത്വം നമ്മളിലിരുന്ന് തുബുരു മീട്ടുകയാണ്. അതെല്ലാം ചുറ്റുപാടുമുള്ള വസ്തുക്കളെ അറിയാൻ സഹായിക്കുന്ന കോഡുകളാണ്.

കേൾക്കാനുള്ള കാതും അറിയാനുള്ള മനസ്സും വേണം. മനസ്സ് നഷ്ടപ്പെടുകയാണ് എപ്പോഴും. ചിതറിയത് പെറുക്കിക്കൂട്ടി യോജിപ്പിച്ചാലേ മനസ്സ് നിലനിൽക്കുന്നുള്ളൂ. മനസ്സിൽ സ്നേഹിച്ചതൊക്കെ അങ്ങനെ തന്നെയായിരിക്കുന്നില്ല. കണ്ണാടി താഴെ വീണു പൊട്ടുന്നതു പോലെ മനസ്സ് ഓരോ നിമിഷവും ചിതറുന്നു. വീണ്ടും അത് മറ്റൊന്നായി പുന:സംഘടിപ്പിക്കപ്പെടുന്നു. അതുകൊണ്ടാണ് വർഷങ്ങൾക്കു മുമ്പ് മന:ശാസ്ത്രം മരിച്ചു എന്നു ഞാൻ എഴുതിയത്. ഒരാൾക്ക് കൃത്യമായ ഒരു സ്വഭാവം ഉണ്ടെന്നത് ഒരു സങ്കല്പമാണ്. അയാൾ പല കാലങ്ങളിൽ പലതാണ്.

എന്നാൽ അങ്ങനെയല്ലാതെ ജീവിക്കേണ്ടത് ആവശ്യമാണ്. അതുകൊണ്ട് സ്വയം കള്ളം പറയുന്നു. സന്ദർഭത്തിനൊത്ത് മനുഷ്യൻ മാറുന്നു. യാതൊന്നിനോടും കൂറില്ലാത്തവൻ ഒരു പ്രത്യേക ഘട്ടത്തിൽ ഏതെങ്കിലും ഒന്നിനോട് അടുപ്പം കാണിക്കുന്നതിനെ സ്നേഹമെന്ന് വിളിക്കാനാവില്ലല്ലോ.

കാരണം, മനസ്സ് ഒരു സത്യമല്ല. അതുകൊണ്ട് സ്നേഹത്തിനു കുറേക്കൂടി മൂല്യം കൈവരുന്നു. ചിതറിയ മനസ്സിൽ നിന്ന് വൈകാരികമായ സത്യത്തിലേക്ക് മനസ്സ് ഉണർന്നുവരുന്ന അനുഭവമാണത്.

സ്നേഹിക്കുന്നത് ഒന്നിനും വേണ്ടിയല്ല ;അതുകൊണ്ടാണ് അത് മഹത്വമുള്ളതാകുന്നത്. പ്രത്യേക കാര്യം നേടിയെടുക്കാനാണ് സ്നേഹമെങ്കിൽ അത് മനസ്സിനൊപ്പം ഇല്ലാതാകും. മനസിനൊപ്പം തകരാതെ നോക്കാനാണ് നാം ശ്രദ്ധിക്കേണ്ടത്.

മനുഷ്യൻ പരിചയപ്പെട്ട സ്നേഹത്തിനു അപ്പുറത്തുള്ള സ്നേഹമാണിത്. ഏതൊരു വസ്തുവിനെയും ആത്മാർത്ഥമായി സ്നേഹിച്ചാൽ അത് തിരിച്ചും സ്നേഹിക്കും. നമ്മൾ അതിനു കൊടുത്ത സ്നേഹം ആ വസ്തുവിന്റെ മുഖത്ത് കാണാനാവും. ഒരു പുസ്തകം ഉദാഹരണമായെടുക്കാം. നമ്മൾ സ്ഥിരമായി ഉപയോഗിക്കുകയാണെങ്കിൽ അതൊരു സ്നേഹബന്ധമായി മാറുന്നതാണ്. സ്നേഹമായാൽ പുസ്തകത്തെ അഴുക്കു പുരളാതെ നാം സൂക്ഷിക്കും. പുസ്തകത്തിൽ അതിന്റെ ഗുണം കാണാനുണ്ടാകും.

അത് എപ്പോഴും നമ്മുടെയടുത്തുണ്ടാകും. നമ്മൾ തലോടാൻ കൈയിലെടുക്കുമെന്ന് പുസ്തകം പ്രതീക്ഷിക്കും. അതിനായി അധികം തിരയേണ്ടി വരില്ല. കാരണം, നാം അതിനു ശ്രദ്ധ കൊടുക്കുകയാണല്ലോ.

പുസ്തകത്തിന്റെ ജീവിതം സജീവമായി നിൽക്കും. അതിനോട് ഒരു ബന്ധം ഉണ്ടാകുന്നു. പുസ്തകം അത് മനസ്സിലാക്കുന്നു. പ്രാപഞ്ചിക ജീവിതത്തിലെ വലിയൊരു ബന്ധമാണത്. ആ ബന്ധം

എന്നെന്നും നിലനിൽക്കണമെന്ന് ആരാണ് ആഗ്രഹിക്കാത്തത്? പുസ്തകത്തിനു ഈ ലോകത്തെ ഉപേക്ഷിക്കാനാവില്ല. പുസ്തകത്തെ സ്നേഹിക്കുന്ന നമുക്കും അതിന് കഴിയില്ല. അതിനോടുള്ള സ്നേഹം ഉപേക്ഷിക്കുകയാണെങ്കിലോ? ആ പുസ്തകത്തിന്റെ കുറെക്കൂടി നല്ലൊരു പതിപ്പ് കൈയിൽ കിട്ടിയാൽ പഴയതിനെ ഒരിടത്തേക്ക് മാറ്റിവയ്ക്കാനിടയുണ്ട്. അതോടെ ആ പുസ്തകത്തിനു തകർച്ച സംഭവിക്കുകയാണ്. ആന്ധ്യത്തിലും ബാധിര്യത്തിലും അത് ഉലയും. ലക്ഷ്യം തെറ്റി യാത്രയവസാനിപ്പിക്കും. പൊടിപടലം അതിൽ നിറയും. പ്രാണികൾക്ക് കയറി യഥേഷ്ടം നശിപ്പിക്കാനും വിളയാടാനുള്ള ഒരു പേടകമായി അത് മാറും. ആ പുസ്തകം ആത്മഹത്യ ചെയ്യുകയാണ്. ഒരു യാത്രയുടെ അപ്രതീക്ഷിതമായ വഴിത്തിരിവ് അതിനെ ആത്മഹത്യയിലേക്ക് തള്ളിവിടുകയാണ്. ആരാണ് തടയാനുള്ളത്?

പതിമൂന്നാം നൂറ്റാണ്ടിലെ പേർഷ്യൻ കവി ജലാലുദ്ദീൻ റൂമി എഴുതുന്നു:

"Why are you so busy
with this or that or good or bad
pay attention to how things blend "

ഇങ്ങനെയാണ് ഏതൊരു വസ്തുവും. നമ്മുടെ സ്നേഹത്തിനായി വസ്തുവിന്റെ ഹൃദയം തുടിക്കുന്നു. നമ്മൾ പക്ഷേ, അതറിയുന്നില്ല. മനുഷ്യർ സ്നേഹത്തിനല്ലല്ലോ ഉപയോഗത്തിനല്ലേ വില കൊടുക്കുന്നത്. ഒരു പശുവിനെ വാങ്ങി അതിന്റെ പാൽ കറന്നെടുത്ത ശേഷം നാം കൊല്ലാൻ കൊടുക്കുകയല്ലേ? അവിടെ ഉപയോഗമല്ലേയുള്ളു. മനുഷ്യൻ ഉപേക്ഷിച്ചാൽ ഒരു വസ്തുവിനു പിടിച്ചു നിൽക്കാനാവില്ല. കാരണം, സ്നേഹനഷ്ടം അതിനു താങ്ങാനാവില്ല. ഏതൊരു സസ്യവും സ്നേഹരാഹിതത്തിൽ വിമുഖമായി ജീവിച്ചേക്കാം. എന്നാൽ മനുഷ്യൻ സ്പർശിച്ചു സ്നേഹിക്കുകയാണെന്ന് ഉറപ്പു വരുത്തുന്ന നിമിഷം തൊട്ട് അത് ജീവിതത്തെ തേടിപ്പിടിക്കുന്നു. വളരാനായി വെമ്പുന്നു. തണ്ടു വളഞ്ഞ് ഇനി വളരേണ്ട എന്നു തീരുമാനിച്ചു താഴേക്ക് നോക്കി നിൽക്കുന്ന ഒരു ചെടിയെ പിടിച്ചെഴുന്നേല്പിച്ച് ഉയർത്തി നിർത്തി നോക്കൂ. സ്നേഹമാണ് അതിലേക്ക് പ്രവഹിക്കുന്നത്. ആ സ്നേഹത്തെ തിരിച്ചറിയാൻ ആ സസ്യത്തിനു കഴിവുണ്ട്. അതിനെ നമ്മളുമായി ബന്ധിപ്പിക്കുന്ന ഒരു പ്രാപഞ്ചികമായ കോഡാണത്.

നമ്മുടെ എല്ലാ സംജ്ഞകളും വസ്തുക്കൾക്ക് സംവേദനം ചെയ്യുന്നില്ല. അതിന്റെ ആവശ്യമില്ല. എന്നാൽ സ്നേഹസ്പർശ

ത്തെ അത് പെട്ടെന്ന് മനസ്സിലാക്കുന്നു. വളരാൻ വിസമ്മതിക്കുന്ന ഏത് സസ്യത്തെയും സ്നേഹപ്രകടനത്തിലൂടെ ഉണർത്താനാവും. ഏതാനും ആഴ്ചകൾക്കുള്ളിൽ അത് സൂര്യനെ ലക്ഷ്യമാക്കി വളരും. അതിനു ദൈവത്തിന്റെ ഒരു ഭാഷയിലേക്ക് പ്രവേശനം ലഭിച്ചിരിക്കുന്നു. ദൈവം എന്നു കേൾക്കുമ്പോൾ ചില ഭൗതികവാദികൾ അന്ധവിശ്വാസമെന്ന് പ്രചരിപ്പിക്കാനിടയുണ്ട്. അവർക്ക് മറുപടി, ദൈവം അവർ വിചാരിക്കുന്ന പോലെ ഒരു പ്രതിഷ്ഠയോ, മൂർത്തിയോ അല്ലെന്നതാണ്. ദൈവം ഒരു വ്യക്തിയല്ല; അത് ഒരു അദൃശ്യമായ റിഥമാണ്. അതിന്റെ ഘടകങ്ങൾ സന്തോഷവും രമ്യതയും സ്നേഹവുമാണ്. ശരീരത്തിലെ അവയവങ്ങൾ ഒരു റിഥത്തിൽ പ്രവർത്തിക്കുന്നതുപോലെ പ്രപഞ്ചവും പ്രവർത്തിക്കുന്നു. സ്നേഹഭാവനയിലൂടെ നാം മറ്റൊന്നിനോട് പെരുമാറുമ്പോൾ, അതിന്റെ സത്യത്തിലും സാക്ഷാത്കാരത്തിലും തിരിച്ചറിയപ്പെടുമ്പോൾ പ്രാപഞ്ചികമായ ഒരു സംവേദന തലം രൂപപ്പെടുകയാണ്. അവിടെ ദൈവത്തിന്റെ ഒരു സംവേദനം സംഭവിക്കുന്നു. ഈ ദൈവത്തെ മതാത്മകമായി കാണരുത്. ഇത് പ്രാപഞ്ചികമായ രമ്യതയുടെ ബോധമാണ്.

ഒരു കാക്കയ്ക്ക് നിങ്ങൾ കുറച്ചു ദിവസങ്ങൾ തുടർച്ചയായി ദാഹജലം നൽകി നോക്കൂ. പതിവായി അത് വന്ന് വെള്ളം കുടിക്കും. പിന്നീട് നിങ്ങൾ വെള്ളം കൊടുക്കാതിരുന്നാലും അത് വരും. നിങ്ങളുടെ വീടിനു സമീപത്തും, ചിലപ്പോൾ വീട്ടിലും വന്നിരിക്കും. അതിനു നിങ്ങളെ വിശ്വാസമാണ്;നിങ്ങളെ മനസ്സിലായി എന്നർത്ഥം. പിന്നീടത് നിങ്ങളുടെ വീടിനടുത്ത് നിന്നു പോകാൻ വിസമ്മതിക്കും. ഓടിച്ചു വിട്ടാലും പോകില്ല. എന്തുകൊണ്ട്? അത് പ്രാപഞ്ചികമായ ഒരറിവിന്റെ നേർരേഖയിൽ ഉചിതമായി സംവേദനം ചെയ്യപ്പെട്ടിരിക്കുന്നു. അതിനു മനസ്സിലാകുന്ന വിശേഷപ്പെട്ട ഒരു ധാരയാണത്. പിന്നെന്തിനു അത് ദൂരേക്ക് പറന്നു പോകണം? പൂച്ചകളെ സ്നേഹിക്കൂ. അത് നിങ്ങളെ ഉപേക്ഷിച്ചു എങ്ങും പോകില്ല. എപ്പോഴും നിങ്ങളെ സ്നേഹിച്ചുകൊണ്ട് അത് കൂടെ നടക്കും. അതിന്റെ സദാ നിർവ്വികാരമായ മുഖം സ്നേഹത്തിൽ പ്രകാശിക്കും. ഒരു പൂച്ച ജീവിതത്തിന്റെ ഭാവിയെയോ, ആശങ്കകളെയോ ഗൗരവമായെടുക്കുന്നില്ല. അത് ഒരു തത്ത്വജ്ഞാനിയാണെന്ന ജോൺ ഗ്രേ (John Gray) യുടെ വാദം അംഗീകരിക്കുകയാണ്. അദ്ദേഹത്തിന്റെ Felin Philosophy:Cats and the Meaning of Life എന്ന പുസ്തകം മനുഷ്യനിൽ നിന്നു പൂച്ചകൾ എങ്ങനെ അനായാസമായി സുഖം നേടുന്നുവെന്ന് ചർച്ച ചെയ്യുന്നുണ്ട്. വോക്സ് ഡോട്ട് കോമിലെ ഒരു അഭിമുഖത്തിൽ അദ്ദേഹം പറഞ്ഞു:

"Unless cats are hungry or mating or directly threatened, they default to a condition of rest or contentment or tranquility basically the opposite of humans.

പൂച്ചയ്ക്ക് ദാഹത്തിന്റെയോ ഇണ ചേരലിന്റെയോ ഭീതിയുടെ യോ പ്രശ്നങ്ങളിലില്ലെങ്കിൽ അവയ്ക്ക് സ്വസ്ഥമായി വിശ്രമിക്കാനും ശാന്തമായിരിക്കാനും കഴിയും; ഇത് അടിസ്ഥാനപരമായി മനുഷ്യർക്കു വിപരീതമാണ്. പൂച്ച ഒരു സമ്മർദ്ദവുമില്ലാതെ അപരാഹ്നങ്ങളിൽ നിലത്ത് മലർന്നു കിടക്കുന്നു. അത് സ്നേഹത്തിൽ വിശ്വസിക്കുന്നു. ബന്ധങ്ങൾ തിരിച്ചറിയുന്നു. പൂച്ചയെ നാം എത്ര ദൂരം അകലെ കൊണ്ടുവിട്ടാലും അത് തിരിച്ചെത്തുന്നു. ഇതാണ് പ്രാപഞ്ചികമായ സ്നേഹം; ഈ സ്നേഹം മനുഷ്യർക്ക് പൊതുവേ അത്ര പരിചയമുള്ളതല്ല. മനുഷ്യൻ എല്ലാത്തിനെയും സംശയിക്കുകയും അകറ്റുകയും ചെയ്യുകയാണല്ലോ. മനുഷ്യനു സ്നേഹത്തെ ദ്വേഷം കൊണ്ടേ അളക്കാനാവൂ. അതായത്, ഒരാളെ സ്നേഹിക്കുമ്പോൾ തന്നെ മനുഷ്യൻ അവനെ വെറുക്കുന്നതെങ്ങനെയെന്നും പരിശോധിക്കുന്നു. വെറുത്തുകൊണ്ടും വെറുപ്പിനെ അമർത്തിക്കൊണ്ടുമാണ് അവൻ സ്നേഹിക്കുന്നത്. അതുകൊണ്ട് സ്നേഹത്തിന്റെ ശുദ്ധാവസ്ഥ അവനു നഷ്ടമാകുന്നു.

എന്നാൽ മനുഷ്യന്റെ സ്നേഹത്തെ വിമോചനദ്രവ്യമായി മനസ്സിലാക്കുന്ന എല്ലാ വസ്തുക്കൾക്കും അത് നഷ്ടപ്പെട്ടാൽ ആത്മഹത്യ ചെയ്യാനേ കഴിയൂ. ഉപേക്ഷിക്കപ്പെടുന്ന വസ്തുക്കളുടെ സ്വാഭാവികമായ മരണമാണത്. അവിടെ സ്വയം ഉപേക്ഷിക്കുകയല്ലാതെ വേറെ മാർഗ്ഗമില്ല. ആത്മഹത്യ എന്ന വാക്കിന്റെ വിപുലമായ അർത്ഥത്തിലാണ് ഇവിടെ ഉപയോഗിക്കുന്നത്. മരണവാസന ഏതു ജീവിക്കുമുണ്ട്. ഒഴിവുവേളകളിൽ മരണത്തെക്കുറിച്ച് ചിന്തിക്കാത്ത ഒരു മനുഷ്യനുമില്ല. നമ്മൾ നിത്യവും ഉപയോഗിക്കുന്നതും സ്നേഹിക്കുന്നതുമായ ഏതു വസ്തുവും ജീവിതത്തിന്റെ ആകസ്മികമായ വെല്ലുവിളികൾക്ക് നടുവിലാണ്. ഏത് നിമിഷവും ആ സ്നേഹം നഷ്ടപ്പെടുമല്ലോ.

ചിലർ പുരാവസ്തുക്കൾ സൂക്ഷിച്ചു വയ്ക്കുന്നത് കാണാം. അവർ അതിനെ നിത്യവും തുടച്ചു വൃത്തിയാക്കി സജീവമാക്കുന്നതുകൊണ്ട് നിലനിൽക്കുന്നു. എന്നെങ്കിലും ആ വസ്തുക്കളെ ശ്രദ്ധിക്കാതായാൽ അതെല്ലാം ആക്രിസാധനങ്ങൾക്ക് സമാനമാകും. ആത്മഹത്യ ചെയ്ത വസ്തുക്കൾ എന്ന സ്ഥാനമാണ് അതിനുണ്ടാവുക.

ലോകത്തെ നിലനിർത്തുന്ന ഒരു മഹാശ്രംഖലയിൽ നിന്നു താഴെ

വീഴുമ്പോൾ ആത്മഹത്യയല്ലാതെ വേറൊരു വഴിയില്ല. അത് സ്വാഭാവികമാണ്. ഇതു മനുഷ്യബന്ധങ്ങളിലും കാണാം. നാം ഉപേക്ഷിക്കുകയാണെങ്കിൽ, ഒരു സുഹൃത്ത് അക്ഷരാർത്ഥത്തിൽ മരിക്കുന്നില്ലായിരിക്കാം. എന്നാൽ അയാൾക്ക് നമ്മോടുണ്ടായിരുന്ന മനോഭാവം ആത്മഹത്യ ചെയ്യും.

ചിലപ്പോൾ ഒരു പുനരുജ്ജീവനം സാധ്യമാകാതെ വരും. അങ്ങനെ പുനരുജ്ജീവനം സാധ്യമാകാത്ത എത്രയോ മനുഷ്യബന്ധങ്ങളുണ്ട്. പതിറ്റാണ്ടിലേറെക്കാലം ഭാര്യാഭർത്താക്കന്മാരായിരുന്ന ശേഷം വേർപിരിഞ്ഞവർ പരസ്പരം ഉപേക്ഷിക്കപ്പെട്ടവരെന്ന നിലയിൽ ആത്മഹത്യയുടെ പ്രതീതിയിൽ തന്നെ തുടരുകയാണ്. അവരുടെ വലിയൊരു മനസ്സ് അപ്രത്യക്ഷമാവുകയാണ്. സ്നേഹിച്ച കാലത്തെ പെരുമാറ്റങ്ങളും ഓർമ്മകളും അവർ നശിപ്പിച്ചു കളയുന്നു. അവരുടെ മനസ്സിൽ അതെല്ലാം ഉപേക്ഷിക്കപ്പെട്ട വസ്തുക്കളായിപോലും കാണില്ല. ഒരാത്മഹത്യ തന്നെയാണ് അവിടെ സംഭവിക്കുന്നത്.

ഓഷോവിന്റെ ഒരു നിർദ്ദേശം ഓർക്കുകയാണ്. നമ്മെ അപമാനിക്കുകയോ വേദനിപ്പിക്കുകയോ ചെയ്യുന്ന വ്യക്തിയോട് പെട്ടെന്ന് പ്രതികരിക്കരുതെന്നാണ് അദ്ദേഹം പറയുന്നത്. ഇരുപത്തി നാലു മണിക്കൂർ സമയത്തേക്ക് ഒന്നും പറയുകയോ ചെയ്യുകയോ അരുത്. ഇരുപത്തിനാലു മണിക്കൂർ കഴിഞ്ഞ് എന്തു തോന്നുന്നുവോ അത് ചെയ്യുക. സ്വാഭാവികമായും ഇരുപത്തിനാലു മണിക്കൂർ പിന്നിടുന്നതോടെ ക്ഷമിക്കാൻ തോന്നും. മനുഷ്യരെ ഉപേക്ഷിക്കാതിരിക്കാൻ ഇതു സഹായിക്കും. നമ്മളിൽ സ്നേഹവും ജീവിക്കാനുള്ള ആശയുമുണ്ടെങ്കിലേ ഇത് സാധ്യമാകുകയുള്ളൂ. തച്ചുടയ്ക്കാനുള്ള വാസനകൾ എല്ലാവരിലുമുണ്ട്. അതിനെ അമർച്ച ചെയ്യാനുള്ള ഇച്ഛാശക്തിയുണ്ടാകണം. അതിനുവേണ്ടിയാണ് ത്യാഗം ചെയ്യേണ്ടത്. പരിത്യാഗം അഥവാ ഭോഗത്തിൽ നിന്നുള്ള പിന്തിരിയൽ എന്നതുകൊണ്ട് ഉദ്ദേശിക്കുന്നത് ഈ ഇച്ഛാശക്തിയാണ്. നശീകരണ, ഭോഗ, വിദ്വേഷവാസനകളെ നിയന്ത്രിച്ചില്ലെങ്കിൽ എല്ലാറ്റിനെയും നിർദ്ദയം ഉപേക്ഷിക്കുന്ന ക്രൂരനായി നാം മാറും. സ്നേഹം എന്തിനെയെങ്കിലും ഉപേക്ഷിക്കാനുള്ളതല്ല. എല്ലാറ്റിനെയും സ്നേഹിക്കുക എന്നാൽ എല്ലാറ്റിനെയും സ്വന്തമാക്കുക എന്നാണർത്ഥം. അമിതമായ സ്വാർത്ഥ, ഭോഗതാൽപര്യങ്ങൾ ഇല്ലെങ്കിൽ എല്ലാ സൗന്ദര്യവും വസ്തുക്കളും നമ്മുടേതാണ്.

ഹിമാലയ താഴ്വരയിൽ നിൽക്കുന്ന സുന്ദരവൃക്ഷങ്ങൾ നമ്മുടേതല്ലേ? നമ്മുടേതാക്കാൻ വേണ്ടി ആ സ്ഥലം തീറെഴുതി വാങ്ങണോ?

അല്ലെങ്കിൽ ആ വൃക്ഷങ്ങൾ പിഴുതു കൊണ്ടുവന്ന് സ്വന്തം തൊടിയിൽ നട്ടുപിടിപ്പിക്കണോ? നാം സ്വന്തം അസ്തിത്വത്തെ അനശ്വരമായി കാണുന്നതുകൊണ്ടാണ് എല്ലാം സ്വന്തം തൊടിയിലോ വീട്ടിലോ ഉണ്ടാകണമെന്ന് ശഠിക്കുന്നത്. സ്വന്തമെന്ന അനുഭവത്തെക്കുറിച്ചുള്ള ശരിയായ ധാരണയായി ഇതിനെ കാണാനാവും. സ്വന്തമാക്കുക എന്നാൽ വാങ്ങുക എന്നല്ല; അത് ഒരു അധീശത്വമല്ല; അധികാര പ്രയോഗമല്ല. സ്വന്തം പോക്കറ്റിലെ പേന എടുത്തുപയോഗിക്കുന്ന പോലെ ലോകത്തോടുള്ള ബന്ധത്തെ കാണാനാവില്ല. സ്വന്തമാക്കലിൽ നിർവാജ്യമായ സ്നേഹമുണ്ടായാൽ മതി. എല്ലാം നമ്മുടേതാണ്. ഓരോന്നും അതാതിന്റെ യഥാർത്ഥ സ്ഥാനത്ത് തുടരട്ടെ. അല്ലെങ്കിൽ അത് നമ്മുടെ മനസ്സിനെ മഥിക്കാൻ തുടങ്ങും. സ്ഥാനചലനങ്ങൾക്ക് ശ്രമിച്ചാൽ അലങ്കോലമാവും ഫലം. ഒന്നിനെ മറ്റൊന്നാക്കി സ്വന്തമാക്കുമ്പോൾ അതിന്റെ ഉത്തരവാദിത്വവും നമ്മുടെ മേലായിരിക്കും.

ഉത്തരവാദിത്വമേൽക്കാൻ നമുക്ക് കഴിയാറില്ല. അതുകൊണ്ട് ശരിയായ ശ്രദ്ധകൊടുക്കാനും സാധ്യമാവില്ല. ഈ അവസ്ഥ നാം സ്വന്തമാക്കിയതിനെ തന്നെ അപകടത്തിലാക്കും. ഉപേക്ഷിക്കപ്പെട്ടപോലെ അത് നമ്മുടെ അധീനതയിൽ കിടന്നു വീർപ്പുമുട്ടി ആത്മഹത്യ ചെയ്യും. ഇതാണ് ശരിക്കും സംഭവിക്കുന്നത്. പ്രേമിക്കുന്ന പെണ്ണിനെ വെറുതെ പ്രേമിച്ചാൽ പോരാ; സമൃദ്ധമായി പ്രേമിക്കണം; പ്രേമിച്ചുകൊണ്ടേയിരിക്കണം. മറന്നുപോകുന്ന സ്നേഹങ്ങൾക്ക് പകരമായി പുതിയ സ്നേഹങ്ങൾ അവൾക്കായി കരുതിയിട്ടുണ്ടാകണം. ഉപേക്ഷിക്കപ്പെടുന്നതായി, അവഗണിക്കപ്പെടുന്നതായി അവൾക്ക് തോന്നി തുടങ്ങുന്ന നിമിഷം ഏറ്റവും ആപത്ക്കരമായി കാണണം. അത് ദൂരവ്യാപകമായ ഒരാപത്തിന്റെ സൂചനയാണ്. അവളുടെ സൗന്ദര്യവും രതിയും നശിക്കാൻ അതിടയാക്കും. ഒരു താളവുമില്ലാതെ നൃത്തം ചെയ്താൽ എന്തു സംഭവിക്കും.?

നൃത്തം ഇടയ്ക്കുവെച്ച് മുറിയും. അതുതന്നെയാണ് ആത്മഹത്യ.

ഓഷോ പറഞ്ഞു :"No എന്നു പറഞ്ഞുകൊണ്ടിരുന്നാൽ ജീവിതം സാധ്യമാകില്ല. No പറഞ്ഞുകൊണ്ട് ജീവിതം നയിച്ചാൽ ജീവിതം നഷ്ടപ്പെടും. No യിൽ നിന്ന് ഒരു താവളം സൃഷ്ടിക്കാനാവില്ല. കാരണം, No ശൂന്യതയാണ്. No ഇരുട്ടുപോലെയാണ്. ഇരുട്ടിനു യഥാർത്ഥമായ നിലനിൽപ്പില്ല; അത് പ്രകാശത്തിന്റെ അഭാവം മാത്രമാണ്. അതിനാൽ ഇരുട്ടുകൊണ്ട് നിങ്ങൾക്ക് നേരിട്ട് ഒന്നും ചെയ്യാനാവില്ല. മുറിക്കു വെളിയിലേക്ക് അതിനെ തള്ളി നീക്കാനാവില്ല. അയൽപക്കത്തെ വീട്ടിലേക്ക് അതിനെ എറിഞ്ഞുകളയാനുമാവില്ല. ഇരുട്ടു കൊണ്ട് ഒന്നും ചെയ്യാനാവില്ല. എന്തെങ്കിലും ചെയ്യാനാ

കണമെങ്കിൽ പ്രകാശം തെളിക്കണം. yes എന്നതാണ് പ്രകാശം. No എന്നതാണ് ഇരുട്ട്. ജീവിതത്തിൽ യഥാർത്ഥത്തിൽ എന്തെങ്കിലും ചെയ്യണമെന്ന് ആഗ്രഹിക്കുന്നുണ്ടെങ്കിൽ Yes ന്റെ വഴി പഠിക്കണം. Yes അസാധാരണമായി മനോഹരമാണ്. അത് വളരെ ആശ്വാസകരമാണ്. അത് നിങ്ങളുടെ ജീവിതരീതിയാകട്ടെ; മരങ്ങളോടും പക്ഷികളോടും ആളുകളോടും Yes പറഞ്ഞു നോക്കൂ, അതിശയകരമായിരിക്കും ഫലം. ജീവിതം ഒരു അനുഗ്രഹമായിരിക്കും, നിങ്ങൾ അതിനോട് Yes പറയാനുണ്ടെങ്കിൽ".

ജീവിതം ഒരു വലിയ സാഹസികതയാണ്. നമ്മൾ സ്നേഹിച്ച വസ്തുക്കളെ ആത്മഹത്യയിലേക്ക് തള്ളിവിടാതിരിക്കാൻ ഓഷോയുടെ വാക്കുകളും സഹായകമാണ്. Yes പറയാനായി നമ്മൾ താഴോട്ട് മുട്ടുകുത്തണം ;പേരോ, നാടോ, വീടോ നമുക്ക് ഉപേക്ഷിക്കാനാവില്ല. നമ്മുടെ കപട ആത്മാഭിമാനത്തെയും പൊയ്‌വിശ്വാസങ്ങളെയും മിഥ്യകളെയും ഉപേക്ഷിക്കാനാവും.

നമ്മളിൽ നേരത്തെ തന്നെ വേരുപിടിച്ച ആഗ്രഹങ്ങൾ, പതനമോഹങ്ങൾ, പ്രത്യക്ഷത്തിൽ നമുക്ക് ബോധ്യപ്പെടണമെന്നില്ല; അതിനെ അംഗീകരിക്കണമെന്നുമില്ല. കാരണം അതൊന്നും ഒരു സിവിൽ സമൂഹത്തിൽ ആരും ശരിവയ്ക്കുകയില്ല. പൗരജീവിതത്തിന്റെ തുറസ്സായ വീഥികളിൽ നെഗറ്റീവ് ചിന്തകൾക്കിടമില്ല. അതുകൊണ്ട് വ്യക്തികളുടെ പ്രതിലോമത്വരകൾ മനസ്സിനടിയിലേക്ക് താഴ്ത്തപ്പെടുന്നു. ഇത് ബോധപൂർവ്വം സംഭവിക്കുന്നില്ല. വ്യക്തിയിൽ അബോധമായി സംഭവിക്കുകയാണ്. എന്നാൽ പ്രായം ചെല്ലുംതോറും അത് സാവധാനം പുറത്തേക്ക് വരാൻ തുടങ്ങും. അതു വരെയുണ്ടായിരുന്ന ചിന്തകൾ മുന്നോട്ടു പോകാനാവാതെ വരുകയോ, തിരിച്ചടി നേരിടുകയോ ചെയ്യുന്ന ഘട്ടത്തിൽ നാം നമ്മിൽ തന്നെ നിമജ്ജനം ചെയ്തതെല്ലാം തിരിച്ചു വരും.

സ്മൃതിനാശംപോലെയുള്ള രോഗങ്ങളും മറ്റു ശാരീരിക, മാനസിക പ്രശ്നങ്ങളും അങ്ങനെയുണ്ടാകുന്നതാണെന്നു ഇന്നു ലഭ്യമായിട്ടുള്ള മന:ശാസ്ത്ര ചിന്തകളുടെ അടിസ്ഥാനത്തിൽ പറയാനാകും. റോണ്ടാ ബയേണിന്റെ The Power ((Law of Attraction) , വിയറ്റ്നാം ബുദ്ധിസ്റ്റ് തീച്ച് നാത് ഹാൻ എഴുതിയ Being Peace, True Love തുടങ്ങിയ പുസ്തകങ്ങൾ, ജിദ്ദു കൃഷ്ണമൂർത്തിയുടെ ചിന്തകൾ, റോമാ ചക്രവർത്തിയും തത്ത്വചിന്തകനുമായിരുന്ന ഒറേലിയസിന്റെ ധ്യാനങ്ങൾ (Meditations) തുടങ്ങിയവയെല്ലാം ഇതിലേക്ക് വെളിച്ചം വിതറുന്നു. ഒറേലിയസിന്റെ വാക്കുകൾ ഇങ്ങനെ:

Reject your sense of injury and the injury itself disappears.

ജീവജാലങ്ങളുടെ പക്കലുള്ള ഒരേയൊരു കോഡ്

ചിന്തകൊണ്ട് ജീവിക്കുന്ന നമുക്ക് അതിൽ നിന്ന് മാറിനിൽക്കാനൊക്കുമോ? മനസ്സൊരു ചീത്ത പിശാചാണ്, അതുകൊണ്ട് അതിൽ നിന്ന് മോചനം വേണമെന്ന് പറയുന്നവരുണ്ട്. എന്നാൽ മനസ്സിൽ നിന്നും മോചനം നേടിയാൽ പിന്നെ എന്താണ് ബാക്കിയുള്ളത്? ജീവിതത്തിൽ എന്തെങ്കിലും ത്യജിച്ചിട്ട് നേട്ടമുണ്ടാക്കാമെന്ന് കരുതുന്നില്ല. ത്യാഗത്തിനു വേണ്ടി ത്യാഗം വേണ്ട. ത്യജിക്കുന്നത് അസാധ്യമാണ്. കാരണം, എന്തിനെയാണോ നാം ബോധപൂർവ്വം നിരാകരിക്കുന്നത്, അത് നമ്മെ പിന്നാലെ വന്ന് അസ്വസ്ഥപ്പെടുത്തും, മുറിപ്പെടുത്തും. മനസിൽ നിന്ന് പൂർണമായി ഒന്നിനെയും പിഴുതുമാറ്റാനാവില്ല; അത് പീഡനമാണ്.

മനസ്സിനെ ആവേശിക്കുകയും നിയന്ത്രിക്കുകയും ചെയ്യുന്ന ചിന്തയെ വേറൊരു വഴി തിരിച്ചുവിടുകയാണ് വേണ്ടത്. എന്താണ് ഇതിനർത്ഥം? കൂടുതൽ പ്രത്യുൽപ്പാദനപരവും ലോ കോപകാരപ്രദവുമായ മേഖലകളിലേക്ക് നമ്മുടെ പ്രലോഭനങ്ങളെ തിരിച്ചുവിടുകയാണ് വേണ്ടത്. ഓരോ നിയമാനുസൃതമായ തൊഴിലും ലോകത്തിന് ഉപകാരപ്രദമാണ്. തയ്യൽക്കാരില്ലെങ്കിൽ ലോകമില്ല. കൃഷിക്കാരില്ലെങ്കിൽ ലോകം നിശ്ചലമാകും. ഓരോന്നിനും ലോ കോപകാരദൗത്യമുണ്ട്.

മനസ്സിൽ സദാ പിടിമുറുക്കിയിരിക്കുന്ന ആഗ്രഹങ്ങൾ, തൃഷ്ണകൾ, അതിമോഹങ്ങൾ, കൊതികൾ നമ്മെ ഉപദ്രവിക്കാത്തിടത്തോളം കൊണ്ടു നടക്കാം. സ്ഥിരമായി ഒരു വ്യക്തിയെ സ്നേഹിക്കണമെന്ന ആഗ്രഹം പരിത്യജിക്കേണ്ടതില്ലല്ലോ. ആവശ്യത്തിൽ കൂടുതൽ പണം ഉണ്ടാക്കണമെന്ന ആഗ്രഹം വേണമെങ്കിൽ ഉപേക്ഷിക്കാം; എന്നാൽ ഒരാൾ പണം ഉണ്ടാക്കുമ്പോഴാണ് വേറെ

കുറച്ചു പേർക്ക് തൊഴിൽ ലഭിക്കുന്നത്. പിന്നെ എന്താണ് ത്യജിക്കുന്നത്? നമ്മുടെ തന്നെ ധൂർത്തുകൾ, പാഴ്മോഹങ്ങൾ, ഭ്രമങ്ങൾ, ആവശ്യമില്ലാത്ത വസ്തുക്കൾ തുടങ്ങിയവ ഉപേക്ഷിക്കാവുന്നതാണ്. അമിതമായ ആസക്തിയിൽ നിന്ന് അലട്ടൽ ഉണ്ടാകാവുന്നതാണ്. അതുകൊണ്ട് ആസക്തി ആപത്താണ്. ജീവിതത്തിലെ ഒരു ഘട്ടത്തിൽ സകലതിന്റെയും നിഷ്പലതയെക്കുറിച്ച് ബോധമുണ്ടാകുക തന്നെ ചെയ്യും. ഒന്നും നമ്മെ രക്ഷിക്കില്ല എന്നറിയുന്ന നിമിഷം.

ജീവിതം നമ്മോടു നുണ പറഞ്ഞതോ, നാം ജീവിതത്തോടു നുണ പറഞ്ഞതോ? വാർദ്ധക്യം ജീവിതത്തിന്റെ സത്യം ബോധ്യപ്പെടുത്താതിരിക്കില്ല. അസുഖങ്ങളും അവശതകളും മനുഷ്യനെ തനിച്ചാക്കുകയാണ് ചെയ്യുന്നത്. അപ്പോൾ ത്യാഗത്തിനു വേണ്ടി പ്രയത്നിക്കേണ്ടതില്ല. ത്യാഗം നിർബന്ധമായും യാഥാർത്ഥ്യമായി തീരുന്നു. വാർദ്ധക്യത്തിലെ ത്യാഗം അനിവാര്യതയാണ്. എന്നാൽ ദുർവ്യയം, അമിതാസക്തി, അമിതമായ കോപം, ദുരാഗ്രഹം, കള്ളത്തരം എന്നിവയെല്ലാം വേണ്ടെന്നു വയ്ക്കുകയാണെങ്കിൽ സമാധാനം കിട്ടാതിരിക്കില്ല; ഇതിനെ മഹത്തായ ത്യാഗമായി കരുതാനാകില്ലെങ്കിലും. ഭീഷ്മരുടെ ത്യാഗം ജീവിതകാലമത്രയും ഒരു വ്രതമായി നിലകൊണ്ടു. സ്വാതന്ത്ര്യത്തേക്കാൾ വലിയ ആശയമാണ് ഭീഷ്മരുടെ ത്യാഗം. ഭീഷ്മർ യൗവ്വന ദശയിലാണ് സകല, കാമമോഹ പ്രണയപാശങ്ങളിൽ നിന്നും മോചിതമാകുന്നത്. അദ്ദേഹം അത് ജീവിതകാലമത്രയും പാലിച്ചു. സ്വാതന്ത്ര്യം അവിടെ ചെറുതായി പോവുകയാണ്. സ്വാതന്ത്ര്യം നേടിയ ആകാശം പിടിച്ചെടുക്കാമെന്നു കരുതുന്നവർക്കിടയിൽ ഭീഷ്മർ സ്വാതന്ത്ര്യത്തെ നിസ്സാരമായി കണ്ട് ത്യജിക്കുകയാണ്. ത്യാഗത്തിന്റെ ഫലമാണ് സ്നേഹം. സ്വന്തം വിഹിതത്തിൽ നിന്ന് എടുത്തു കൊടുക്കുന്നതാണ് സ്നേഹത്തിന്റെ പ്രകടരൂപം. സ്നേഹം പ്രവർത്തിക്കാനുള്ളതാണ്. പ്രവർത്തിക്കുന്നില്ലെങ്കിൽ സ്നേഹം നിസ്സഹായമാണ്. ഈ ലോകത്തിലെ സകല ജീവജാലങ്ങളെയും അചേതന വസ്തുക്കളെയും ബന്ധിപ്പിക്കുന്ന ദിവ്യരസമാണ് സ്നേഹം. സ്നേഹത്തിന് രക്തത്തേക്കാൾ ശക്തിയുണ്ട് ;വിശുദ്ധിയുണ്ട്. ഏതൊരു വസ്തുവിനെയും നമുക്ക് സ്നേഹിക്കാം. സ്നേഹിക്കുന്നത് ഒരു മൂല്യമാണ്. സ്നേഹിക്കുന്നത് തിരിച്ചു ഒരു ഉപകാരം പ്രതീക്ഷിച്ചുകൊണ്ടാകരുത്. സ്നേഹിക്കുന്ന മനസ്സിൽ, സ്നേഹിതന് കൊടുക്കാനുള്ള ചിന്തയാണ് വേണ്ടത്. സ്നേഹത്തിലൂടെ ത്യാഗം പ്രാവിനെ പോലെ ചിറകുവീശി പറക്കണം.

ഒരു പേനയെയൊ, പുസ്തകത്തെയോ, പാത്രത്തെയോ

സ്നേഹിച്ചു നോക്കൂ. അതെല്ലാം തിരിച്ചും നമ്മെ സ്നേഹിക്കും. വിശ്വാസം വരുന്നില്ലെങ്കിൽ പരീക്ഷിക്കാവുന്നതാണ്. നാം സ്നേഹിക്കുന്നത് ഈ വസ്തുക്കൾ തിരിച്ചറിയുന്നുണ്ട്. അവ സ്വയം സംരക്ഷിക്കുകയും നിറം കെടാതെ നോക്കുകയും ചെയ്യും. നമ്മുടെ കൺവെട്ടത്തു തന്നെ അവയുണ്ടാകും. അതെങ്ങനെ നമ്മെ ഉപേക്ഷിച്ചു പോകും? ഒരു ചെടിക്ക് സ്ഥിരമായി വെള്ളമൊഴിച്ചു നോക്കൂ. അത് വളരാൻ ആവേശം കാണിക്കും. ചെടികളിൽ വെറുതെ തടവിക്കൊടുത്താൽ അത് നമ്മുടെ ആഗ്രഹത്തിനൊത്ത് വളരും. സ്നേഹമാണ് അതിനു ലഭിക്കുന്ന പ്രാപഞ്ചിക ചിഹ്നം (Universal sign) .

സ്നേഹിച്ചാൽ തിരിച്ചു സ്നേഹിക്കാത്ത ജീവികളില്ല. ഏത് തെരുവുപട്ടിയെയും നമുക്ക് സ്നേഹിച്ചു കൂടെ കൊണ്ടു പോരാം. കാരണം, ഈ ജീവജാലങ്ങളെല്ലാം വിലമതിക്കുന്നത് ഒരേയൊരു മൂല്യത്തെയാണ്; അത് സ്നേഹമാണ്. അതിന് വേണ്ടി ആ ജീവികൾ എന്തും ത്യജിക്കും. ഈ പ്രപഞ്ചത്തിന്റെ ആത്മാവുമായി സംവേദനം ചെയ്യുന്നതിനു ജീവജാലങ്ങളുടെ പക്കലുള്ള ഒരേയൊരു കോഡാണ് സ്നേഹം. സ്നേഹത്തിനുവേണ്ടി ത്യജിക്കുമ്പോഴാണ് ദൈവം ഉണ്ടാകുന്നത്. ദൈവം എല്ലാറ്റിനെയും സ്നേഹത്താൽ കൂട്ടിയിണക്കായിരിക്കുകയാണ്. പക്ഷേ, മനുഷ്യർക്ക് ഇനിയും അത് അത്ര ബോധ്യമായിട്ടില്ല.

ഒറേലിയസ് : നിഷ്കളങ്കത യുടെ വർണ്ണങ്ങൾ

എഡി 161 കൽ 180 വരെയാണ് മാർകസ് ഒറേലിയസ് റോമാ ചക്രവർത്തിയായിരുന്നത്. ഉന്നതമായ ധാർമ്മികതയ്ക്കും ആത്മ വിശുദ്ധിക്കും പ്രാധാന്യം കൊടുത്ത സ്റ്റോയിക്ക് (stoic) തത്ത്വചി ന്തകനായിരുന്ന അദ്ദേഹം ദീർഘകാലയളവിലെ തത്ത്വചിന്തയും സാഹിത്യവുമെല്ലാം പരിശോധിച്ചതിന്റെ തെളിവ് പലപ്പോഴായി എഴുതിയ കുറിപ്പുകളിൽ കാണാം. ആ കുറിപ്പുകളുടെ സമാഹാ രമാണ് Meditations. ലോകത്തിലെ പല പ്രമുഖരായ എഴുത്തു കാരുടെയും പ്രിയപ്പെട്ട പുസ്തകമാണ് മെഡിറ്റേഷൻസ്. ജീവിത ത്തിന്റെ ക്ഷണികതയും നശ്വരതയും ചൂണ്ടിക്കാണിച്ച ഒറേലിയസ് മനുഷ്യനു അവന്റെ ജീവിതം ജീവിക്കുന്നതിന് ഏറ്റവും അത്യാവശ്യ മായ ചിന്തകളും തത്ത്വങ്ങളുമെന്താണെന്ന് ഈ കുറിപ്പുകളിൽ വ്യ ക്തമാക്കുന്നുണ്ട്. പത്താം നൂറ്റാണ്ടുവരെ ഏറെക്കുറെ അജ്ഞാത മായിരുന്നു ഈ കുറിപ്പുകൾ, ചില ചരിത്രകാരന്മാരുടെ പരാമർശ ങ്ങളിൽ ഒഴികെ.

ഒറേലിയസിന്റെ കുറിപ്പുകളുടെ പൂർണ രൂപം ആദ്യമായി കണ്ടത് ബിഷപ്പ് അരേതാസ് ഓഫ് കാസാർസ് (Arethas of Caesarea) ആണ്. അദ്ദേഹം കൈയെഴുത്ത് പ്രതികളുടെ ഗവേഷകനായിരു ന്നു. ഒരു ബുദ്ധിമാന്റെ ഗർവ്വില്ലാതെ സാധാരണ മനുഷ്യന്റെ ജീവി തത്തിലെ പ്രതിസന്ധികളെയും പ്രശ്നങ്ങളെയുമാണ് ഒറേലിയസ് സമീപിക്കുന്നത്. മനുഷ്യത്വപൂർണമായ സമീപനം, വൈകാരിക മായ ശുദ്ധത എന്നീ ഗുണങ്ങൾ ഇവിടെയുണ്ട്. മനുഷ്യനെക്കുറി ച്ചുള്ള എല്ലാ അന്ധമായ പൊങ്ങച്ചങ്ങളും കാഴ്ചപ്പാടുകളും പടം പൊഴിഞ്ഞു വീഴുകയാണ്.

എത്രയോ നൂറ്റാണ്ടുകളായി മനുഷ്യൻ കെട്ടിപ്പൊക്കിയ സങ്കൽ

പ്പങ്ങളെ, സുദൃഢവും സുനിശ്ചിതവുമായ ആശയങ്ങളെ നിഷേധത്തിലൂടെയല്ല ഒറേലിയസ് സമീപിക്കുന്നത്, സത്യത്തിന്റെ തീക്ഷ്ണവർണം കൊണ്ടാണ്. മനുഷ്യനു കാണാൻ കഴിവുണ്ട്. എന്നാൽ അവൻ എല്ലാം കാണുന്നില്ല. ഒരു സ്റ്റോയ്ക് ഫിലോസഫർ എന്ന നിലയിൽ ചക്രവർത്തി ലക്ഷ്യം വയ്ക്കുന്നത് സംതൃപ്തി, ദുഃഖത്തിൽ നിന്നുള്ള അകന്നിരിക്കൽ, ആത്മനിയന്ത്രണം, ആത്മാഭിമാനം തുടങ്ങിയവയാണ്. എന്നാൽ ഇതെല്ലാം അദ്ദേഹം പാലിച്ചു.

എല്ലാം കാണാൻ കഴിയാത്തതുകൊണ്ട് നമുക്ക് സമഗ്രജ്ഞാനമില്ല. കമ്പാർട്ട്മെന്റലായിട്ടാണ് എല്ലാം നേടുന്നത്. വളരെക്കുറച്ചു ഇടങ്ങളിൽ മാത്രമേ നമുക്ക് വ്യവഹരിക്കാനാവുകയുള്ളൂ. ഡാവിഞ്ചി 'മോണാലിസ' വരയ്ക്കുന്നത് മനസ്സിലെ അകളങ്കിതമായ ഒരു ബ്രഷു കൊണ്ടാണ്. ആ ബ്രഷ് ഡാവിഞ്ചിയുടെ സ്വന്തമാണ്. എന്നാൽ അതാകട്ടെ പ്രാപഞ്ചികമായ പൊരുളിന്റെ വളരെ ചെറിയ ഒരംശം മാത്രമാണ്.

ചെളിയിൽ വീഴാതെ

"ഒരുവന്റെ തെറ്റായ പ്രവൃത്തികൾ എന്നെ മുറിവേൽപ്പിക്കുകയില്ല. വൃത്തികേട് എന്റെ മേൽ ചൊരിയാൻ ആർക്കും കഴിയില്ല. എന്നാൽ എന്നിൽ വെറുപ്പ് ഉണ്ടാവുകയുമില്ല" - ഒറേലിയസ് പറയുന്നു.

എന്തിനാണ് നാം മറ്റൊരാൾ തെറിപ്പിച്ച ചെളിയിൽ നമ്മെത്തന്നെ അലിയിപ്പിക്കാൻ ശ്രമിക്കുന്നത്? ചെളി ആരാണോ എറിയുന്നത്, അവനാണ് അതിന്റെ ഉത്തരവാദി. അതിന്റെ ഫലമായുണ്ടാകുന്ന എല്ലാ മൂല്യപ്രശ്നങ്ങളും അവനെയാണ് ബാധിക്കുന്നത്. അവന് അത് വൃത്തിയാക്കാതെ അതിനു പരിഹാരം കാണാനാവില്ല. സ്വയം സമ്പൂർണ്ണമായിരിക്കാനാണ് ഒറേലിയസ് പഠിപ്പിക്കുന്നത്. ഒരു സമാന്തര സന്യാസാനുഭവമാണ് അദ്ദേഹത്തിന്റേത്. ലോകത്തിന്റെ തിളക്കവും ഭോഗവും ആനന്ദവും എത്ര ദുർബ്ബലവും ക്ഷണികവുമാണെന്ന് അതിൽ നിന്ന് മനസ്സിലാക്കാം.

"നമ്മൾ പരസ്പരം സഹകരിക്കാനാണ് നിർമ്മിക്കപ്പെട്ടിരിക്കുന്നത്. കാല്പാദങ്ങൾ പോലെ, കൈകൾ പോലെ, കൺപോളകൾ പോലെ മുകൾനിരപ്പല്ലും താഴെയുള്ള പല്ലുകളും പോലെ. ശരീരത്തിലെ അവയവങ്ങൾ പരസ്പരം പോരാടുക എന്നു പറയുന്നത് പ്രകൃതിക്ക് എതിരാണ്. "

മനുഷ്യരാശിയെ ഒരൊറ്റ ശരീരം പോലെ സങ്കല്പിക്കാവുന്നതാണ്. ശരീരത്തിൽ രണ്ടു കൈകൾ രണ്ടു വശങ്ങളിലായി ഘടിപ്പിച്ചിരിക്കുന്നു. മണ്ണിൽ കുത്തിനിൽക്കുന്നതിന്റെ ബാലൻസ് ഉറപ്പി

ക്കാൻ രണ്ട് കാലുകളും. കാലുകളും കൈകളും പരസ്പരധാരണയോടെയാണ് പ്രവർത്തിക്കുക. നടക്കുമ്പോൾ കാലുകൾ എത്ര കൃത്യമായി ഒരു ഫിലോസഫി സൃഷ്ടിക്കുന്നു. (എന്റെ 'ശ്രീനാരായണായ' എന്ന നോവലിൽ ഈ കാര്യം വിവരിച്ചിട്ടുണ്ട്) . ഒരു കാലിനു മറ്റേ കാലിനോട് പറയാനുണ്ട് പലതും. നടക്കുമ്പോൾ ഓരോ കാലും മുന്നോട്ടുവരുന്നു, അതേസമയം ഓരോന്നും പിന്നോട്ട് പോകുന്നു.

"നമുക്കുള്ളതെല്ലാം ദൈവാധീനത്താൽ ഉണ്ടായതാണ്. പ്രകൃതിയിൽ നിന്നു വേർപെടുത്താൻ കഴിയാത്ത ഭാഗ്യമാണത്. കൂട്ടിത്തുന്നലോ കെട്ടുപാടുകളോ ഇല്ലാതെ തന്നെ എല്ലാം ദൈവവാധീനത്തിലാണുള്ളത്".

എന്നാൽ വേർപ്പെടാനും വേർപെട്ടു എന്നു മറ്റുള്ളവരെ ബോധ്യപ്പെടുത്താനുമാണല്ലോ നമ്മുടെ ശ്രമം. വ്യക്തിത്വവൽക്കരണം (Individualization) അപകടകരമാം വിധം വളർന്നിരിക്കുന്നു. ഒരു ഫോട്ടോ എടുക്കുന്നതിൽ പോലും നമ്മൾ വ്യക്തിത്വവൽക്കരണമാണ് ശ്രദ്ധിക്കുന്നത്. നമുക്ക് അന്യമായതും എന്നാൽ നമ്മുടെ വ്യക്തിത്വത്തിന്റെ ഭാഗമായതെന്ന് തെറ്റിദ്ധരിപ്പിക്കുന്നതുമായ പ്രതിച്ഛായകൾ കൊണ്ടെന്ത് പ്രയോജനം? യഥാർത്ഥത്തിൽ നാം അങ്ങനെയല്ലല്ലോ.

"ഓരോന്നും പ്രപഞ്ചത്തിന്റെ ആവശ്യത്തിനായി നിലനിൽക്കുന്നു. "

നമ്മുടെ ചിരികൾ, സങ്കടങ്ങൾ, രോഗങ്ങൾ തുടങ്ങിയവകൊണ്ട് ഈ ലോകം എന്തായിരിക്കും പ്രയോജനപ്പെടുത്തുക? എന്നാൽ നമ്മുടെ ചിരിയും ഈ ലോകത്തിനു വേണം. അത് നമ്മളിലൂടെ പുറത്തുവരുന്നതാണ്. ലോകത്തിന്റെ വളർച്ചയോ വികാസമോ ആണത്. അതിനു പകരം നമ്മൾ ഇല്ലാത്ത വികാരമോ ചേഷ്ടയോ ഭാവമോ പ്രദർശിപ്പിക്കുകയാണെങ്കിലോ, ഈ ലോകം കൂടുതൽ വക്രീകരിക്കപ്പെടും. എല്ലാം വ്യക്തമായും മനസ്സിലാകുന്ന ഒരു ഘട്ടത്തിൽ കൃത്രിമമായി സൃഷ്ടിച്ച ദുർഗ്രഹതയായി അത് മാറുന്നതാണ്.

നമ്മൾ സ്വയം മറയ്ക്കുകയോ വഞ്ചിക്കുകയോ ചെയ്യുകയാണ്.

മനുഷ്യമനസ് - ഒരു ചീത്ത ഇടം

"ഏതൊരുവന്റെയും ജീവിതം മതിയാവോളമാണ്. എന്നാൽ നിന്റെ ജീവിതം ഏറെക്കുറെ തീരാറായി. നിന്റെ ആത്മാവ് സ്വന്തം മഹത്വം കാണാൻ കൂട്ടാക്കുന്നില്ലല്ലോ. മറ്റുള്ളവരിൽ നീ വിസ്മയഭരിതമായി നോക്കുകയാണ്. "

ജീവിതത്തിൽ തന്നെ അതിന്റെ പൂർണ്ണതയുണ്ട്. എന്താണോ നമുക്ക് അപര്യാപ്തമായി തോന്നുന്നത്, അത് നമ്മളിൽ തന്നെയുണ്ട്.

അത് കണ്ടെത്തുകയായിരിക്കണം നമ്മുടെ ലക്ഷ്യം. അവനവനെ ഉപേക്ഷിക്കുകയും മറ്റെവിടെയോ അത് അന്വേഷിക്കുകയും ചെയ്യുന്നപോലെ വ്യർത്ഥമായിട്ടുള്ളതെന്താണ്? ആത്മപരിശോധന വേണ്ട ;അവനവനിൽ ത്രസിച്ചു നിൽക്കുന്നതെന്താണെന്ന് അറിയാൻ ശ്രമിക്കുകയെങ്കിലും വേണ്ടേ? നല്ലതും പുതിയതുമായ കാര്യങ്ങൾ പഠിക്കാനായി നിങ്ങൾ സമയം കണ്ടെത്തുക. വെറുതെ ചുറ്റിക്കറങ്ങി സമയം കളയാതിരിക്കുക. സ്വന്തം ആത്മാവിന്റെ പഠനമുറി വികസിപ്പിക്കുകയാണെങ്കിൽ നമുക്ക് അപര്യാപ്തമായത് എന്താണെന്ന് അറിയാം. ഒരുപക്ഷേ, അത് നീണ്ടുനിൽക്കുന്ന ഒരു തിരച്ചിലാകാം. മനുഷ്യമനസ് ഒരു ചീത്ത ഇടമാണ്. അവിടെ സാർത്ഥകമായത് എന്തെങ്കിലും പൊട്ടിമുളച്ചാൽ തന്നെ ഉടമസ്ഥൻ അത് കളയാണെന്ന് കരുതി പറിച്ചു കളയും. നല്ലതെന്തെങ്കിലും ഉണ്ടെന്ന് തിരിച്ചറിയുന്നതാണ് പ്രധാനം. അതിനു മാനസികമായ തയ്യാറെടുപ്പുകൾ വേണം. മനുഷ്യമനസ്സിലെ മലിനമായതെല്ലാം നീക്കം ചെയ്യുന്ന പ്രക്രിയയാകണം വിദ്യാഭ്യാസം., അല്ലെങ്കിൽ ആത്മീയത.

"മറ്റുള്ളവർ എന്താണ് ചിന്തിക്കുന്നതെന്ന് ആലോചിക്കാതിരുന്നാൽ ഒരു തരത്തിലുള്ള അസന്തുഷ്ടിയും ഉണ്ടാകില്ല. എന്നാൽ സ്വന്തം മനസ്സിൽ സംഭവിക്കുന്നതെന്താണെന്ന് നിരീക്ഷിക്കാതിരിക്കുന്നവർക്ക് അസ്വസ്ഥതയൊഴിഞ്ഞു നേരമുണ്ടാവില്ല. "

സ്വയം പഠിക്കുകയല്ലാതെ ജീവിതത്തിൽ മറ്റൊന്നും മോക്ഷ മാർഗ്ഗമല്ല. മറ്റുള്ളവരുടെ ചിന്തകളെക്കുറിച്ച് ആലോചിക്കുന്നത് പുതിയ രോഗങ്ങൾക്കു കാരണമാകും. അന്യരുടെ മനസ്സ് പഠിക്കാനാണല്ലോ മിക്കവർക്കും താല്പര്യം. ആ പഠനം സ്വന്തം മനസിന്റെ പഠനമാണെന്ന് കരുതുന്നവരുണ്ടാകാം. അത് തെറ്റാണ്; മറ്റുള്ളവരുടെ മനസ്സ് പഠിക്കുന്നവർ പലപ്പോഴും സ്വന്തം മനസ്സിനെ ഒരു സിഗരറ്റ് പാക്കറ്റ് പോലെ വലിച്ചെറിയുകയാണ് ചെയ്യുന്നത്. മനസ്സ് അങ്ങനെയൊരു ഒഴിഞ്ഞ പാക്കറ്റാണല്ലോ.

"ആളുകളിൽനിന്ന് ഓടിപ്പോകേണ്ടിവന്നാൽ ഭയപ്പെടരുത്, ദൈവം നിലനിൽക്കുന്നുണ്ടെങ്കിൽ. ദൈവങ്ങളെ നിങ്ങൾ തിന്മകളിലേക്ക് വലിച്ചിഴക്കില്ലല്ലോ. എന്നാൽ ദൈവം നിലനിൽക്കുന്നില്ലെങ്കിൽ, മനുഷ്യരുടെ ജീവിതങ്ങളെക്കുറിച്ച് അവർക്ക് യാതൊരു വേവലാതിയുമില്ലെങ്കിൽ, ഞാനെന്തിനാണ് ദൈവങ്ങളും ദൈവാധീനവുമില്ലാത്ത ഒരു ലോകത്തിൽ ജീവിക്കുന്നത്? "

നമ്മൾ സമർത്ഥിക്കുന്നത്, വാഴ്ത്തുന്നത് അവസാനം എന്തായിത്തീരുന്നു? ഒരർത്ഥത്തിൽ അത് സ്വയം വാഴ്ത്തലാണോ? യാതൊന്നിനെയും പിന്തുടരാൻ കഴിയില്ലെന്നതാണ് വാഴ്ത്തുമ്പോഴും സമർ

പ്പിക്കുമ്പോഴും സംഭവിക്കുന്നത്. എല്ലാം വേഗം എവിടെയോ പോയി മറയുന്നു.

"How quickly all things disappear, in the universe the bodies themselves, but in time the remembrance of them"

ഓർമ്മകൾ മാത്രമായി ഒതുങ്ങാനായിരുന്നോ ഈ ബഹളങ്ങളും പ്രതികാരങ്ങളും? മനുഷ്യൻ വെറും നിഴലോ ചാരമോ ആകാനുള്ളതാണ്. എന്നാൽ അവൻ നിശൂന്യമായതിനെല്ലാം സങ്കല്പങ്ങളും അർത്ഥങ്ങളും നിർമ്മിക്കുകയാണ്. ആ നിർമ്മാണം തുടർന്നുകൊണ്ടേയിരിക്കുന്നു. എത്രമാത്രം അപ്രസക്തമാണെങ്കിലും ജീവിതത്തിനു വേണ്ടി അർത്ഥം നിർമ്മിക്കുകയല്ലാതെ വേറെ വഴിയില്ല. ഈ അർത്ഥനിർമ്മിതി നീതിയെയും അനീതിയെയും വേർതിരിക്കാനാവാത്ത തലത്തിലേക്ക് കടന്നിരിക്കുന്നു.

"ഒരാവശ്യത്തിൽ നിന്നല്ല, ജ്വരത്തിൽ നിന്നാണ് നീതിയും അനീതിയും വേർതിരിക്കപ്പെടാത്ത വിധം പല ഉദ്യമങ്ങളും ഉണ്ടാകുന്നത്. ഏതൊരു കാര്യത്തിലും ആവശ്യമില്ലാതെ ചാടി, മണ്ണിനടിയിൽ ചികഞ്ഞു നോക്കി അനുമാനങ്ങളുണ്ടാക്കുന്നതുപോലെ ചീത്തയായ ഒരു പ്രവൃത്തിയില്ല. മറ്റുള്ളവരുടെ മനസ്സുകളിലേക്ക് നോക്കുന്നതിനേക്കാൾ ഭേദമാണ് സ്വന്തം മനസ്സിലെ പിശാചിനെ നോക്കുന്നതെന്ന് മനസ്സിലാക്കുന്നില്ല. "

സ്വന്തം മനസ്സിലെ 'പിശാചു'മായി കൂടിയാലോചിച്ചാണല്ലോ നന്മയെയും തിന്മയെയും വേർതിരിക്കുന്നത്.

സ്വന്തം ആവശ്യങ്ങളും താല്പര്യങ്ങളുമാണ് നമ്മുടെ പ്രമാണം. അതിനുപറ്റിയ ഏത് ചെകുത്താനുമായും കൂട്ടുകൂടും. ചെകുത്താനെന്ന് മനസ്സിലാക്കുന്നത് പിന്നീടായിരിക്കും. അതുവരെ താൻ കൂടിയാലോചന നടത്തുന്നതെല്ലാം ദൈവമെന്ന് വിളിക്കുന്ന ഒരു വ്യക്തിയുമായിട്ടായിരിക്കും. നമ്മുടെ എല്ലാ തിന്മകൾക്കും പിന്തുണ പ്രഖ്യാപിക്കേണ്ടത് ആ ദൈവത്തിന്റെ ചുമതലയാണല്ലോ.

ഒരു പൂവ് അതിൽ സമ്പൂർണം

"ഏതെങ്കിലും തരത്തിൽ സുന്ദരമായതെല്ലാം, അതിൽ തന്നെ സുന്ദരമാണ്. അത് അതിൽ തന്നെ അവസാനിക്കുന്നു. അതിന് യാതൊരുവിധ പ്രശംസയും ആവശ്യമില്ല. പ്രശംസ കൊണ്ട്, അതിനു യാതൊരു ഗുണമോ കോട്ടമോ സംഭവിക്കുന്നില്ല. "

ഏതൊരു വസ്തുവും അതിന്റെ തന്നെ അനന്യതയിൽ നിലീനമാണ്. അതിനപ്പുറം അതല്ലാതെ മറ്റൊന്നുമില്ല. ഒരു ചെമ്പരത്തിപ്പൂവ് ആ പൂവിൽ തന്നെ സമ്പൂർണമാണ്. അത് റോസാപ്പൂവിൽ നിന്ന് ഒന്നും ആഗ്രഹിക്കുന്നില്ല. അതിനു അതിന്റെ മുകളിലോ

താഴെയോ വേറൊരു ലക്ഷ്യമില്ല. പൂവിനു അതിൽ നിന്ന് വേറിട്ട് ഒരു അസ്തിത്വമില്ല. പൂവിനെക്കുറിച്ച് എഴുതുന്നതോ പാടുന്നതോ പൂവിന് ഒരു നേട്ടവുമുണ്ടാക്കുന്നില്ല. പൂവ് അതിന്റെ ലോകത്ത് മാത്ര മാണുള്ളത്.

അത് അതിന്റെ ശൂന്യതയെ അന്വേഷിക്കുന്ന യാത്രയിലാണ്.

"കലാസൃഷ്ടിക്കും പ്രശംസ ആവശ്യമില്ല. യഥാർത്ഥത്തിൽ സുന്ദ രമായതിനു യാതൊരു പ്രശംസയും വേണ്ട. "

ഏത് കലാവസ്തുവും അതിന്റെ തന്നെ ആപേക്ഷികതയിലാണ് നിലകൊള്ളുന്നത്. അത് അനേകം കലാസൃഷ്ടികളുടെ നിരയിലാ ണുള്ളത്. അതിനു മാത്രമായി ഒരു നിലനിൽപ്പില്ല. അനുസ്യൂതമായ ഒരു പ്രക്രിയയുടെ ഭാഗമാണത്. ആ പ്രക്രിയയാകട്ടെ പ്രകൃതിയിലു ള്ള സർഗാത്മക മനസ്സിന്റെ ആവിർഭാവമാണ്. അത് കാലങ്ങളി ലൂടെ കുതിക്കുകയാണ്. പുതിയത് കൂട്ടിച്ചേർക്കപ്പെടുന്നു. ചിലത് അപ്രസക്തമാകുന്നു. ദീർഘകാലയളവിലെ കലാസൃഷ്ടികൾ പരി ശോധിക്കുകയാണെങ്കിൽ ഒരു കാര്യം വ്യക്തമാകും ;പുതിയതെ ന്തോ ഇനിയും വരാനുണ്ട്. അല്ലെങ്കിൽ അതിനെ നിശ്ശബ്ദമായി അന്വേഷിക്കുകയാണ്. ഇത് അനന്തമായ പ്രക്രിയയാണ്. വിവിധ ദേശങ്ങളിലും കാലങ്ങളിലുമുള്ള കലാകാരന്മാർ തങ്ങളുടെ നില പാടുകളും കാഴ്ചകളും ഇതിനായി ഉപയോഗിക്കുന്നു.

"മരതകത്തിനും സ്വർണത്തിനും ദന്തത്തിനും നിറത്തിനും വീണയ്ക്കും കത്തിക്കും പൂവിനും പുൽക്കൊടിക്കും പ്രശംസിക്ക പ്പെട്ടില്ലെങ്കിൽ എന്തെങ്കിലും കുഴപ്പമുണ്ടോ? "

അതുകൊണ്ടാണ് ഒറേലിയസ് ഏതൊരു വസ്തുവും അതിൽ തന്നെ അനന്യമാണെന്ന് പറയുന്നത്. കാരണം, ഒരു കാലാവസ്തു അതിന്റെ ഭൂതകാലത്തെയോ ഭാവികാലത്തെയോ പ്രതിനിധീകരി ക്കുന്നില്ല. അത് ഒരു നിസ്തുലമായ പ്രത്യക്ഷതയാണ്. അതിനെ നാം വാഴ്ത്തുമ്പോൾ അതിനേക്കാൾ മികച്ചത് ഭാവിയിൽ ഉണ്ടാ കില്ല എന്നർത്ഥമാക്കുന്നില്ല. ഭാവി അതിന്റെ വഴിയെ തന്നെ ഉണ്ടാ യിക്കൊള്ളും. ഭാവിയെ തന്നെ നാം വേർപെടുത്തിയ ശേഷമാണ് ഒന്നിനെ പ്രശംസിക്കുന്നത്. നമ്മുടെ മുന്നിൽ ഭൂതകാലവും വർത്ത മാനവും മാത്രമേയുള്ളൂ. വർത്തമാനത്തിലാണ് നമ്മുടെ മൂല്യബോ ധങ്ങൾ യഥാർത്ഥ രൂപം കൈക്കൊള്ളുന്നത്.

"തങ്ങളുടെ മരണശേഷവും പ്രശസ്തി വേണമെന്ന് ആഗ്രഹിക്കു ന്നവർ ഓർക്കാത്ത ഒരു കാര്യമുണ്ട്. അവരെ ഓർക്കുന്നവരെല്ലാം താമസിയാതെ മരിക്കും. പിന്നീട് വരുന്ന തലമുറയും ഈ ഓർമ്മക ളിലൂടെ കടന്ന ശേഷം മരിക്കുന്നു. അവരും ഓർമ്മയാകുന്നു. പിന്നീട്

വരുന്നവരും അവരെ ഓർക്കുന്നവരും വീണ്ടും നിഷ്പ്രഭരാവുന്നു. ആ ഓർമ്മകൾ അനശ്വരമാണെന്ന് തന്നെ കരുതുക. അതുകൊണ്ട് നിങ്ങൾക്ക് എന്താണ് പ്രയോജനം? അനാവശ്യമായി അനശ്വരതയെക്കുറിച്ചും വരും തലമുറ ഓർക്കുന്നതിനെക്കുറിച്ചും ആലോചിക്കുന്നത് പ്രകൃതി നൽകിയ വലിയ സൗഭാഗ്യങ്ങളെ അവഗണിക്കുന്നതിനു തുല്യമാണ്.

പ്രകൃതിയിൽ വിസ്മൃതി മാത്രമാണുള്ളത്. ഓർക്കുന്നത് വളരെ ഹ്രസ്വമായ കാലയളവിലെ അനുഭവമാണ്. ഓർക്കുന്തോറും ഓർമ്മകൾ ഉണ്ടാവുന്നു. പുതിയ ചിമിഴുകൾ ഉണ്ടാകുന്നു. ഓർമ്മകൾ സാവധാനം മറവിയിലേക്ക് ചായുകയാണ്. എല്ലാം വിസ്മൃതമാവാൻ കാത്തിരിക്കുന്നു. ഓർക്കുന്നത് പ്രകൃതിദത്തമല്ല, പ്രകൃതി വിരുദ്ധമാണ്. ഓർക്കാൻ ധാരാളമുണ്ട്. എന്നാൽ അതെല്ലാം പ്രകൃതി തിരിച്ചെടുക്കുന്നു. പ്രകൃതിയുടെ അജ്ഞാതമായ ഒരിടത്തേക്ക് അത് താഴ്ന്നു താഴ്ന്നു പോകുന്നു. ആർക്കും തന്നെ അതിനെ വീണ്ടെടുക്കാനാവില്ല. മറവിയിൽ ആർക്കാണ് ശബ്ദമുള്ളത്?

മറവിയുടെ സമുദ്രം

"നിങ്ങൾ നേടിയ സിദ്ധികൾ, അതെത്ര ചെറുതായാലും അതിനെ സ്നേഹിക്കുക. അതിൽ സംതൃപ്തി നേടുക. ജീവിതകാലമത്രയും ദൈവത്തിൽ വിശ്വസിച്ചു ആരുടെയും അടിമയോ അധികാരിയോ ആകാതെ ജീവിക്കുക. "

നിങ്ങളുടെ സിദ്ധികൾ മറ്റൊരാളുടെ സിദ്ധികളുമായി താരതമ്യം ചെയ്യാതിരിക്കുക. നിങ്ങൾ സിദ്ധികളുടെ വ്യാപ്തി പരിശോധിച്ച് സ്വയം ബോധ്യപ്പെടുകയാണെങ്കിൽ, നിങ്ങളുടെ പരമാവധി ശക്തിയിൽ അത് പുറത്തുകൊണ്ടുവരാനാവും.

അത് പ്രകൃതിയുടേതാണ്. വാസ്തവത്തിൽ, ആ സിദ്ധി നിങ്ങളുടെ സ്വന്തമെന്ന് പറയാവുന്നതാണെങ്കിലും അതിനു ഒരു ചരിത്രമുണ്ട്. പലതരം ഭാവനകൾ നിങ്ങളിൽ പ്രവർത്തിക്കുന്നതിന്റെ ഫലമാണത്. നിങ്ങൾ സൃഷ്ടിച്ചെടുത്ത മാനുഷികതയുടെയും നീതിബോധത്തിന്റെയും ഒരു സൃഷ്ടിയാണത്.

"പൂർവ്വകാലങ്ങളിലെ ഒരു ജീവിതത്തിന്റെയും ഒരു രാഗത്തിന്റെയും അടയാളം ശേഷിക്കുന്നില്ല. അതെല്ലാം മൂലഘടകങ്ങളിലേക്ക് വിഘടിച്ചുപോയിരിക്കുന്നു. "

എല്ലാം മറക്കാനുള്ളതാണ്. എത്രയോ ജീവിവർഗങ്ങൾ അവയുടെ അംഗങ്ങളെ നൂറ്റാണ്ടുകളായി മറവിയിലേക്ക് മറവ് ചെയ്തിരിക്കുന്നു. ഒന്നും ഒരിടത്തും ഓർക്കപ്പെടുന്നില്ല. പറവകൾ

ക്കും തേനീച്ചകൾക്കും ഉറുമ്പുകൾക്കും വ്യക്തിഗതമായ അടയാളങ്ങളില്ലേ? അവയുടെ സമൂഹത്തിൽ ആർക്കും വ്യക്തിത്വമില്ലെന്ന് പറയാനൊക്കുമോ? നിശ്ചയമായും ഓരോരുത്തരും വ്യക്തികളാണ്. ഓരോരുത്തരും കർമ്മങ്ങളിൽ വ്യത്യസ്തരാണ്. അവർ ഓരോ ജോലി ചെയ്യുന്നുണ്ട്. എത്രയോ പെൺജീവികൾ എല്ലാ കഷ്ടപ്പാടുകളും സഹിച്ച് കുഞ്ഞുങ്ങളെ പ്രസവിച്ച് പോറ്റുന്നു. ആരാണ് അവരെ ഇതെല്ലാം പഠിപ്പിച്ചത്?

ഏതൊരു വസ്തുവും പെട്ടെന്ന് മാഞ്ഞുപോവുകയാണ്. അവയെല്ലാം വെറും കഥകളായി മാറുന്നു. വിസ്മൃതിയിൽ അവ അടക്കം ചെയ്യപ്പെടുന്നു. അത്ഭുതകരമായ രീതിയിൽ ജീവിച്ചവർക്കും ഇത് ബാധകമാണ്. ബാക്കിയുള്ളവരാകട്ടെ അവസാന ശ്വാസമെടുത്തു വിടുന്നതോടെ അവർ എന്നേക്കുമായി മറയുകയാണ്. ഒരാളും പിന്നീട് അവരെ ഓർക്കുന്നില്ല.

പതിനായിരക്കണക്കിന് അംഗങ്ങൾ ഒരിടത്തു സമ്മേളിച്ചുകൊണ്ട് ചില ജീവിവർഗങ്ങൾ എന്തെല്ലാം കർമ്മബന്ധങ്ങളിൽ ഉത്സുകരാവുന്നു. എന്നാൽ അവർ ആകസ്മികമായി, ഏതോ കാരണങ്ങളാൽ അകറ്റപ്പെടുന്നു. ഒരു പ്രാണിസമൂഹത്തിലെ ആയിരക്കണക്കിനല്ല, കോടികണക്കിന് അംഗങ്ങൾ ഈ പ്രപഞ്ചത്തിന്റെ മഹാകാലത്തിൽ ഒരിക്കലും ഒർമ്മിക്കപ്പെടാതെ, അടയാളങ്ങൾ അവശേഷിപ്പിക്കാതെ തിരിച്ചുപോയിരിക്കുന്നു. വാസ്തവത്തിൽ, ഇത്രയും നിഷ്ഫലമായ ഒരു ജീവിതത്തെയാണോ എല്ലാ ജീവിവർഗങ്ങളും ആവേശത്തോടെ പുൽകുന്നത്? എന്താണ് ഈ ആത്മാവുകളുടെ രഹസ്യം? ഒന്നിനും ഒരർത്ഥവുമില്ലെങ്കിൽ ഈ ജീവിതത്തെ കുറേക്കൂടി സമാധാനത്തോടെ സമീപിക്കാമായിരുന്നുവെന്ന് തോന്നാവുന്നതല്ലേ? ജീവിതത്തിന്റെ ഏതെങ്കിലും ഒരു ഘട്ടത്തിൽ മനുഷ്യന് അങ്ങനെ തോന്നുന്നുണ്ടോ?

"And, to conclude the matter, what is even an eternal remembeance? A mere nothing. "

ആത്യന്തികമായി എന്താണ് ഓർക്കപ്പെടുന്നത്? ശ്മശാനങ്ങളും മൃതദേഹങ്ങളും മൃതദേഹാവശിഷ്ടങ്ങളും എല്ലാം ഒരു പോലെ മണ്ണിൽ ചേരുന്നു. എല്ലാ പേരുകളും വെള്ളത്തിൽ വരച്ച വരകളായി അപ്രത്യക്ഷമാകുന്നു. ഓർമ്മകൾ ഒരു ഘട്ടം കഴിയുമ്പോൾ ഭാരമാണ്. ആദ്യകാലത്ത് എന്തിനെയും ആവേശപൂർവ്വം ഓർക്കുന്ന നാം പ്രായമാകുന്നതോടെ ഓർമ്മകളിൽ നിന്ന് ക്രമേണ അകലുകയാണ്. ഓർക്കുന്തോറും ചിന്തകൾക്ക് ഭാരമേറുകയും ശാരീരികവും മാനസികവുമായി പരിക്ഷീണിതരാവുകയും ചെയ്യുന്നു.

ഓർമ്മകളിൽ നിന്ന് ഓടിയൊളിച്ചാൽ ധ്യാനവും ശാന്തിയും ലഭിക്കുന്നു.

"നമ്മുടെ വേദനകൾ പിന്നെ എന്തിനുവേണ്ടിയാണ്? നീതിയുള്ള ചിന്ത, മനുഷ്യോപകാരപ്രദമായ പ്രവൃത്തികൾ, കള്ളം പറയാതിരിക്കൽ, ഏത് അനുഭവത്തെയും സ്വാഭാവികമായി സ്വീകരിക്കുക - ഒരു തത്ത്വത്തിൽ നിന്നും അതിന്റെ ഉറവിടത്തിൽ നിന്നും തനിയെ നിർഗമിച്ചത് എന്ന നിലയിൽ. "

ഒന്നും തന്നെ സമ്പാദിക്കാനോ സംരക്ഷിക്കാനോ കഴിയാത്ത ഈ ജീവിതത്തിൽ ആകെ ചെയ്യാവുന്നത് അവനവനിലുള്ള നന്മയെ പുറത്തെടുത്ത്, കരയുന്നവരെ സ്നേഹിക്കുകയും സഹായിക്കുകയും ചെയ്യുന്നതാണ്. അപ്പോൾ വേദനകൾ തെല്ലൊന്ന് ശമിക്കും. ആശ്വാസമാവുകയാണെങ്കിൽ പതിതമായ മനസ്സുകളിൽ ഒരു നന്മയുള്ള ചിരി പടരും. അതായിരിക്കും ഈ നശ്വരമായ ജീവിതത്തിൽ നമുക്ക് നമ്മുടെ നന്മകളെക്കുറിച്ച് ബോധ്യം വരുന്ന നിമിഷം. ആ സന്ദർഭം നമ്മുടെ ജീവിതകാലത്തെങ്കിലും തിളക്കമുള്ളതായിരിക്കും.

"ഓർമ്മിക്കുന്നവർക്കും ഓർക്കപ്പെടുന്നവർക്കും കുറച്ചു സമയമേയുള്ളു. "

എല്ലാത്തിന്റെയും തേരോട്ടങ്ങൾ തിരസ്ക്കരിക്കപ്പെടാനുള്ളതാണ്. ചരിത്രം തന്നെ അഗാധമായ ഒരു മറവിയിലേക്ക് പോകാനുള്ള വഴി തിരഞ്ഞെടുത്തിരിക്കയാണ്. ഒരിക്കലും ഓർക്കപ്പെടാത്തവരാണ് മനുഷ്യർ. അതാണ് വിധി. പ്രകൃതി അതാണ് അതിന്റെ ഘടനയിൽ സജ്ജമാക്കിയിരിക്കുന്നത്. പ്രകൃതിക്ക് അതാണ് പ്രിയങ്കരമായിട്ടുള്ളത്. അനേകം പേരുകളും വ്യക്തിത്വങ്ങളും ഐഡന്റിറ്റികളും പ്രകൃതി എവിടെ ഓർമിച്ചു വയ്ക്കും? അത് പ്രകൃതിവിരുദ്ധവും അസാമാന്യമായ ഭാരമുള്ളതുമായ ജോലിയാണ്. പരസ്പരബന്ധത്തിന്റെയും അതിൽ നിന്നുണ്ടാകുന്ന പരിണാമങ്ങളുടെയും ഫലങ്ങളാണ് പ്രകൃതി ഓർക്കുന്നത്.

ഈയാമ്പാറ്റകൾ പൂർത്തിയാക്കുന്നത്

"ഓരോന്നിന്റെയും മാറ്റം ശ്രദ്ധിക്കുക. പ്രകൃതി എല്ലാത്തിനെയും മാറ്റുന്നതിലാണ് ഊന്നൽ നല്കുന്നത്. അതിൽ നിന്ന് അതുപോലെയുള്ള പുതിയ വസ്തുക്കൾ ഉണ്ടാവുകയാണ് ".

പ്രകൃതി നമുക്ക് വേണ്ടിയല്ല നിലനിൽക്കുന്നത്. എന്നാൽ നമ്മളും പ്രകൃതിയിലുണ്ട്. നമ്മളിലും അതുണ്ട്. അതിന്റെ സ്വാഭാവികമായ സഞ്ചാരത്തിൽ നമ്മളും പങ്കെടുക്കുകയാണ്. നമുക്ക് ഒരു മഹാലോകത്തിന്റെയുള്ളിലെ വസ്തുക്കൾ എന്ന പങ്കു മാത്രമേയുള്ളൂ. ഒരു

യാത്രയെയോ ചലനത്തെയോ യുക്തിയെയോ നമുക്ക് നിയന്ത്രിക്കാനാവില്ല. ഈയാമ്പാറ്റകൾ തീയിലേക്ക് വന്നു വീഴുന്നു. ഒരു പാറ്റ വീണത് കണ്ടാലും മറ്റു പാറ്റകൾ പിന്മാറില്ല. എല്ലാവർക്കും തീയിൽ വീണാൽ മതി. അവ സ്വന്തം ജീവിത ദൗത്യവും രഹസ്യവും മനസിലാക്കിയിരിക്കുന്നു. സുനിശ്ചിതമായ ഒരു സൗന്ദര്യാത്മക യാത്രയുടെ പര്യവസാനം എപ്പോഴും വേദന നിറഞ്ഞതു തന്നെ. മനുഷ്യനു ഈ നിശ്ചിതമായ ചംക്രമണത്തെ മാറ്റാനാകുമോ?

"നിലനിൽക്കുന്ന ഓരോന്നിലും അതിന്റെ വിത്തും അടങ്ങിയിരിക്കുന്നു. എന്നാൽ അതിനെ ഭൂമിയിലും ഗർഭത്തിലും ഗർഭാശയത്തിലും വീണ വിത്ത് മാത്രമായി കാണരുത്. "

മനുഷ്യനും ഇതുപോലെ തീയിൽ വീഴുകയാണ്. അതുപക്ഷേ, പ്രത്യക്ഷത്തിലുള്ള തീയാകണമെന്നില്ല. തീ പോലെയുള്ള എന്തുമാകാം. നമുക്കറിയില്ല അതിൽ വീണാൽ ചാരമാകുമെന്ന്. എന്തെന്നാൽ നമുക്ക് മുന്നേ പോയ ആരുടെയും വിധി നമ്മെ സ്വാധീനിച്ചിട്ടില്ല. നാം അതിനെക്കുറിച്ച് പഠിച്ചിട്ടില്ല. നമുക്ക് ഓരോ തീനാളത്തിലും -വിശ്വസ്തതയോ, അടിമത്വമോ, പ്രണയമോ, ബന്ധമോ - എന്തുമാകട്ടെ വീണു മരിക്കുന്നതാണ് നമ്മുടെ വിധി. ആരു പിന്തിരിപ്പിച്ചാലും അത് മാറില്ല. നമ്മുടെ വിധി നാം തന്നെ തിരഞ്ഞെടുത്തു കഴിഞ്ഞതാണ്.

"നിങ്ങൾക്ക് ദോഷകരമായത് വരുന്നത് മറ്റൊരാളുടെ മനോഗതത്തിൽ നിന്നല്ല; നിങ്ങളുടെ ശാരീരികരമായ പ്രത്യേകതകളിൽ നിന്നോ പെരുമാറ്റങ്ങളിൽ നിന്നോ അല്ല. പിന്നെ എവിടെ നിന്നാണ്? തിന്മകളെക്കുറിച്ച് അഭിപ്രായം രൂപീകരിക്കുന്ന, നിങ്ങളുടെ മനസ്സിൽ നിന്നാണ് "

അതുതന്നെയാണ് വിധി. മറ്റൊരാൾ എന്ത് ചെയ്താലും പറഞ്ഞാലും അതിൽ നിന്ന് രക്ഷപ്പെടാൻ നമുക്കാവില്ല. നമ്മെ ചുരണ്ടി നശിപ്പിക്കുന്ന ചിതൽക്കൂട്ടം നമ്മുടെയുള്ളിലാണ്. അവ എപ്പോഴും നമ്മെ കാർന്നു തിന്നുകൊണ്ടിരിക്കുന്നു. തിന്മയുടെ ചിതലുകളാണെന്ന് മാത്രം. ആ ചിതലുകൾക്ക് വളക്കൂറുള്ള മണ്ണാണല്ലോ നിങ്ങളുടെ മനസ്സ്. മനസ് എന്ന ചപ്പു കൂന, മലിനമായ ഇടം സദാ സജീവമാണ്. നമ്മൾ എത്ര സ്നേഹത്തോടെ ഒരാൾക്ക് വേണ്ടി പ്രവർത്തിച്ചാലും അയാൾ അതൊന്നും ഓർക്കണമെന്നില്ല. കാരണം, പ്രകൃതിയിൽ ഓർമ്മകളില്ലല്ലോ. മാത്രമല്ല, ഓർമ്മകൾ ഇല്ലാതായതുകൊണ്ട് അയാൾ നമുക്ക് എതിരാവുകയും ചെയ്യുന്നു. ഇത് സ്വാഭാവികമാണ്. മറവി അയാളെ പുതിയൊരു മനുഷ്യനാക്കുന്നു. ഓർക്കാനുള്ളത് ശേഷിക്കുന്നത് അയാൾക്ക് മടുപ്പും വെറുപ്പും ഉണ്ടാക്കും.

അയാൾ ആ ബന്ധനത്തിൽ നിന്ന് രക്ഷപ്പെടാൻ ശ്രമിച്ചുകൊണ്ടിരിക്കും. അതിന്റെ ഫലമായി നമ്മെ ഉപദ്രവിക്കാൻ നോക്കും. അത് അയാളുടെ മനസ്സിന് സ്വന്തം യുക്തിരഹിതമായ വാദങ്ങളെ സാധൂകരിക്കാനുള്ള ചവിട്ടുപടി നൽകും.

"We were formed by nature for mutual assistance. "

യഥാർത്ഥത്തിൽ നമുക്ക് പരസ്പരം തോളോടു തോൾ ചേർന്ന് പ്രവർത്തിക്കാനാണ് പ്രകൃതി ഉദ്ദേശിച്ചിട്ടുള്ളത്. അങ്ങനെയാണ് സൃഷ്ടി. ഒരു ജീവിവർഗ്ഗത്തിലെ അംഗങ്ങളുടെ സ്വഭാവവും പെരുമാറ്റവും അടിസ്ഥാനപരമായി ഒന്നാണല്ലോ. മാനുകളുടെ ഒരു കൂട്ടം പൊതുവായി പെരുമാറുന്നതു ഒരുപോലെയാണ്. ഒരു മാൻ മറ്റൊരു മാനിനെക്കാൾ മികവുറ്റതാകണമെന്നില്ല. മനുഷ്യന്റെ കാര്യത്തിലാണെങ്കിൽ സ്വാർത്ഥമായ ചിന്തകളും മത്സരങ്ങളുമുണ്ടെങ്കിലും അവയവങ്ങളുടെ ഘടന, പൊതുവികാരങ്ങളോടുള്ള പ്രതികരണം, ഒരുമിച്ചുള്ള താമസം തുടങ്ങിയവ പരസ്പരം സഹകരിക്കാൻ ഉദ്ദേശിച്ചുള്ളതാണ്.

"ചെയ്യുന്നത് എന്താണെന്ന് വിവേചിച്ചറിയണം. The bodily eye sees not these things;another sort of sight must discern them. "

ഒറേലിയസിന്റെ സൂക്ഷ്മദൃഷ്ടി ഈ വാക്കുകളിലുണ്ട്. ശരീരത്തിലെ കണ്ണുകൾ അതിന്റെ ജോലി ചെയ്യുന്നു. അതിൽ വിവേചനമില്ല. നമ്മുടെ അനുവാദം ചോദിച്ചിട്ടില്ല കണ്ണുകൾ കാണുന്നത്. അതിന് ആ കാര്യത്തിൽ പ്രത്യേക ഇഷ്ടമോ വിദ്വേഷമോ ഇല്ല. ഒരു സെൻ ബുദ്ധിസ്റ്റിന്റെ സംസ്കാരമാണ് കണ്ണുകൾക്കുള്ളത്. കണ്ണുകൾ ഇപ്പോൾ, ഈ നിമിഷമാണ് കാണുന്നത്. സത്യവും അസത്യവും ഒരുപോലെ കാണുകയാണ് കണ്ണുകൾ.

എന്നാൽ മറ്റൊരു ഉൾക്കണ്ണ് ഉണ്ടെങ്കിലേ വിവേചിച്ചറിയാനുള്ള കഴിവ് ലഭിക്കൂ. അന്തരിന്ദ്രിയം കണ്ണുകളായി പ്രവർത്തിക്കണം. അത് എളുപ്പമല്ല.

ഒരു രഹസ്യം

"Death is, like our birth,
a mystery of nature. "

പഠനങ്ങളും വിചാരങ്ങളും ഏകോപിപ്പിക്കുമ്പോഴാണ് നമുക്ക് ശരിയായ മാർഗദർശനം കിട്ടുന്നത്. ആനന്ദത്തേക്കാൾ വലുതാണ് നീതി എന്ന ബോധം എവിടെ നിന്നു കിട്ടും? എല്ലാവരും അനുഭവത്തിനായി ഓടുകയാണ്. അപ്പോൾ ആനന്ദമോ?

ഗുരുക്കന്മാരെല്ലാം പറയുന്നു, ഇതല്ല ജീവിതമെന്ന്. അവർ കണ്ട ജീവിതം എന്തായിരിക്കും? അതാണ് ഒറേലിയ സ് മരണത്തെപ്പറ്റി

പറയുന്നതിൽ കാണുന്നത്. മരണം പ്രകൃതിയുടെ ഒരു രഹസ്യമാണ്, ജനനം പോലെ. എന്തിനാണ് ജനിച്ചതെന്ന് ഒരു പണ്ഡിതനും പറയാനൊക്കില്ല. ഈ കാണുന്ന ശരീരം, ചിന്തകൾ, മനസ് തുടങ്ങിയവ എവിടെ നിന്നു വന്നു. ആരെങ്കിലും മുൻകൂട്ടി ഇത് തീരുമാനിച്ചതാണോ? എന്തുകൊണ്ട്? നമുക്ക് എന്താണ് നമ്മുടെ മേലുള്ള അധികാരം? . കാരണം, നമ്മൾ കൃഷി ചെയ്ത് ഉണ്ടാക്കിയ ജന്മമല്ലല്ലോ ഇത്.

അതുകൊണ്ട് മുറിവേറ്റു എന്ന് പറയുമ്പോൾ മുറിവിനെയാണ് നിങ്ങൾ ഉപേക്ഷിക്കേണ്ടത്. മുറിവേൽക്കാനുള്ള മനസ്സിനെ നിങ്ങൾക്ക് തടയാനാവണം. ഒരു വൃക്ഷത്തിലെ പഴം താഴേക്ക് വീണു മുളയ്ക്കുന്നു. അത് ഒരു ക്രമമല്ലേ? വിത്തു തന്നെയാണ് വൃക്ഷം. പക്ഷേ, വിത്തുകൾ താഴെ മണ്ണിൽ വീഴണം. ആ ക്രമം ഒരു തത്ത്വചിന്തയുമാണ്. ആർക്കാണ് അതിനെതിരെ സംസാരിക്കാനാവുക? വിവേകം ഇതിൽ നിന്നാണ് ഉണ്ടാകുന്നത്.

"ശ്രദ്ധിച്ചാൽ മനസിലാകും, എല്ലാം തന്നെ നീതിക്കനുസരിച്ചാണ് പ്രവർത്തിക്കുന്നത്. എന്തു ചെയ്യുമ്പോഴും വിവേകത്തോടെ നന്മയിൽ ജീവിക്കുക, നന്മയുടെ യഥാർത്ഥ ആശയത്തിൽ. "

മനുഷ്യോപകാരപ്രദമാവണം കർമ്മങ്ങൾ. ഇത് പ്രകൃതിയിൽ ഇല്ലാത്തതാണ്. പ്രകൃതി ഒന്നിന്റെ നഷ്ടം മറ്റൊന്നിലൂടെ നികത്തുകയാണ്. ഒന്ന് മറ്റൊന്നിനെ ആശ്രയിച്ചാണ് നിലനിൽക്കുന്നത്. ആശ്രയിക്കുക എന്നാൽ ഹിംസിക്കുക എന്നും പറയാം. പ്രകൃതിയിൽ ഹിംസയും മമതയും പലപ്പോഴും വേർതിരിച്ചെടുക്കാനാവില്ല. അനിവാര്യതയിലാണ് അത് മുന്നോട്ടുപോകുന്നത്. എന്നാൽ മനുഷ്യനു വിവേകം വേണം. അവൻ ത്യാഗം, സ്നേഹം തുടങ്ങിയ ആശയങ്ങളെ വികസിപ്പിച്ചിട്ടുണ്ട്.

"മാനവരാശിയുടെ താൽപര്യാർത്ഥം ചെയ്യുക. നിങ്ങളുടെ സ്വഭാവം മാറ്റാൻ തയ്യാറായിരിക്കുക; തിരുത്തൽ ആവശ്യമായി വരുമ്പോൾ നിങ്ങളുടെ അഭിപ്രായങ്ങളും മാറേണ്ടതുണ്ട്. "

വിവേകികളാകുമ്പോഴാണ് നാം മാറുന്നത്. യാതൊന്നിന്റെയും അന്തർ നാടകങ്ങളെ ബുദ്ധികൊണ്ട് വിവേചിച്ചറിയുമ്പോൾ തെറ്റുകൾ തിരുത്താൻ തയ്യാറാകണം. ചിലപ്പോൾ മറ്റൊരാൾ അത് ചൂണ്ടിക്കാണിക്കുമ്പോഴാകും ബോധ്യപ്പെടുക.

എല്ലാത്തിനെക്കുറിച്ചും അതാതു സമയത്ത് നമുക്ക് ചിന്തിക്കാനാവില്ല. ഒരു ഗുരുവിന്റെ വാക്കുകൾ അവിടെയാണ് പ്രസക്തമാവുന്നത്. ഗുരുക്കന്മാർ സമൂഹത്തിന്റെ പൊതുധാരയ്ക്ക്, ബോധത്തിനപ്പുറത്ത് ആന്തരികമായ ഇന്ദ്രിയങ്ങൾ ഉപയോഗിക്കുന്നവരാണ്.

"മാറുന്നത് നീതിയുടെ ജീവിഗണത്തിനു വേണ്ടിയാണ്. സന്തോഷത്തിനോ പ്രതാപത്തിനോ വേണ്ടിയാകരുത് ".

നീതി ഒരുകൂട്ടം ജൈവഘടകങ്ങളാണ്. നീതിയെ മനസ്സിലാക്കുക പ്രയാസവുമാണ്. ഓരോരുത്തരും അവരവരുടെ ബോധത്തെ ന്യായീകരിച്ചുകൊണ്ടിരിക്കുകയാണ്. സ്വയം വിമർശനത്തിനു തയ്യാറല്ല. അതുകൊണ്ട് നീതി ഒരുവന്റെ ധാർഷ്ട്യവും കൈകടത്തലുമായി രൂപാന്തരപ്പെടും. അവിടെയാണ് വ്യക്തി അതിൽ നിന്ന് സ്വതന്ത്രനായി, തന്റെ നിസ്സാരമായ അസ്തിത്വത്തെപ്പറ്റി മനസ്സിലാക്കി ലോകത്തിന് ക്ഷേമം വരുത്തുന്ന തീരുമാനത്തിലെത്തുന്നത്. നമുക്ക് മാത്രമേ ത്യാഗം ചെയ്യാനാവൂ. മറ്റൊരാളെക്കൊണ്ട് ത്യാഗം ചെയ്യിക്കാനാവില്ല. നമ്മൾ പിന്മാറുമ്പോൾ അത് ഏറ്റവും വിശുദ്ധമായ പ്രക്രിയയാകുന്നു.

"നിങ്ങൾ ഇവിടെ ഉണ്ടായിരിക്കുന്നത് ഈ പ്രപഞ്ചത്തിന്റെ ഒരു പ്രക്രിയയുടെ ഭാഗമായാണ്. നിങ്ങൾ വീണ്ടും ഇത് ഉപേക്ഷിക്കാൻ പോവുകയാണ്, നിങ്ങളുടെ ഉറവിടത്തിലേക്ക് ".

നമ്മളാരും ഇവിടെ ഒരു ചിരകാല സ്ഥാപനമോ, ആശയമോ, വർത്തമാനമോ ആകാൻ പോകുന്നില്ല. നമ്മൾ ഇവിടെ ജീവിക്കുന്നത് ഒരു സംയുക്ത ശരീരത്തിന്റെ ഭാഗമായാണ്. നമ്മൾ ഉപയോഗിക്കുന്ന വസ്തുക്കളിൽ ഒന്നു പോലും നമ്മൾ ഉണ്ടാക്കിയതല്ല. വസ്ത്രവും ഭക്ഷണവും മറ്റു ഉപകരണങ്ങളുമെല്ലാം ഈ ലോകത്തിന്റെ ഏതോ കോണിലിരുന്ന് ആരൊക്കെയോ നിർമ്മിച്ചതാണ്. അവർ ഉണ്ടെങ്കിലേ നമുക്ക് ജീവിക്കാനാകൂ. അപ്പോൾ വെറുപ്പ് എത്ര അപ്രസക്തമായ കാര്യമാണ്. ഓരോ ദിവസവും ഓരോ കാര്യത്തിനും നമുക്ക് അന്യരുടെ സഹായം വേണം. ഭക്ഷണം കഴിക്കുന്ന പാത്രം പോലും നമ്മൾ നിർമ്മിച്ചതല്ല. അപ്പോൾ നമ്മുടെ അഹന്ത എത്ര ദുർബ്ബലമാണ്. പഞ്ചഭൂതങ്ങളും അങ്ങനെ തന്നെ. എല്ലാം പ്രകൃതിയുടെ ദാനമാണല്ലോ. അതിന്മേൽ നമുക്ക് അധികാരമില്ല. നമ്മൾ പരാന്നഭോജികളും നിസ്സഹായരുമാണ്.

അനശ്വരത എവിടെ?

"സഹസ്രാബ്ദങ്ങൾ ജീവിക്കാമെന്ന ചിന്തയിൽ ഒന്നും ഡിസൈൻ ചെയ്യേണ്ട; ജീവിക്കുമ്പോൾ നല്ലത് ചെയ്യുക ".

ആയിരക്കണക്കിന് വർഷങ്ങൾ ജീവിക്കാമെന്നാണ് ഓരോ മനുഷ്യന്റെയും ചിന്തയെങ്കിൽ അത് മലിനമാണ്. കലാകാരന്മാർക്കോ എഴുത്തുകാർക്കോ അതുവേണ്ട. ഇപ്പോൾ തന്നെ, രണ്ടായിരത്തിലേറെ വർഷത്തെ ചരിത്രമല്ലാതെ വ്യക്തികളെ ആരും ഓർക്കുന്നില്ല. ഒരു രേഖപ്പെടുത്തൽ സംഭവിക്കുന്നുണ്ട്. അത് പക്ഷേ വിസ്മൃ

തമാണ്.

"Time is a river, a violent torrent of things coming in to being ;each one, as soon as it has appeared, is swept off and disappears, and is succeeded by another which is swept away in its turn. "

പ്രകൃതിയുടെയും മനുഷ്യരുടെയും ജീവിവർഗങ്ങളുടെയും ആകെത്തുക ഇതാണ്. നമ്മുടെ തലമുറ നിശേഷം തുടച്ചുമാറ്റപ്പെട്ട ശേഷം മറ്റൊന്നു ഇവിടെ വരുന്നു. അവരും തുടച്ചുമാറ്റപ്പെടുന്നു. തലമുറകൾ തമ്മിൽ യാതൊരു പരിചയവുമില്ല. പത്തൊൻപതാം നൂറ്റാണ്ടിന്റെ ആദ്യ പാദത്തിലുള്ളവരുമായി ഇരുപത്തിയൊന്നാം നൂറ്റാണ്ടിന്റെ ആദ്യ പാദത്തിലുള്ളവർക്ക് യാതൊരു ബന്ധവുമില്ല. എന്നാൽ നമ്മൾ, ഈ മനുഷ്യകുലം പരസ്പരം സഹകരിച്ചാണ് ജീവിക്കുന്നത്. ഒരാളെ കൊണ്ട് അനേകർക്ക് പ്രയോജനമുണ്ട്. അതുകൊണ്ട് നമ്മൾ ഒരു ശരീരമാണ്.

"റോസാപ്പൂക്കൾ വിടരുന്നതുപോലെയാണ് ലോകത്ത് ഓരോന്നും സംഭവിക്കുന്നത്; വേനൽക്കാലത്തെ പഴങ്ങൾ പോലെയും. രോഗങ്ങളും മരണങ്ങളും അപവാദങ്ങളും വഞ്ചനകളും എല്ലാം ഒന്നുകിൽ സന്തോഷമോ അല്ലെങ്കിൽ സങ്കടമോ ഉണ്ടാക്കുന്നു. "

ലോകത്ത് നമ്മുടെ നന്മതിന്മകൾക്കും സുഖദു:ഖക്കൾക്കും അപ്പുറത്ത് ചിലതെല്ലാം പൂർണത തേടുന്നു. അത് വികസിക്കാനും വിടരാനും പറ്റിയ ഇടങ്ങൾ എവിടെയുണ്ടോ പ്രകൃതി അത് സാധ്യമാക്കുന്നു. എല്ലാം പൂക്കളാണ് ;സങ്കടങ്ങളും വിരഹങ്ങളും വിടവാങ്ങലുകളും. എല്ലാത്തിനും പ്രകൃതി സന്നിവേശിപ്പിച്ച സുഗന്ധമാണ്.

"രോഗികളെ മരണത്തിൽ നിന്ന് രക്ഷിച്ച ഡോക്ടർമാർ ഒടുവിൽ മരണത്തിനു കീഴടങ്ങി. അതുപോലെ ജ്യോതിഷ പണ്ഡിതന്മാർ, മരണത്തെക്കുറിച്ച് പ്രവചിച്ചവർ പിന്നീട് മരണത്തിനു കീഴടങ്ങി. തത്ത്വചിന്തകന്മാർ, മരണത്തെക്കുറിച്ച് പ്രബന്ധമെഴുതിയവർ, അവരും മരിച്ചു. അതുപോലെ ചില യോദ്ധാക്കൾ, എത്രയോ പേരെ വധിച്ചവർ, അവരും കാലത്തിന്റെ തിരശ്ശീലയ്ക്ക് പിന്നിൽ മറഞ്ഞു. ഏകാധിപതികളും മരിച്ചു. അതുപോലെ നഗരങ്ങൾ, എത്രയെത്ര നഗരങ്ങൾ, എല്ലാം മരിച്ചു. മറ്റൊരാളുടെ സംസ്കാരത്തിൽ പങ്കെടുക്കുന്നവനെ പിന്നീട് മറ്റൊരാൾ സംസ്കരിക്കുന്നു. ഇതെല്ലാം ഒരു ചുരുങ്ങിയ കാലത്തിനുള്ളിൽ സംഭവിക്കുകയാണ്. "

മറ്റൊരാളുടെ ചരമ ശുശ്രൂഷ കഴിഞ്ഞ് ഒരാൾ മരണത്തിലേക്ക് മടങ്ങുകയാണെങ്കിൽ അത് ഒരു ചക്രത്തെ ഓർമ്മിപ്പിക്കുന്നുണ്ട്. തുടങ്ങിയിടത്തു തന്നെ വരാതെ ചക്രം കറങ്ങുന്നില്ല. തൊട്ടടുത്തു

ള്ള കോഴിയെ എടുത്തുകൊണ്ടുപോയി വെട്ടിക്കൊല്ലുന്നത്, ശേഷിക്കുന്ന കോഴികൾ കാണുമ്പോഴും അവയ്ക്ക് തീറ്റ തിന്നാനാവുന്നുണ്ട്. വ്യർത്ഥതയാൽ ശരീരമാസകലം മുങ്ങി കിടക്കുമ്പോൾ സത്യത്തോടു പോലും പ്രതികരിക്കാൻ തോന്നുകയില്ല. എല്ലാം പെട്ടെന്ന് കഴിയേണ്ടതു തന്നെയെന്ന ചിന്തയിൽ ആ കോഴികൾ ഒരു ചക്രത്തിന്റെ കറക്കം പൂർത്തിയാക്കുന്നത് നോക്കിയിരിക്കയാണ്. മരണത്തെയും ദുരന്തത്തെയും അറിഞ്ഞുകൊണ്ട് തന്നെ അതിന്റെ വരവിനായി കാക്കാതെ സ്വന്തം മിഥ്യകളിൽ അഭിരമിക്കുക. മനുഷ്യനും ഇങ്ങനെയാണ്. എല്ലാം നിഷ്ഫലമാണ്. ആഗ്രഹമോ ആത്മാർത്ഥതയോ പതിന്മടങ്ങ് വിനാശകാരികളായി തിരിച്ചുവരും. അപ്പോഴും സൗമ്യമായിരിക്കാൻ ശീലിക്കണം.

"All human affairs are mean, and but for a day. "

മനുഷ്യർക്ക് എന്തും പറയാം. എത്രയും പൊങ്ങച്ചം അഭിനയിക്കാം. ആവുന്നിടത്തോളം സമ്പാദിക്കാം. എല്ലാം നേടിയാലും അതിനേക്കാൾ നൂറിരട്ടി വേഗതയിൽ അതെല്ലാം അയാളെ ഉപേക്ഷിക്കാൻ കാത്തിരിക്കുകയാണ്. ഏത് നിമിഷത്തിലും, അയാൾക്ക് രോഗമോ വീഴ്ചയോ സംഭവിക്കാം. അപ്പോൾ അയാൾ ഒരു പഴന്തുണിക്കെട്ട് പോലെ ഉപയോഗശൂന്യമാകും. അയാൾ ഉയർത്താൻ ശ്രമിച്ച തത്ത്വശാസ്ത്രങ്ങൾ നനഞ്ഞ പൂച്ചയെപ്പോലെ മാറിപ്പോകും. ജീവിതം എപ്പോഴാണ് അതിന്റെ തനിസ്വരൂപം അനാവൃതമാക്കുന്നതെന്ന് പറയാനാവില്ല. ലോകം നിരാശപ്പെടുത്തുമ്പോൾ ഒരു തത്ത്വശാസ്ത്രമില്ലാതെ നാം വിഷമിക്കും.

"What yesterday was a trifling embroyo, tomorrow shall be an embalmed carcase, or ashes. "

ഇന്നലെ എന്നത് ഒരു ഭ്രൂണമായിരുന്നെങ്കിൽ നാളെ എന്നത് ഒരു കബന്ധമാണ്, കേടു വരാതിരിക്കാൻ ലേപനം പുരട്ടിയത്. അല്ലെങ്കിൽ ചാരം. ആ ചാരത്തെക്കുറിച്ച് ഓർത്താൽ ജീവിക്കാൻ തോന്നില്ല. എങ്കിലും ആ ജീവിതത്തെ ആവേശം കൊള്ളിക്കുന്ന പല തരത്തിലുള്ള വൈകാരിക ജ്വരങ്ങളുണ്ട്. നൈമിഷികമാണെങ്കിലും ആ സുഖങ്ങൾ അവൻ ഉപേക്ഷിക്കുന്നില്ല. യാതൊന്നിനും ആയുസ്സില്ലെങ്കിലും അതും അവൻ ആഘോഷിക്കുകയാണ്.

പ്രകൃതി വ്യർത്ഥതയെ പരിവർത്തനം ചെയ്യട്ടെ

"ഈ നിമിഷത്തെ പ്രകൃതിക്ക് വേണ്ടി സന്തോഷത്തെ പിന്തുടരുക. സന്തോഷത്തോടെ പിരിഞ്ഞു പോവുക. "

എല്ലാ വ്യർത്ഥതകളും സ്വന്തം തലയിൽ നിന്ന് മാറ്റുക. പ്രകൃതി ആ വ്യർത്ഥതയെ എന്തെങ്കിലുമായി പരിവർത്തനം ചെയ്യട്ടെ. ഒരു

നിമിഷത്തെ സംഭാഷണത്തിനും പ്രാധാന്യമുണ്ടല്ലോ. ജീവിക്കുന്ന നിമിഷം സങ്കീർണമാകാതിരിക്കുന്നതിലാണ് സാമർത്ഥ്യം വേണ്ടത്. ഏതൊരു ഇടപാടും ബന്ധവും സങ്കീർണമാക്കാം. അത് നമ്മൾ ഇടപെടുന്നതിന്റെ സ്വഭാവമനുസരിച്ചിരിക്കും. വിചിത്ര യുക്തികളാണ് മനുഷ്യനുള്ളത്. വിജയത്തിനുവേണ്ടി അവൻ പാഴ് യുക്തികൾ പരിചപോലെ ഉപയോഗിക്കാൻ തുടങ്ങും. തർക്കം മൂക്കുമ്പോൾ ഇരുകൂട്ടർക്കും യുക്തി മനസ്സിലാകാതെ വരും. ലളിതമായി മനസ്സിലാക്കാവുന്ന കാര്യങ്ങൾ ചർച്ച ചെയ്തു കുഴപ്പത്തിലാക്കാനാവും.

"Ever speak and act what is most sound and upright. "

മനുഷ്യന്റെ യുക്തി എപ്പോഴും ഇല്ലാത്തത് ഉണ്ടെന്ന് സ്ഥാപിക്കുന്നതാണ്. അതുകൊണ്ടാണ് സംസാരിക്കുന്നതിന് മുമ്പ് എപ്പോഴും ആലോചിക്കണമെന്ന് സൂചിപ്പിക്കുന്നത്. സംസാരിക്കുന്നതിന് വ്യക്തത ആവശ്യമാണ്. അപ്പോൾ കലഹങ്ങൾ കുറയും. രണ്ടുപേർ തമ്മിൽ സ്നേഹത്തോടെ സംസാരിച്ചാൽ തന്നെ സംഘർഷത്തിലേക്ക് പോകാൻ എളുപ്പമാണ്. മനുഷ്യൻ ഒരു അപായക്കെണിയാണ്. അവന്റെ ജീവിതം തന്നെ ഒരു കെണിയാണ് -മാക്സിം ഗോർക്കി പറഞ്ഞിട്ടുണ്ട്. അവൻ തന്നിൽ തന്നെ ബന്ധിതനാണ്. ചാർളി ചാപ്ളിൻ ഒരു സിനിമയിൽ പ്രസംഗത്തിൽ പറയുന്നുണ്ട്, ഏറ്റവും വേഗതയാർജിച്ച മനുഷ്യൻ അവന്റ മനസ്സ് അടച്ചുപൂട്ടി വെച്ചിരിക്കുകയാണെന്ന്.

"ഞാനെന്റെ വഴിയിലൂടെ നടന്നത് പ്രകൃതിയുടെ ഒരു നിശ്ചയമാണ്;എന്റെ അവസാനശ്വാസം എടുക്കുന്നതു വരെ, മണ്ണിലേക്ക് പതിക്കുന്നതുവരെ. അവിടെ നിന്നാണ് എന്റെ പിതാവിനു വിത്ത് കിട്ടിയത്, അമ്മയ്ക്ക് രക്തം കിട്ടിയത്, എന്നെ പരിചരിച്ചവർക്ക് പാൽ കിട്ടിയത്, ഇറച്ചിയും വെള്ളവും തന്നത്. ഈ മണ്ണാണ് എന്നെ നടത്തിയത്. പലരീതിയിൽ അതെല്ലാം ദുരുപയോഗം ചെയ്യപ്പെട്ടു. "

എത്രയോ ബന്ധിതമാണ് നമ്മുടെ 'സ്വാതന്ത്യം'. സ്വാതന്ത്ര്യം ഒരു അലങ്കാര ചിന്തയാണ്. നമുക്ക് എവിടെയാണ് സ്വാതന്ത്ര്യം? എല്ലാത്തിനോടും നാം സമാധാനം പറയണം. പഞ്ചഭൂതങ്ങളിൽ നിന്നാണ് നമ്മുടെ വംശമത്രയും ഉണ്ടായിരിക്കുന്നത്. ഒരു കണക്കുമില്ലാതെ മണ്ണും വെള്ളവും വായുവും നമുക്ക് ലഭിച്ചു. ജീവിതം മണ്ണിന്റെ ഒരു ആശയമാണ്. എല്ലാം മണ്ണിലേക്ക് വിഘടിച്ചു പോകേണ്ടതാണ്. മണ്ണിൽ നിന്ന് ഉയർന്ന് മണ്ണിലേക്ക് എത്തിച്ചേരുന്നതിനിടയ്ക്കുള്ള ഒരു കപട യാഥാർത്ഥ്യമാണ് നമ്മുടെ ജീവിതം. അതു ചിലപ്പോഴൊക്കെ പ്രതീതിയാണ്. അതുകൊണ്ടാണ് പ്രകൃതി നമുക്കൊന്നും ഓർമ്മിക്കാനില്ലെന്ന് ജൈവഘടനയിൽ തന്നെ എഴുതി വച്ചിരിക്കു

ന്നത്. പിറവികൾ ഒരു ജനറ്റിക് എഞ്ചിനീയറിങ്ങിന്റെ ഭാഗമാണ്. അതിൽ ആത്മാവിനെക്കുറിച്ച് എല്ലാവരും പറയും. നമുക്ക് സ്വന്ത മായി ആത്മാവുണ്ടോ? ഓരോരുത്തരും അവരവരുടെ ആത്മാവി നെക്കുറിച്ചാണ് പറയുന്നത്. നമ്മിൽ തന്നെയുള്ള ഒരു മിഥ്യയല്ലേ അത്? നമുക്ക് ശേഷം അത് എവിടെയുമില്ല.

"എന്റെ ആത്മാവ് ആരുടേതാണ്? ഒരു കുട്ടിയുടെയോ, യുവാ വിന്റെയോ, അല്ലെങ്കിൽ സ്ത്രീയുടെയോ? "

ശരീരത്തിന്റെ പ്രത്യേകതകൾ അനുസരിച്ചാണോ ആത്മാവി ന്റെ ലോകം വികസിക്കുന്നത്? നാം ഏത് ലിംഗത്തിൽപ്പെട്ടതായാ ലും നമ്മുടെ ആത്മാവ് അതിൽ നിന്ന് സ്വതന്ത്രമായിരിക്കുന്നു. ഒറേലിയസ് ആത്മാവിനെ അന്വേഷിച്ചപ്പോൾ അത് പ്രകൃതിയിൽ ഏകമായിരിക്കുന്നത് കണ്ടു. അതേസമയം അത് നമ്മളിൽ ഓരോ രുത്തരിലും നിലനിൽക്കുന്നതായി തോന്നുന്നു.

ഡേവിഡ് ഫോർഡൈസ് (David Fordyce) , അബെർദീനിലെ തത്ത്വശാസ്ത്ര അധ്യാപകൻ, ഒറേലിയസിനെപ്പറ്റി പറഞ്ഞത്, ഈ പുസ്തകത്തിന്റെ അവതാരികയിൽ ജെയിംസ് മൂർ (James Moore) ഉദ്ധരിക്കുന്നു: അദ്ദേഹത്തിന്റെ തത്ത്വങ്ങൾ ഉദാത്തമാണ്. മഹത്വ ത്തെക്കുറിച്ചുള്ള ഈ കാഴ്ചപ്പാടുകൾ മഹത്തരവും ആജ്ഞാശ ക്തിയുള്ളതുമാണ്.

മർകസ് ഒറേലിയസിന്റെ പ്രസക്തമായ ചില ദാർശനിക ചിന്തകൾ ചുവടെ അവതരിപ്പിക്കുന്നു:

1) ഇന്നത്തെ കാഴ്ചകൾ കാണുന്നവന് അനശ്വരതയിൽ നിന്നുകൊ ണ്ടോ അല്ലെങ്കിൽ അനശ്വരതയിലേക്കോ നോക്കാൻ കഴിയും. കാരണം, എല്ലാത്തിന്റെയും പ്രകൃതം ഒന്നുതന്നെയാണ്.
2) പ്രപഞ്ചത്തിൽ ഓരോന്നും പരസ്പരം കെട്ടുപിണഞ്ഞിരിക്കു കയാണ്. അതുകൊണ്ട് അവയെല്ലാം പരസ്പരം സ്നേഹത്തി ലാണ്.
3) ദൈവാധീനത്തിന് നിങ്ങളിലേക്ക് വന്നുചേർന്നതിനെ സ്വീകരി ക്കുക. എല്ലാവരെയും സ്നേഹിക്കുക, അവരോടൊപ്പം നിങ്ങൾ ക്ക് ജീവിക്കാൻ അവസരം വന്നു ചേർന്നിരിക്കയാണ്;അത് ആത്മാർത്ഥതയോടെയായിരിക്കണം.

   "Adapt thy self to those things which are destined for you by providence, and love those men, with whom it is your lot to live, and that with a sincere affection "
4) നമ്മളെല്ലാം സഹകരിക്കുന്നുണ്ട്, ഒരു വലിയ കർമ്മത്തിന് വേണ്ടി. ലോകത്തിലെ പ്രാപഞ്ചികമായ മനസ്സിന്റെ ലക്ഷ്യങ്ങ

ളുടെ ഭാഗമായി, അറിഞ്ഞോ അറിയാതെയോ. ഉറങ്ങിക്കിടക്കുന്ന ഒരാൾ പ്രവർത്തിക്കുകയാണെന്ന് ഹെറാക്ളിസ്റ്റസ് പറഞ്ഞത് ഒറേലിയ സ് ഉദ്ധരിക്കുന്നു.

5) പ്രപഞ്ചത്തിന്റെ പദ്ധതിക്ക് അതീതമായി യാതൊന്നിനും നിങ്ങളെ വീഴ്ത്താനാവില്ല.

6) പുതിയതായി ഒന്നുമില്ല. എല്ലാം പഴയതാണ്. അതിന്റെ വാഴ്വ് കുറച്ചുകാലത്തേക്ക് മാത്രമാണ്.

7) ആകെ നോക്കുമ്പോൾ ലോകത്തിൽ ഒരു ദൈവമേയുള്ളു.
There is one God in the whole. അതുപോലെ ഒരു പദാർത്ഥം, ഒരു നിയമം, ഒരു യുക്തി മാത്രമേ ബുദ്ധിയുള്ള ജീവിക്കുള്ളൂ. അവയെല്ലാം ഒരേ സ്വഭാവക്കാരാണ്. അവയ്ക്ക് ഒരേ യുക്തിയാണ്.

8) ഭൗതികമായത് എല്ലാം വേഗം നശിക്കും. പ്രപഞ്ചത്തിലെ പദാർത്ഥ സംയുക്തത്തിലേക്ക് അത് ലയിക്കുന്നു.

9) ഓരോന്നിന്റെയും ഓർമ്മകൾ വേഗത്തിൽ അനന്തതിയിലേക്ക് വിലയം പ്രാപിക്കുകയാണ്.

10) നിങ്ങൾക്ക് പ്രിയപ്പെട്ടതിനെ ആശ്രയിച്ച് ജീവിക്കുക.

11) കൈയിലുള്ളതിനേക്കാൾ പ്രാധാന്യം കൈയിലില്ലാത്തതിനു കൊടുക്കാതിരിക്കുക.

12) മരണം ഒരു ചിതറലാണ്; അല്ലെങ്കിൽ അണുക്കളുടെ അപ്രത്യക്ഷമാകലാണ്, വംശനാശമാണ്, മറ്റൊരു അവസ്ഥയിലേക്കുള്ള പരിഭാഷയാണ്.
"Concerning death. Its either a disperson, or atoms, a vanishing, an extinction, or a translation to another state."

13) നക്ഷത്രങ്ങളുടെ ഭ്രമണത്തെ നോക്കൂ. നിങ്ങളും അവയ്ക്കൊപ്പം സഞ്ചരിക്കുകയാണ്.

14) പ്ളേറ്റോ പറഞ്ഞു, മനുഷ്യജീവിതത്തെ ഒരു ഉയർന്ന വിതാനത്തിൽ നിന്ന് നോക്കണമെന്ന്. എല്ലാം ഐഹികമാണ്.

15) കഴിഞ്ഞ കാലങ്ങളിലെ ചക്രവർത്തിമാരുടെ ജീവിതം നോക്കിയാൽ, നമുക്ക് നാളെയെക്കുറിച്ച് ഒരു രൂപം കിട്ടും. എല്ലാം ഒരേ തരക്കാരാണ്.

16) നിങ്ങളുടെ ജീവിതം അവസാനിച്ചു എന്നും അത് ഗതകാലത്തേതാണെന്നും കരുതുക. പിന്നെ എന്താണ് പ്രതീക്ഷിക്കപ്പുറത്ത് നിലനിൽക്കുന്നത്? പ്രകൃതിക്ക് അനുസരിച്ച് ജീവിക്കുക.

17) നിങ്ങളുടെ ഉള്ളിലേക്ക് നോക്കുക. അതാണ് നന്മയുടെ ജലധാര. അത് എപ്പോഴും ഒഴുകുകയാണ്, നിങ്ങൾ അതിനു

വേണ്ടി കുഴിച്ചു കൊണ്ടിരിക്കുകയാണെങ്കിൽ.

Look inwards, within is the fountain of good, which is ever springing up, if you always digging in it

18) ഒരു തത്ത്വശാസ്ത്രജ്ഞനാകാൻ നിങ്ങൾക്ക് കഴിയില്ല. കാരണം, ശരിയായ ജ്ഞാനം നിങ്ങളിൽ നിന്ന് വളരെ അകലെയാണ്.

19) ഒന്നിനെക്കുറിച്ചും ആകുലപ്പെടേണ്ട. പ്രകൃതിക്ക് ആവശ്യമുള്ളത് എന്താണോ അതിനനുസരിച്ച് പ്രവർത്തിക്കുക

And be solicitous about nothing else, but knowing what your nature requires, and acting accordingly.

20) നിങ്ങൾ ഒരുപാട് അലഞ്ഞു. സന്തോഷം കിട്ടിയില്ല.

21) തത്ത്വശാസ്ത്രപരമായ വാദങ്ങളിലോ, പണത്തിലോ, പ്രശസ്തിയിലോ, ലൈംഗികതയിലോ ഒന്നുമല്ല സന്തോഷമുള്ളത്. പിന്നെ എവിടെയാണ്? മനുഷ്യപ്രകൃതി ആവശ്യപ്പെടുന്ന കർമ്മങ്ങൾ ചെയ്യുന്നതിലാണ് സന്തോഷം. ചില ആശയങ്ങൾ നാം നേടണം. അതിൽ നിന്നായിരിക്കണം നമ്മുടെ ആഗ്രഹങ്ങളും പ്രവർത്തനങ്ങളും പ്രവഹിക്കേണ്ടത്.

22) ഒരുവനെ നീതിമാനും നല്ല മാനസികാവസ്ഥയുള്ളവനും ധീരനും സ്വതന്ത്രനുമാകാൻ സഹായിക്കാത്ത തൊന്നും നല്ലതായിരിക്കില്ല.

23) എന്താണ് ഈ ലോകം? നമ്മുടെ ശരീരങ്ങളിൽ വിവിധങ്ങളായ കാര്യങ്ങളാണ് നടക്കുന്നത്. നമ്മുടെ ആത്മാവുകളിലും അത് തന്നെ, ഒരേ നിമിഷത്തിൽ. ഒരൊറ്റ നിമിഷത്തിൽ ഇതെല്ലാം ഉൾച്ചേർന്നതാണ് ഈ പ്രപഞ്ചസംവിധാനം. അതാണ് ലോകം.

24) ഓരോ രൂപവും ഉണ്ടായിരിക്കുന്നതിന് ചില ഉദ്ദേശ്യങ്ങളുണ്ട്. കുതിരയായാലും മുന്തിരിവള്ളിയായാലും, സൂര്യൻ തന്നെയും രൂപപ്പെട്ടിരിക്കുന്നത് ചില ലക്ഷ്യങ്ങൾക്ക് വേണ്ടിയാണ്.

25) മരിക്കുന്നതൊന്നും ഈ പ്രപഞ്ചത്തിന്റെ അതിരുവിട്ടു പോകുന്നില്ല.

26) നിങ്ങൾ നിങ്ങളുടെ ഈ രൂപത്തിൽ ആയിരിക്കുന്നതിലൂടെ എന്താണ് ലക്ഷ്യമാക്കുന്നത്? വൈകാരികമായ ലഹരികളുടെ പൂർത്തീകരണം?

27) ഒരു പന്ത് എറിയുമ്പോൾ അതിൽ ഉദ്ദേശിക്കപ്പെട്ടിരിക്കുന്നത് അതിന്റെ ശക്തിയും ദിശയും മാത്രമല്ല, അത് എവിടെ യാത്ര നിർത്തുമെന്നതാണ്.

28) നമ്മളെല്ലാം ജീവിക്കുന്നത് മൂന്ന് ബന്ധങ്ങളിലാണ്. ഒന്ന്, ഈ നിമിഷത്തിലെ ജീവിതം. രണ്ട്, ദൈവികമായ ചിന്തകൾ. മൂന്ന്,

അയൽക്കാരും സുഹൃത്തുക്കളും.

29) പ്രകൃതി നിങ്ങളെ രൂപപ്പെടുത്തിയിരിക്കുന്നത്, ഒരു സാകല്യാവസ്ഥയുടെ ഭാഗമായാണ്. എന്നാൽ നിങ്ങൾ അതിൽ നിന്ന് സ്വയം വേർപെടുത്തപ്പെട്ടിരിക്കുന്നു.

30) നിങ്ങളെ എന്തെങ്കിലും മാനസികമായി ബുദ്ധിമുട്ടിക്കുന്നുണ്ടെങ്കിൽ, അത് ഒരു പ്രശ്നത്തിന്റെ സ്വഭാവം കൊണ്ടല്ല; അതിനെക്കുറിച്ചുള്ള നിങ്ങളുടെ വിലയിരുത്തൽ കൊണ്ടാണ്. അത് തിരുത്താനുള്ള സിദ്ധി നിങ്ങളിലുണ്ട്.

31) പ്രപഞ്ചത്തിൽ അതിനെ തന്നെ നോവിക്കുന്ന പ്രാപഞ്ചികമായ തിന്മയില്ല. ഒരു വ്യക്തിയുടെ തിന്മ മറ്റൊരുവനെയല്ല, അവനെ തന്നെയാണ് ബാധിക്കുന്നത്.

32) സൂര്യന് ഒരു പ്രകാശമേയുള്ളൂ. അതാണ് മതിലുകളിലും പർവ്വതങ്ങളിലും മറ്റു വസ്തുക്കളിലും തട്ടി പലതായി വിഭജിക്കപ്പെടുന്നത്. ഒരേ ഒരു പദാർത്ഥമാണ് അനേകം ശരീരങ്ങളിൽ പല ഗുണങ്ങളായി വിഭജിക്കപ്പെട്ടിരിക്കുന്നത്. ഒരേയൊരു ആത്മാവാണ് അനേകം ജീവികളിൽ നിലനിൽക്കുന്നത്, പലതരത്തിലുള്ള പരിമിതികളോടെ.

33) എഴുത്തിലായാലും വായനയിലായാലും ആദ്യം ചെയ്യേണ്ടത് നിങ്ങൾ സ്വയം പഠിക്കുകയാണ്, മറ്റുള്ളവരെ പഠിപ്പിക്കുന്നതായി നടിക്കുന്നതിനു മുമ്പ്.

34) ഏതിനെക്കുറിച്ചും നിങ്ങൾ അന്വേഷിക്കണം - എന്തുകൊണ്ടാണ് അത് ഉണ്ടാക്കപ്പെട്ടിരിക്കുന്നത്? എന്താണ് അതിന്റെ തത്ത്വം. ഈ പ്രപഞ്ചത്തിൽ അതിന്റെ ജോലി എന്താണ്? എത്രകാലം അത് നിലനിൽക്കും?

35) നിങ്ങളെ കോപാകുലനാക്കുന്നവർക്ക് ചുറ്റും കറങ്ങിയിട്ട് കാര്യമില്ല. നിങ്ങളിലേക്ക് മടങ്ങുന്നതാണ് നല്ലത്.

36) ഈ ലോകം ആറ്റങ്ങളുടെ നിർമ്മിതിയാണ്. അത് ഒത്തുചേരുകയും വേർപിരിയുകയുമാണ്. ഇവിടെ നിങ്ങൾക്ക് എന്തിനാണ് വിഷമം?

37) എല്ലാം ഒരു ശരീരമായി മാറിയിരിക്കുന്നു.

38) കണ്ണുകൾ കാണുക എന്ന ധർമ്മത്തിൽ വിവേചനം കാണിക്കുന്നില്ല. അതുപോലെ മനുഷ്യൻ അവന്റെ ജീവിതത്തിൽ വരുന്നതിനെയൊക്കെ സ്വീകരിക്കുന്നു.

39) ജീവിതത്തിന്റെ കല ഒരു ഗുസ്തിക്കാരനുമായാണ് സാമ്യപ്പെടുന്നത്, ഒരു നർത്തകനേക്കാൾ. കാരണം, ഗുസ്തിക്കാരൻ എപ്പോഴും സ്വന്തം സുരക്ഷയ്ക്ക് തയ്യാറായിരിക്കണം. എതിരാ

ളിയുടെ ഒട്ടും പ്രതീക്ഷിക്കാത്ത നീക്കത്തെ ചെറുക്കാൻ കരുതിയിരിക്കണം.

40) ഏതു വേദനയായാലും ഓർക്കുക, ഒരു ധാർമികമായ ദുരാചാരം അതിലില്ല. അത് മനസ്സിനെ ചീത്തയാക്കുന്നുമില്ല. നശിപ്പിക്കുന്നുമില്ല.

41) പ്രകൃതി ആത്മാവിനെ ശരീരവുമായി സംയോജിപ്പിച്ചിട്ടില്ല. അതിന് സ്വയം പരിധി നിശ്ചയിക്കാനാവില്ല.

42) ഒരാൾ വളരെ ദിവ്യനായിരിക്കാം. അയാളെ ആരും അറിയുന്നില്ലായിരിക്കാം. ജീവിതത്തിലെ സന്തോഷം വളരെ കുറച്ചു കാര്യങ്ങളിലാണ് അടങ്ങിയിരിക്കുന്നത്.

43) ദൈവങ്ങൾ അനശ്വരരാണ്, പീഡിതരല്ല. അനന്തതയിൽ ദൈവങ്ങൾ അസംഖ്യം ദുഷിച്ച ലോകങ്ങളെ സഹിക്കേണ്ടി വരുന്നു.

44) ഈ പ്രപഞ്ചത്തിന്റെ ആത്മാവ് ദയാപരവും സാമൂഹികവുമാണ്. അതുകൊണ്ട് അത് വലിയവരുടെ രക്ഷയ്ക്കായി ചെറിയ ഉത്തരവുകൾ നൽകിയിരിക്കുന്നു. എങ്ങനെയാണ് ലോകം കഴിവിന്റെ അടിസ്ഥാനത്തിൽ ഒരുമിക്കുന്നത് എന്ന് അത് കാണിച്ചുതരുന്നു.

45) നിങ്ങളുടെ ജീവിതത്തിന്റെ ചരിത്രവും ദൈവത്തിനുള്ള പരസ്യസേവനവും പൂർത്തീകരിച്ചിട്ടില്ല. ഇതെല്ലാം നിങ്ങൾ സ്വയം പരിശോധിക്കണം. ദൈവത്തോടും മാതാപിതാക്കളോടും സുഹൃത്തുക്കളോടും എങ്ങനെ പെരുമാറി. നിങ്ങളുടെ ജീവിതത്തിൽ എന്തെല്ലാം നിലനിന്നു, വിട്ടുപോയി?

46) നിങ്ങളുടെ ജീവിതത്തിൽ എന്തെല്ലാം മനോഹരവും ആദരിക്കാവുന്നതുമായ സംഭവങ്ങൾ ഉണ്ടായി? എന്തെല്ലാം സന്തോഷങ്ങൾ, വേദനകൾ?

47) ഏതു മനസ്സാണ്, യഥാർത്ഥത്തിൽ, സമർത്ഥവും ബുദ്ധിപരവും? ഒരു കാര്യത്തിന്റെ കാരണവും പരിസമാപ്തിയും ആരറിയുന്നു?

48) സർഗാത്മമായ കഴിവുകളുള്ള മനസ്സുകളെ പിന്തിരിപ്പന്മാരായ അൽപന്മാർ ശല്യപ്പെടുത്താൻ കാരണമെന്താണ്?
"Why should the instructed, the intelligent, and skilful soul be disturbed by the rude and illiterate?

49) ജീവിതത്തിൽ ഏറ്റവും ബഹുമാനിക്കപ്പെടുന്നത് വ്യർത്ഥമാണ്, നിസ്സാരമാണ്. പട്ടികൾ തമ്മിൽ കലഹിക്കുന്നതു പോലെയോ, കുട്ടികൾ തമ്മിലടിക്കുന്നതു പോലെയോ ആണ് മനുഷ്യരുടെ ജീവിതം.

50) നിങ്ങൾക്ക് ഒരു പേര് പോലുമില്ല. ഒരു പേര് വെറും ശബ്ദമാണ്, മുഴക്കമാണ്.

51) വൈകാരികമായി ബോധ്യപ്പെടുന്നതെല്ലാം മാറിക്കൊണ്ടിരിക്കുകയാണ്; അതിനു സ്ഥിരതയില്ല. ഇന്ദ്രിയങ്ങൾ തന്നെ വിരസമായി തീരുന്നു. തെറ്റായ പ്രത്യക്ഷതകളെ അത് അംഗീകരിക്കുന്നു. മനുഷ്യജീവിയുടെ ജീവിതം, രക്തത്തിൽ നിന്നുള്ള ഒരു ഉയർച്ചയാണ്. ആ മൃഗങ്ങൾക്കിടയിൽ പ്രശസ്തി വേണമെന്ന് പറയുന്നത്, വളരെ ദരിദ്രമായ ഒരു ശൂന്യതയാണ്.

ദൈവം -കൊക്കൂണിൽ നിന്നു ശലഭങ്ങൾ പുറത്തു വരുന്നതു പോലെ

വാൽഷ് : ഞാൻ ആഗ്രഹിച്ചത് ഒന്നും നടക്കാറില്ല. എന്റെ ജീവിതം അതിന്റെ സാക്ഷ്യമാണ്.

ദൈവം: നിങ്ങൾ സൃഷ്ടിക്കുന്നതാണ് നിങ്ങൾക്ക് കിട്ടുന്നത്. നിങ്ങളുടെ ലക്ഷ്യങ്ങളാണ് നിങ്ങളുടെ ജീവിതത്തെ നയിക്കുന്നത്. അതിനു കാരണം നിങ്ങളുടെ ചിന്തകളാണ്.

ദൈവത്തെക്കുറിച്ച് ധാരാളം പുസ്തകങ്ങൾ എഴുതപ്പെട്ടിട്ടുണ്ട്. എങ്കിലും എന്താണ് ദൈവം എന്നറിയാൻ നമുക്കെല്ലാം ഇനിയും പലതും വായിക്കേണ്ടതുണ്ട് ;അല്ലെങ്കിൽ പലതും ചിന്തിക്കേണ്ടതുണ്ട്. അമേരിക്കയിലെ ഗ്രന്ഥകാരനും ദൈവ ചിന്തകനുമായ നീലേ ഡൊണാൾഡ് വാൽഷ് (Neale Donald Walsch) ഈ വിഷയത്തിൽ അപൂർവ്വമായ ഒരു വിചാരശാസ്ത്രം അവതരിപ്പിക്കുകയാണ്. അദ്ദേഹത്തിന്റെ 'കോൺവെർസേഷൻസ് വിത്ത് ഗോഡ്' എന്ന ഗ്രന്ഥപരമ്പര ഈ വിഷയത്തെ അഗാധമായി സമീപിക്കുകയാണ്. ലോകത്തിന്റെ ശ്രദ്ധയാകർഷിക്കുന്ന ഉദ്യമമാണിത്. ദൈവത്തെ അന്ധവിശ്വാസത്തിൽ നിന്ന് മോചിപ്പിക്കുകയാണിവിടെ. വിശ്വാസം, അവിശ്വാസം എന്ന ദ്വന്ദത്തെ വാൽഷ് ആശ്രയിക്കുന്നില്ല. ദൈവത്തെക്കുറിച്ച് സ്വാനുഭവത്തിന്റെ പശ്ചാത്തലത്തിൽ ദുർല്ലഭവും അതിശയകരവുമായ വെളിപാടുകൾ നിരത്തുകയാണ്. ദൈവം ഒരു വ്യക്തിയല്ലെന്നും അങ്ങനെയുള്ള ദ്വന്ദം അസംബന്ധമാണെന്നും വാൽഷ് സ്ഥാപിക്കുന്നു. ദൈവം ഒരനുഭവമാണ്. ദൈവം അധികാരിയോ രാജാവോ അല്ല. ആധുനിക വിജ്ഞാനത്തിന്റെ വഴിയിൽ ദൈവത്തെ മഹത്തായ മനുഷ്യത്വമായും സൗന്ദര്യമായും

അദ്ദേഹം പരിചയപ്പെടുത്തുന്നു. ഒരു പൂവിന്റെ സുഗന്ധം പോലെ ഹൃദ്യമാണത്. ശലഭച്ചിറകിലെ കൃഷ്ണമണികൾ പോലെ വിസ്മയമാണത്. ഏതൊരു മനുഷ്യവ്യക്തിയിലും ഈ ദൈവമുണ്ട്; അത് ഒരാന്തരിക വ്യവസ്ഥയാണ്, അല്ലെങ്കിൽ അന്തർവലയാണ്. യുക്തിയിലും നിരീശ്വരത്വത്തിലും കലയിലും ബോധത്തിലും അത് സജീവമായി നില്ക്കുന്നു. ഈ ദൈവം ആചാരമോ അന്ധതയോ മൂർത്തിയോ വിഗ്രഹമോ അല്ല ;സ്വന്തം ശരീരത്തിലും മനസിലും മനുഷ്യനു അറിയാനുള്ളതാണ്.

മനുഷ്യന്റെ എക്കാലത്തെയും മഹാവിജ്ഞാനം എന്ന രീതിയിൽ ഇത് പ്രപഞ്ചത്തെക്കുറിച്ച് അറിയാനുള്ള വാതിലുകൾ തുറന്നിടുകയാണ്.

മനുഷ്യന്റെ ചിന്താപ്രശ്നങ്ങളും ആകുലതകളും ഇവിടെ അനാവരണം ചെയ്യപ്പെടുകയും അതിനു പരിഹാരം കാണുകയും ചെയ്യുന്നു. മനസ്സിൽ സ്വാഭാവികമായി വരുന്ന ചോദ്യങ്ങൾക്കെല്ലാം അദ്ദേഹത്തിന്റെ ഉള്ളിലിരുന്ന് ദൈവം മറുപടി പറയുന്നു. ദൈവത്തെ അന്വേഷിച്ച വാൽഷിനു ഉള്ളിൽ തന്നെ മറുപടി ലഭിച്ചു. ദൈവത്തെക്കുറിച്ച് വളരെ സ്വതന്ത്രവും സ്വകാര്യവുമായ അനുഭവമാണ് അദ്ദേഹം പങ്കുവെച്ചിരിക്കുന്നത്.

ദൈവം ഇവിടെ വളരെ വിദൂരമായ, ഇഷ്ടാനിഷ്ടങ്ങളുള്ള ഒരു ഒരു കേന്ദ്രമല്ല. മറിച്ച്, അദ്ദേഹത്തിൽ തന്നെ നിലകൊള്ളുന്ന ഒരു പൂർണതയാണ്. മനസ്സിലുള്ള ദൈവത്തെയാണ് വാൽഷ് അന്വേഷിക്കുന്നത്. അത് വെളിപാടു പോലെ വിശുദ്ധമാണ്. മനസ്സിൽ വന്ന ചോദ്യങ്ങൾ ഓരോന്നായി ദൈവത്തിന്റെ മുന്നിൽ സമർപ്പിക്കുകയാണ്. ഓരോന്നിനും ദൈവം ഉത്തരം നല്കുകയാണ്.

ഒരു മതത്തിന്റെയോ സംഘടനയുടെയോ വീക്ഷണമല്ല ഇവിടെ തെളിയുന്നത്. ആത്മാവിൽ നിന്നുള്ള അക്ഷരങ്ങൾ ദൈവത്തിന്റെ വചനങ്ങളായി പുറപ്പെടുന്നു. ഒരു നവപ്രഭാമണ്ഡലമാണിത്. അപ്രതീക്ഷിതവും പ്രചോദനാത്മകവുമായ ഒരു പുതിയ ദൈവശാസ്ത്രമാണ് വാൽഷ് തന്റെ സുവിശേഷമായി പങ്കുവയ്ക്കുന്നത്. നാളിതുവരെയുള്ള ദൈവവിജ്ഞാനീയത്തിന്റെ സദ്ഫലങ്ങൾ സ്വാംശീകരിക്കാനും മറന്നിട്ടില്ല. യുക്തിക്ക് പകരം സാകല്യമായ പ്രപഞ്ചബോധമാണ് വേണ്ടത്. മനുഷ്യന് പ്രാപ്യമാണോ ദൈവം? നമ്മൾ ഈ മഹാപ്രപഞ്ചത്തിലെ അനാഥമായ ബോധത്തിന്റെ ഏത് കണമാണ്? അത് എങ്ങനെയാണ് ഉണ്ടാക്കപ്പെട്ടിരിക്കുന്നത്? അതിന് എന്തെങ്കിലും അർത്ഥമുണ്ടോ? പുസ്തകത്തിന്റെ തുടക്കത്തിലെ വാക്യം ഇതാണ്: 'എല്ലാം ജീവിതമാണ്. ജീവിതം തന്നെയാണത്'. ജീവി

തമല്ലാത്തതായി യാതൊന്നുമില്ല. എല്ലാം ഓരോ വ്യവസ്ഥയ്ക്ക കത്താണ്. എന്നാൽ അത് എപ്പോഴും മാറുകയും പുതിയ ഘടന യുണ്ടാവുകയും ചെയ്യുന്നു. ജീവിതമാണ് എന്നതുകൊണ്ട് ഒന്നും ലളിതമായി തീരുന്നില്ല. കണ്ടെത്താനുള്ളതെന്തോ അതിൽ വ്യാപി ക്കുകയാണ്. അത് വളരെ പ്രകടവും വ്യക്തിപരവും ആയിരിക്കെ, അദൃശ്യവും അജ്ഞാതവുമാണ്. എല്ലാം മനസ്സിലാക്കാൻ കഴിയു ന്നതാണെന്ന് ചിന്തിക്കുമ്പോൾ തന്നെ പിടിതരാതെ വഴുതുകയും ചെയ്യും. ജീവിതം കുറെ വികാരങ്ങളല്ലേ നമുക്കായി തരുന്നത്? . വികാരങ്ങൾക്ക് മറ്റൊരു ജീവിതമാണുള്ളത്. ദൈവത്തെക്കുറിച്ചു ള്ള അന്ധവിശ്വാസങ്ങൾ അവസാനിപ്പിച്ച കൃതിയാണിത്. ദൈവം മറ്റെവിടെയോ ഇരുന്ന്, മനുഷ്യനെപ്പോലെ നിസ്സാരവും അല്ലാത്ത തുമായ കാര്യങ്ങളുടെ പേരിൽ ഇടപെടുന്ന ഒരു വ്യക്തിയാണെ ന്ന അന്ധവിശ്വാസം തകരുകയാണ്. എന്നാൽ വാൽഷ് പറയുന്നു ദൈവം ഒരു സുഹൃത്താണെന്ന്.

ദൈവം നമ്മുടെ ഉള്ളിൽ തന്നെ പ്രവർത്തിക്കുന്ന ഒരു വ്യവസ്ഥ യാണ്. ആ വ്യവസ്ഥയിലേക്ക് കൊടുക്കേണ്ടതായ സൂചനകൾ നമ്മൾ തന്നെ കൊടുക്കേണ്ടതാണ്.

അതിനനുസരിച്ച് ആ വ്യവസ്ഥയ്ക്കുള്ളിൽ തന്നെ ഒരു ബുദ്ധി പ്രവർത്തിക്കുകയാണ് ചെയ്യുന്നത്. ദൈവം ഒരു സുഹൃത്താണ്, അല്ലെങ്കിൽ ഒരു ചിന്തയാണ്. സുഹൃത്തിനെ വേണമെങ്കിൽ നമുക്ക് വളരെ നന്നാക്കിയെടുക്കാം ;അല്ലെങ്കിൽ നമ്മുടെ തൊട്ടടുത്തുള്ള ദൈവത്തെ അതിനു പര്യാപ്തമായ സമീപനങ്ങളിലൂടെ അറിയുക യാണ് പ്രധാനം.

എന്റെ ജീവിതം എന്തുകൊണ്ടാണ് പ്രവർത്തിക്കാത്തത്?

അടുത്തിരിക്കുന്ന ദൈവത്തിനു ഏതിനും ഉത്തരം നൽകാനാവും ; ദൈവം നല്കുന്ന ഉത്തരങ്ങൾ കേൾക്കാനുള്ള മനസ്സ് വേണം. അനേകം അസത്യങ്ങൾ ജീവിതത്തിന് നേർക്ക് പാഞ്ഞടുക്കുക യാണ്. എന്നാൽ അതിനെയെല്ലാം നമുക്കനുകൂലമായ സത്യങ്ങ ളാക്കി മാറ്റാനുള്ളതാണ്. 'ഈ പുസ്തകം ഞാൻ എഴുതിയതല്ല, അത് സംഭവിച്ചതാണ്' -അദ്ദേഹം പറയുന്നു. ഒരാൾ സ്വയം അടച്ചി ട്ട നിലവിറകൾ തുറക്കുകയാണ്. സ്വയം സ്വതന്ത്രനാകുമ്പോഴാണ് അത് സംഭവിക്കുന്നത്. കെട്ടുപാടുകളിൽ നിന്ന് കുതറിമാറി നമ്മെ ക്കാൾ ജനാധിപത്യമുള്ള, സാഹോദര്യമുള്ള, ജ്ഞാനമുള്ള, സർവ തിനോടും സംസാരിക്കുന്ന ഒരു ദൈവത്തെ തേടാൻ നാം വിധിക്ക പ്പെട്ടിരിക്കുന്നു. എങ്കിലേ നമുക്ക് അജ്ഞതയിൽ നിന്ന് രക്ഷപ്പെടാ നാവുകയുള്ളൂ. ഒരിടത്ത് കെട്ടിക്കിടക്കുന്ന ജലാശയമാവുന്നതിന്

പകരം നാനാ ദിക്കുകളിലേക്ക് ഒഴുകിയില്ലാതാവുന്നതാണ് ദൈവിക ചിന്തയുടെ പരിസമാപ്തി തോന്നുന്നു.

വാൽഷിന്റെ കൃതിയിൽ നിന്ന് :'സത്യം ഇതാണ് :ദൈവം എല്ലാവരോടും സംസാരിക്കുന്നു, നല്ലവരോടും, ദുഷ്ടന്മാരോടും പുണ്യാളന്മാരോടും തെമ്മാടികളോടും. നമ്മളൊക്കെ ഇതിനിടയിലാണുള്ളത്. നിങ്ങളെ തേടി ജീവിതത്തിൽ ദൈവം പല കുറി വന്നിട്ടുണ്ട്. ഇത് അതുപോലെ ഒന്നാണ്. പഴയ ഒരു ചൊല്ലുണ്ട്, ശിഷ്യൻ തയ്യാറാണെങ്കിൽ ഗുരു വന്നിരിക്കും. ഈ പുസ്തകം അതിനു തെളിവാണ്'.

ദൈവത്തെ തേടുക എന്ന വിധി ഉള്ളിൽ ഒരു നീറ്റലായി കൊണ്ടു നടക്കുന്നത് എന്തിനാണ്?

കൂടുതൽ മെച്ചപ്പെട്ട ലോകം സൃഷ്ടിക്കാൻ. ഈ കൃതി എഴുതപ്പെട്ടത് തന്റെ ജീവിതത്തിലെ തുടരന്വേഷണങ്ങളും തെറ്റുകളും തിരുത്തലുകളും വഴിയാണെന്ന് വാൽഷ് പറയുന്നു. 'അപമാനകരമായ പെരുമാറ്റങ്ങളും തുടർച്ചയായ തെറ്റുകളും സംഭവിച്ചിട്ടുണ്ട്. മറ്റുള്ളവർ ക്ഷമിക്കാത്തതും അവർക്ക് ഉപദ്രവകരമായതും പലതും ഉണ്ടായി. മറ്റുള്ളവരുടെ വേദന എന്നെ പലരീതിയിൽ പ്രബുദ്ധനാക്കിയിട്ടുണ്ട്. അതിൽ നന്ദിയുണ്ട്. എന്റെ ജീവിതത്തിലെ വ്യക്തികളിലൂടെ ഞാൻ ധാരാളം പഠിച്ചു. ദൈവത്തിന്റെ ഈ പഠനപ്രക്രിയ വളരെ സാവധാനത്തിലായിരുന്നു. ഭയത്തിൽ ജീവിക്കാത്തതിനും പരാജയങ്ങളിൽ ക്ഷമിച്ചതിനും ഞാൻ ദൈവത്തോട് കടപ്പെട്ടിരിക്കുന്നു. നമ്മൾ ദു:ഖിച്ചതും ദു:ഖിപ്പിച്ചതുമെല്ലാം പിന്നീട് വലിയ അറിവുകളായി പരിണമിക്കുകയാണ് '.

ഏതൊരു തെറ്റിനും പ്രായശ്ചിത്തമുണ്ട്. മറ്റൊരാളോടു ചെയ്യുന്ന ഏതൊരു അപരാധത്തിനും പശ്ചാത്താപമുണ്ട്. തെറ്റ് ഏറ്റുപറയാൻ മനുഷ്യന്റെ മനസ്സ് അന്യാദൃശമായ ഒരു ഇടമാണ്. അവിടെ അവൻ തന്റെ ഇനിയും അനാവൃതമാകാത്ത ദൈവത്തെ കണ്ടുമുട്ടുന്നു. ആ ദൈവത്തെ കാണുന്ന മാത്രയിൽ അവൻ സ്വയം തുറന്നു കാണിക്കുന്നു. പിന്നീട് മറക്കുകയും ചെയ്യുന്നു.

1992 ഈസ്റ്ററിനോട് അനുബന്ധിച്ചാണ് വാൽഷ് തന്റെയുള്ളിലെ ഈ ചോദ്യോത്തര സംവാദത്തിന് സാക്ഷിയാവുന്നത്. അന്ന് അദ്ദേഹത്തിന്റെ മനസ്സിൽ അടിഞ്ഞുകൂടിയ ചോദ്യങ്ങൾ പലതാണ്. ആ ചോദ്യങ്ങൾ പ്രധാനമായും ഇതെല്ലാമാണ് :'എന്റെ ജീവിതം എന്തുകൊണ്ടാണ് പ്രവർത്തിക്കാത്തത്? അതിനെ പ്രവർത്തിപ്പിക്കാൻ എന്ത് ചെയ്യണം? മറ്റുള്ളവരുമായുള്ള ബന്ധത്തിൽ എനിക്കെന്തുകൊണ്ട് സന്തോഷം കിട്ടുന്നില്ല. തുടർച്ചയായ കഷ്ടപ്പാടുകളിലേക്ക് എന്നെ തള്ളി വിടുന്നതിന് കാരണമായി ഞാൻ എന്താണ്

ചെയ്തത്? ' ഈ ചോദ്യങ്ങൾ മനസ്സിൽ ഉയർന്നു വന്നത് സ്വാഭാവികമായാണ്. എന്നാൽ ഉള്ളിൽ നിന്ന് മറ്റൊരു കേന്ദ്രം അതിനു ഉത്തരം നല്കുകയാണ്. ആ കേന്ദ്രത്തെ ദൈവമെന്നു വിളിക്കാനാണ് വാൽഷ് ആഗ്രഹിക്കുന്നത്. അതാകട്ടെ ഒരാളോട് മാത്രമല്ല ഇങ്ങനെ സംസാരിക്കുന്നത്. കേൾക്കാൻ മനസ്സുള്ള എല്ലാവരോടുമാണ്.

ദൈവം ഇങ്ങനെ പ്രതിവചിച്ചു: 'സംഭാഷണം എന്നതിന് പകരം വിനിമയം എന്ന വാക്ക് തിരഞ്ഞെടുക്കാം. പരസ്പരം സംസാരിക്കുമ്പോൾ വാക്കുകളുടെ അവിശ്വസനീയമായ പരിമിതി നമ്മെ പിന്നോട്ടു പിടിച്ചു വലിക്കുന്നുണ്ട്. അതുകൊണ്ട് ഞാൻ വാക്കുകൾ കൊണ്ട് മാത്രമല്ല വിനിമയം ചെയ്യുന്നത്. എന്റെ ഏറ്റവും പൊതുവായ വിനിമയമാർഗം വികാരമാണ്. ആത്മാവിന്റെ ഭാഷയാണ് വികാരം. എന്തിന്റെയെങ്കിലും സത്യാവസ്ഥ ബോധ്യപ്പെടണമെങ്കിൽ, നിങ്ങൾക്ക് അതിനെക്കുറിച്ച് എന്ത് വികാരമാണുള്ളതെന്ന് അറിയാൻ ശ്രമിക്കുക. വികാരങ്ങളെ പലപ്പോഴും കണ്ടെത്താൻ പ്രയാസമാണ്. തിരിച്ചറിയാനും പ്രയാസമാണ്. നിങ്ങളുടെ അഗാധമായ വികാരങ്ങൾക്കുള്ളിലാണ് ഉന്നതമായ സത്യമുള്ളത്. ഈ വികാരങ്ങളിലേക്ക് എത്തിച്ചേരുകയാണ് അതിനുള്ള പോംവഴി '.

ഞാൻ ആകാശത്തിന്റെ നിറത്തിൽ വിശ്വസിക്കുന്നു

വികാരങ്ങളെ കണ്ടെത്താൻ ബുദ്ധിമുട്ടാണെങ്കിൽ അതിനർത്ഥം അന്ധമായ ഒരു പലായനത്തിലേക്ക് നമ്മൾ വീണു എന്നാണ്. 'ദൈവപ്രസാദം ഒരിക്കലും വാർത്തകളോ വിചിത്രമായ കാര്യങ്ങളോ ശ്രദ്ധിക്കുന്നില്ല. എന്തുകൊണ്ടെന്നാൽ ഇതെല്ലാം ആരംഭിക്കുന്നത് മനുഷ്യന്റെ പ്രാചീനമായ ദുർബുദ്ധിയിൽ നിന്നാണ്. അതിനാൽ പുതിയതായി യാതൊന്നുമില്ല ; ഭൂമിയിൽ എന്നേക്കും നിലനിൽക്കുന്നതായി ഒന്നുന്നുമില്ല' - ദൈവശാസ്ത്രജ്ഞനായ തോമസ് കെമ്പിസ് പറഞ്ഞത് ഓർക്കുകയാണ്.

വാസ്തവത്തിൽ, മനുഷ്യശരീരത്തിലാകെ സംവേദനതുല്യമായ വികാരങ്ങൾ നാനാവിധമായി സംസാരിക്കുകയാണ്. കൈകൾ പലതും സംസാരിക്കുന്നുണ്ട്. ഓരോരുത്തരോടും നമ്മുടെ കൈകൾ പലതാണ് സംസാരിക്കുന്നത്. അത് ജീവിതത്തിന്റെ മുഖ്യധാരയിലല്ലാത്ത എന്തോ ഉച്ചരിക്കുന്നുണ്ട്. അങ്ങനെ നമ്മളിൽ നിന്നു പലതരം വികാരജീവിതങ്ങൾ പുറപ്പെടുകയാണ്.

അതിൽ ഏതാണ് നമ്മൾ? ഒരു വ്യക്തി അയാളുടെ ബഹുമുഖമായ അന്യജീവിതങ്ങൾക്കിടയിൽ ഏകാകിയാണ്. മറ്റുള്ളവർ നമ്മെ കാണുന്ന മാത്രയിൽ ശരീരത്തിൽ നിന്ന്, അവയവങ്ങളിൽ

നിന്ന് സ്വരൂപിച്ചെടുക്കുന്ന ആത്മബന്ധങ്ങളും അറിവുകളുമുണ്ട്.

അത് മറ്റുള്ളവരിലാണ് ജീവിക്കുന്നത്. അതിൽ നിന്ന് നമുക്ക് വിടുതൽ നേടാൻ പ്രയാസമാണ് ;എങ്കിൽ അതിലാണ് നമ്മൾ പ്രയത്നിക്കുന്നത്.

'ദൈവം തുടർന്നു : ഞാൻ ചിന്തകൊണ്ടു വിനിമയും ചെയ്യുന്നു. ചിന്തകളും വികാരങ്ങളും ഒന്നല്ല, അവ രണ്ടും ഒന്നിച്ചു വരുന്നുണ്ടെങ്കിൽ പോലും. ചിന്തകൊണ്ട് വിനിമയം ചെയ്യുമ്പോൾ ഞാൻ ചിത്രങ്ങളും ബിംബങ്ങളുമാണ് ഉപയോഗിക്കുക. അതുകൊണ്ട് വാക്കുകളേക്കാൾ ഫലപ്രദമായിട്ടുള്ളത് ചിന്തകളാണ്. ഇതിനു പുറമേയാണ് ഞാൻ അനുഭവത്തിന്റെ വാഹനത്തെ മഹത്തായ വിനിമയമാർഗമായി ഉപയോഗിക്കുന്നത്. വികാരങ്ങളും ചിന്തകളും പരാജയപ്പെടുമ്പോൾ, ഞാൻ വാക്കുകൾ ഉപയോഗിക്കുന്നു. വിനിമയത്തിൽ ഏറ്റവും താഴ്ന്ന നിലയിലുള്ളതാണ് വാക്കുകൾ; അത് മിക്കപ്പോഴും തെറ്റായ വ്യാഖ്യാനങ്ങൾക്കും തെറ്റിദ്ധാരണകൾക്കും ഇടവരുത്തുന്നു'.

വാക്കുകൾ ഒരിടത്ത് കെട്ടിയിടാനുള്ളതാണ് ;വ്യാഖ്യാനങ്ങളും ഭാവനകളുമാണ് അതിൽ നിന്നു മോചിപ്പിക്കുന്നത്. ഭാവനകൾ പക്ഷേ, ഏകപക്ഷീയവും വ്യക്തി കേന്ദ്രീകൃതവുമാണ്. വാക്കുകൾ അപരനിൽ, മനസുകളിൽ സൃഷ്ടിക്കുന്ന നിറവ്യത്യാസങ്ങൾ ഒരു സമൂഹത്തിനാകെ ലഭിക്കുകയില്ല;

അത് ഓരോ വ്യക്തിയിലുമാണ് ഉണ്ടാകുന്നത്. ഞാൻ ആകാശത്തിന്റെ നിറത്തിൽ വിശ്വസിക്കുന്നു എന്ന് ഒരാൾ പറഞ്ഞാൽ അത് ഒരു സമൂഹത്തിനാകെ ഒരുപോലെ മനസ്സിലാവുകയില്ല. കാരണം, അത് ഒരു വെറും വസ്തുതയല്ല ;അതിൽ വ്യക്തിപരമായ ഭാവന കലർന്നിരിക്കുന്നു. അത് കവിതയുടെ അന്തർലോകമാണ്. അതിന് വ്യക്തിഗതമായ, നിശ്ചിതമായ അർത്ഥം പോലുമില്ല. ചില അവ്യക്തതകളാണ് വാക്കുകളിലൂടെ പകരുന്നത്. പറയുന്ന ആളിന് പോലും വ്യക്തതയില്ലെങ്കിലും വാക്കുകൾ വന്നുകൊണ്ടിരിക്കും. വാക്കുകളുടെ അർത്ഥമോ വ്യാഖ്യാന മോ ഏതാണ് ശരിയെന്ന ചിന്ത ബാക്കിയാണ്. ചിലപ്പോൾ വ്യാഖ്യാനിച്ചു കഴിയുമ്പോൾ അർത്ഥം തന്നെ ഇല്ലാതാകും. ഇന്ന് എല്ലാവരും വ്യാഖ്യാതാക്കളാണ്. അതിലൂടെ സൃഷ്ടിക്കപ്പെടുന്നത് സിന്തസിസ് അല്ല; ആന്റിതീസിസ് ആണ്. എതിരഭിപ്രായങ്ങൾ നമ്മൾ തന്നെയാണ്. അഭിപ്രായവും എതിരഭിപ്രായവും നമ്മളിലുണ്ട്.

'ദൈവത്തെ അനുഭവിക്കാനുള്ള വഴി ഇതാണ്: ഏറ്റവും ഉന്നതമായ ചിന്ത, വ്യക്തമായ വാക്ക്, മഹത്തായ വികാരം എന്നിവയി

ലൂടെ ദൈവത്തെ അറിയാം. ഉന്നതമായ ചിന്തയിൽ സന്തോഷമുണ്ടാകും. വ്യക്തതയുള്ള വാക്കുകളിൽ സത്യമുണ്ടാകും. മഹത്തരമായ വികാരത്തിൽ സ്നേഹമാണുണ്ടാവുക'.

ഞാനാരാണ് എന്നതിന്റെ അടിസ്ഥാനത്തിലാണ് എനിക്ക് ഉയർന്ന ചിന്തയും വാക്കും വികാരവും ആവശ്യമായി വരുന്നത്. ഞാനെന്തുകൊണ്ട് അത് ആഗ്രഹിക്കുന്നുവെന്ന പ്രശ്നമുണ്ട്. ചിലപ്പോൾ അതൊന്നും തേടുന്നില്ലെങ്കിൽ നമുക്ക് കിട്ടുന്ന സന്തോഷം വ്യത്യസ്തമായിരിക്കും. സന്തോഷം വേണ്ടെന്നു തീരുമാനിക്കുന്നവരുണ്ട്. അവർ സന്ദേഹവും ദുഃഖവുമായിരിക്കും മുഖ്യമായി കാണുക. അത് അനുഭവിക്കാൻ അവർ കിട്ടാവുന്ന എല്ലാ മാർഗ്ഗങ്ങളും തേടുന്നു. അവർ ഏറെക്കുറെ വൈകാരികവും ബുദ്ധിപരവുമായ പ്രതിരോധശേഷി നേടുന്നത് ഈ വികാരങ്ങളെ ചേർത്തു നിർത്തുമ്പോഴായിരിക്കും.

'നിങ്ങളുടെ ലോകം ഇങ്ങനെ ആയിരിക്കില്ലായിരുന്നു, നിങ്ങൾ നിങ്ങളുടെ അനുഭവത്തെ വെറുതെ ഒന്ന് നിരീക്ഷിച്ചിരുന്നെങ്കിൽ. അനുഭവത്തെ ശ്രദ്ധിക്കാതിരിക്കുന്നതിന്റെ ഫലം അത് വീണ്ടും ജീവിക്കേണ്ടി വരുമെന്നതാണ് '.

മനസ് ഒരു അന്യഗ്രഹജീവിയാണോ?

സ്വയം നിരീക്ഷിച്ചാൽ ദൈവം പുറത്ത് വരുമെന്നാണ് ദൈവം വാൽഷിനോട് പറയുന്നത്. സ്വയം മറയ്ക്കുന്ന കരിമ്പടമാകാതിരിക്കൂ. മനസ് ഇരുട്ടാണ്, ചിലപ്പോഴെങ്കിലും. എവിടെയാണ് മനസ്സുള്ളതെന്ന് പോലും മനസിനറിയില്ല. മനസ്സ് ഒരു അന്യഗ്രഹജീവിയാണോ? അന്യഗ്രഹജീവിയായതുകൊണ്ടാകാം ആത്മവിനാശകരമായി തീരുന്നത്. ഈ സന്ദേശം ഞാൻ സംവത്സരങ്ങളായി നിങ്ങൾക്ക് നല്കുകയാണ്. നിങ്ങൾ അത് ശ്രദ്ധിക്കണമെന്നില്ല. നിങ്ങൾക്ക് ഒരു സ്വതന്ത്ര മനസ്സ് നല്കിയിട്ടുണ്ട്. അത് നിങ്ങളിൽ നിന്നും ആരും തിരിച്ചെടുക്കുകയില്ല. ദൈവത്തിന്റെ ഉറപ്പ് വാൽഷ് മനസ്സിലാക്കുന്നുണ്ട്. പക്ഷേ, മാനവ വംശം അതിനു തുനിയുന്നില്ല. മഹാഋഷികളും ജ്ഞാനികളും പരാജയപ്പെട്ടിടത്ത് നമ്മൾ വിജയിക്കാൻ ശ്രമിക്കുന്നത് നല്ല ലക്ഷണമാണ്. എന്തുകൊണ്ടാണ് യേശുദേവനും ശ്രീബുദ്ധനും നമ്മെ സ്വാധീനിക്കാൻ കഴിയാതെ പോയത്? മാനവൻ ആരുടെയും പാത പിന്തുടരുന്നില്ല. മനസ്സിനെ പിന്തുടർന്ന് എന്താണ് സംഭവിക്കുന്നതെന്ന് പഠിക്കൂ എന്ന സന്ദേശം ഒരാളെയും സ്വാധീനിക്കുന്നില്ല. മനസ്സിന്റെ തെറ്റായ നിർദ്ദേശങ്ങൾ അതേപടി കേട്ട് അബദ്ധങ്ങളിൽ എത്തുന്നു. മനസ് ഒരാളിലിരുന്നു തെറ്റായി ഡ്രൈവ് ചെയ്യുകയാണെങ്കിൽ, അത് വേറെ ഏതോ ഗ്ര

ഹത്തിൽ നിന്നു വന്ന മെഷീൻ ആയിരിക്കാം.

'എല്ലാ വ്യക്തികളും വിശേഷബുദ്ധിയുള്ളവരാണ്. എല്ലാ നിമിഷങ്ങളും സൗവർണമാണ്. മറ്റൊന്നിനേക്കാൾ മെച്ചമല്ല. ഒരു പ്രത്യേക വ്യക്തിയോ, പ്രത്യേക സമയമോ ഇല്ല. ചിലർ ധരിക്കുന്നത് ദൈവം വിശേഷപ്പെട്ട ആളുകളുമായി പ്രത്യേകമായി സംവദിക്കുന്നു എന്നാണ്. ഇത് ഭൂരിപക്ഷം പേരെയും എന്നിൽ നിന്നും അകറ്റിക്കളയുന്നു'.

ദൈവത്തിന് ആരും തന്നെ തിരഞ്ഞെടുക്കപ്പെട്ടവരല്ല. മനസ്സ് ഒരു യന്ത്രമായി നിൽക്കുമ്പോൾ അതിനു സ്വയംബോധം സാധ്യമാകില്ല. എന്നാൽ മനസ്സ് ദൈവത്തിന്റെ ദൂത് ഏറ്റെടുക്കുകയാണെങ്കിൽ സ്വന്തം തെറ്റുകൾ കണ്ടെത്താനും ക്ഷമിക്കാനുമാവും. അവനവന്റെ തെറ്റുകളിലാണ് ഉരുകേണ്ടത്. അപ്പോൾ മറ്റുള്ളവരുടെ തെറ്റുകൾ മനസ്സിലാകും. അത് ക്ഷമിക്കാവുന്നതാകും. മറ്റുള്ളവരുടെ ചെറിയ തെറ്റുകൾക്കു പോലും പരിഹാരം തേടി കോടതികളിലേക്ക് പോകുന്നവർ സ്വയം ജയിക്കാനുള്ള മാർഗങ്ങൾ നഷ്ടപ്പെട്ടവരാണ്. ക്ഷമിക്കാൻ പറയുന്നവരുടെ വലിയ മാനസികസംസ്കാരം ആർക്കറിയാം?

'ദൈവത്തെ തനിരൂപത്തിൽ കാണണമെന്ന് ആവശ്യപ്പെടുമ്പോൾ കിട്ടുന്ന ഉത്തരം ഇതാണ്: നിങ്ങൾക്ക് എവിടെയും എന്നെ കാണാം. എനിക്ക് പ്രത്യേക രൂപമോ ആകൃതിയോ ഇല്ലാത്തതുകൊണ്ട് ആ തനിരൂപത്തിൽ പ്രത്യക്ഷപ്പെടുക അസാധ്യമാണ്. നിങ്ങൾക്ക് മനസ്സിലാകുന്ന ഒരു രൂപമേ എനിക്ക് സ്വീകരിക്കാനാവുകയുള്ളൂ. എന്നാൽ ഇതിന്റെ അടിസ്ഥാനത്തിൽ എനിക്ക് ഈ ഒരേ ഒരു രൂപമേയുള്ളൂവെന്ന് പലരും വിചാരിക്കും'.

ദൈവം എന്ന വ്യക്തിയെ തേടുന്നവർ പ്രതീക്ഷിക്കുന്നത് കഥകളിലെപോലെ മനുഷ്യരൂപത്തിലുള്ള പ്രത്യക്ഷതകളാണ്. എന്നാൽ ഇവിടെ ദൈവം പറയുന്നു തനിക്ക് നിശ്ചിത രൂപമില്ലെന്ന്. മനുഷ്യന്റ മനസിലുള്ള ദൈവത്തിന് ഏതു രൂപവുമാകാം. അത് നമ്മുടെ മുന്നിലേക്ക് വരുന്നത് പല കാലങ്ങളിൽ പലരായിട്ടാണ്.

പൂക്കളിൽ നോക്കിയാൽ ദൈവം ചിരിക്കുന്നത് കാണാമെന്ന് കവി ഖലിൽ ജിബ്രാൻ പറഞ്ഞത് ശ്രദ്ധേയമാകുന്നത് ഇവിടെയാണ്. അർദ്ധരാത്രിയിൽ വിജനമായ ഒരിടത്ത് ഒറ്റപ്പെട്ടുപോകുന്ന ഒരാൾക്ക് ഒട്ടും പ്രതീക്ഷിക്കാതെ ഒരു വാഹനം സഹായഹസ്തം നീട്ടുന്നുവെന്ന് ചിന്തിക്കുക. അയാൾ അതിൽ കയറി ലക്ഷ്യസ്ഥാനത്ത് എത്തുന്നു. യുക്തിയിൽ ചിന്തിച്ചാൽ നമുക്ക് എത്താൻ കഴിയുന്ന ദൂരം യാദൃശ്ചികമായി സംഭവിച്ചതാണ്. ആ വാഹനം

അതിലെ അപ്പോൾ വന്നു എന്ന് മാത്രം. എന്നാൽ ആലംബമില്ലാതെ നിന്ന വ്യക്തിയുടെ കാര്യത്തിൽ വലിയൊരു വിമോചനമാണത്. അയാൾക്ക് രക്ഷപ്പെടാൻ വാഹനമാണ് വരേണ്ടത്. അയാൾ അത് ശരിക്കും ആഗ്രഹിച്ചു; വാഹനം വന്നു. ദൈവത്തിന് ആ രൂപത്തിലല്ലേ വരാനൊക്കൂ. ദൈവം പലപ്പോഴും പലതാണ്. മനസ്സിലെ ചിന്തകൾ മാറുന്നതിൽ പോലും അതുണ്ട്. എന്തുകൊണ്ടാണ് പ്രാർത്ഥനകൾക്ക് ഉത്തരം ലഭിക്കാത്തത്? പ്രാർത്ഥിക്കുന്നതോടെ ചോദ്യങ്ങൾ മാറി എന്ന് കരുതുന്നവർ ഏറെയാണ്. ദൈവത്തിൽ താൻ വിശ്വസിക്കുന്നതുകൊണ്ട് ദൈവം തന്നിലും വിശ്വസിക്കട്ടെയെന്ന് കരുതുന്നവരുണ്ട്. അവർ ദൈവത്തെ പ്രാർത്ഥന കൊണ്ട് പരീക്ഷിക്കുകയാണ്. ദൈവത്തിന്റെ ധാർമ്മികതയിൽ ഇറങ്ങി കളിക്കുകയാണവർ. ദൈവത്തിന്റെ മൂല്യത്തിൽ നിലനിൽക്കുകയാണ്. സ്വന്തം മൂല്യത്തിൽ നിലനിൽക്കുമ്പോഴാണ് ദൈവമുള്ളത്. ദൈവത്തിന്റെ മൂല്യത്തിൽ നിൽക്കുമ്പോൾ നമ്മുടെ ഈഗോ മാത്രമാണുള്ളത്.

'പ്രാർത്ഥന തീക്ഷ്ണമായ ഒരു പ്രസ്താവനയാണ്. ഏത് പ്രാർത്ഥനയും സർഗാത്മകമാണ്. എത്രത്തോളം അത് തീക്ഷ്ണമായി സത്യമായിരിക്കുന്നുവോ അത്രത്തോളം അത് നിങ്ങളുടെ അനുഭവങ്ങളിൽ തെളിഞ്ഞു വരും'.

പ്രാർത്ഥിക്കുമ്പോഴുള്ള ഊർജം

പ്രാർത്ഥന ഒരു ശുദ്ധീകരണവുമാണ്. അത് ചുറ്റുമുള്ളതിനെയെല്ലാം ശാന്തമാക്കുകയാണ്. പ്രാർത്ഥിക്കുന്ന വേളയിൽ നമ്മുടെ വ്യക്തിപരമായ ഉൽക്കർഷങ്ങളും തെറ്റിദ്ധാരണകളും ദുഷിച്ച വികാരങ്ങളും ദുഷ്ചിന്തകളും കൊഴിഞ്ഞു പോകണം. നമ്മൾ ഇല്ലാത്ത അവസ്ഥയിലാണ് കണ്ണിൽനിന്ന് ജലം സ്വാഭാവികമായി വരുന്നത്. ആ കണ്ണുനീർ സാക്ഷ്യമാണ്. നമ്മുടെ തെറ്റുകൾ സ്വയം വിലപിക്കുന്നതിന്റെ ലക്ഷണമാണത്. പ്രാർത്ഥിക്കുമ്പോഴുള്ള ഊർജ്ജം സ്വാഭാവികമായുണ്ടാകണമെങ്കിൽ വ്യക്തിപരമായതെല്ലാം ആ സമയം ഉപേക്ഷിക്കണം.

'പ്രാർത്ഥന ശരിയാകണമെന്നില്ല. അത് നമ്മുടെ തീക്ഷ്ണമായ ചിന്തയാകണമെന്നില്ല. അതിന് പിന്നിൽ നിയന്ത്രിക്കുന്ന മറ്റൊരു ചിന്തയുണ്ടാകാം. നിങ്ങൾ യാചിക്കുമ്പോൾ, അത് അനുഭവിക്കാനുള്ള സാഹചര്യം തീരെയില്ല. ഓരോ പ്രാർത്ഥനയുടെ പിറകിലും മറ്റൊരു ശക്തി നിയന്ത്രിക്കാനുണ്ടാകും. യാചിക്കുമ്പോൾ നിയന്ത്രിക്കുന്നത് ആ സ്പോൺസറിങ് ചിന്തയാണ്. സ്പോൺസറിംഗ് ചിന്തയെ മറികടന്ന് ദൈവത്തെ അറിയുമ്പോഴാണ് പ്രാർത്ഥന ഫലിക്കുന്നത് ''.

പ്രാർത്ഥന യുക്തിയുടെ ഫലമായുണ്ടാകുന്നതിനെയാണ് ദൈവം ചൂണ്ടിക്കാണിക്കുന്നത്. പ്രാർത്ഥന മനസിൽ നിന്നായിരിക്കില്ല വരുന്നത്; അത് ഭൗതികമായ ദുരാഗ്രഹങ്ങളിൽ നിന്നോ അപരന്മാരെ ദ്രോഹിക്കാനുള്ള വാസനയിൽ നിന്നോ കാപട്യത്തിൽ നിന്നോ ആയിരിക്കാം. അതെല്ലാം പല രീതിയിൽ വിഷമാണ് കൊണ്ടുവരുന്നത്. അതുകൊണ്ട് തന്നെ പ്രാർത്ഥന ഒരു മൽപ്പിടുത്തമോ, ശകാരമോ, മത്സരമോ ആകുന്നു. അത് സ്പോൺസറിംഗ് എന്ന നിലയിൽ മനസിലെ മറ്റൊരു ചിന്തയുടെ ഫലമാണ്; പ്രാർത്ഥിക്കുമ്പോൾ ചിലത് ഇല്ലാതാകുന്നു. അതുവരെ പുറത്തേക്ക് ചാടാൻ വെമ്പി നിന്ന ആഗ്രഹങ്ങളുടെ വ്യാഘ്രങ്ങൾ പ്രാർത്ഥനയുടെ സ്വര പ്രളയത്തിൽ മയങ്ങിപ്പോകുന്നു. പ്രാർത്ഥന ഏറ്റവും അഗാധമായ മനസ്സിൽ നിന്ന് ഉണ്ടാവുമ്പോൾ അതിനു ബലം കൂടുന്നു; അത് പ്രാർത്ഥിക്കുന്ന ആൾ തന്നെയായി മാറുന്നു. അതുകൊണ്ട് പ്രാർത്ഥന തന്നെ ഇല്ലാതാവുന്നു.

'പ്രാർത്ഥന ലളിതമാകുന്നത് അതിന്റെ ആവശ്യം തന്നെ ഇല്ലെന്ന് മനസ്സിലാക്കുമ്പോഴാണ്. പ്രാർത്ഥന ഒരു നന്ദി പ്രകാശനമാണ്; അപേക്ഷയല്ല'.

പ്രാർത്ഥിക്കുന്നത് ദൈവത്തോടൊപ്പമാണ്; ദൈവത്തിന്റെ മുന്നിലല്ല. ദൈവം തന്നെയായിരിക്കുന്നതിലൂടെ വസ്തുവും മനസ്സും തമ്മിലുള്ള വ്യത്യാസം ഇല്ലാതാവുന്നു. അപ്പോൾ അത് അപേക്ഷയല്ല, അറിവാണ്. പ്രാപഞ്ചിക പൊരുളിനു നേർക്കുള്ള ഒരു മനുഷ്യാത്മാവിന്റെ ഏറ്റവും അഗാധമായ നിശബ്ദതയാണ് സംവേദനമായി രൂപപ്പെടുന്നത്. വാസ്തവത്തിൽ, ദൈവം പ്രാർത്ഥന കേൾക്കുന്നേയില്ല ; കാരണം, ദൈവം തന്നെയാണല്ലോ അത്യുന്നതമായ അവസ്ഥയിൽ പ്രാർത്ഥന നടത്തുന്നത്. ആത്മസംവേദനങ്ങൾ ഉള്ളിൽ തന്നെ ഉത്ഭവിച്ചു പിരിയുന്നു. അത് മനുഷ്യവ്യക്തിയെ കൂടുതൽ ഏകാഗ്രമാക്കുകയും അവന്റെ മനോത്വരകളെ ഊർജ്ജപ്രവാഹമാക്കുകയും ചെയ്യുന്നു. അതിലൂടെ അവന് പ്രാപഞ്ചികശക്തികളുടെ ആകർഷണം ലഭിക്കുന്നു. ഇരുട്ടിൽ കുറെ നേരം നോക്കിക്കൊണ്ടിരിക്കുമ്പോൾ ചിലതെല്ലാം തെളിഞ്ഞുവരുന്നതു പോലെ തോന്നും. ദൈവം നമ്മിലുള്ള ഒരു കാണിയാണ്, ശ്രോതാവാണ്. ചിലപ്പോൾ നമ്മൾ ആ കാണിയിൽ നിന്ന്, ശ്രോതാവിൽ നിന്ന് അകന്നു പോകുന്നു. അപ്പോഴാണ് അപേക്ഷയും യാചനയുമുണ്ടാകുന്നത്. ആ കാണിയിലേക്ക്, ശ്രോതാവിലേക്ക് അടുത്തുവരുമ്പോൾ ദൈവം മറ്റൊരു അസ്തിത്വമല്ലാതാകും.

'ദൈവം എല്ലാ പ്രാർത്ഥനകളും കേട്ട് അതിനെല്ലാം ഉത്തരം തരാ

നിരിക്കുന്ന ഒരു വ്യക്തിയാണെന്ന് കരുതുന്നുണ്ടെങ്കിൽ നിങ്ങൾക്ക് തെറ്റി ; ദൈവം നിരീക്ഷകനാണ്, സ്രഷ്ടാവല്ല. ദൈവം നിങ്ങളെ സഹായിക്കാനായി നിൽക്കുന്നുണ്ട്. പക്ഷേ, അത് നിങ്ങൾ വിചാരിക്കുന്ന പോലെയല്ല'.

തൊട്ടടുത്തുള്ള ദൈവത്തെ നമുക്ക് കാണിച്ചു തരുന്ന പുസ്തക പരമ്പരയാണ് വാൽഷിന്റേതാണ്. ഇവിടെ ഭക്തിയോ, ആരാധനയോ ഒന്നുമല്ല അന്വേഷിക്കുന്നത്. സമീപത്തുള്ള ദൈവത്തെ നമ്മുടെ ഉള്ളിൽ കണ്ടെത്താമെന്നാണ്. ദൈവത്തെക്കുറിച്ചുള്ള ചോദ്യങ്ങൾക്ക് വ്യവസ്ഥാപിത മതങ്ങൾ നല്കുന്ന ഉത്തരങ്ങൾ നമുക്ക് മുന്നിലുണ്ട്. എന്നാൽ വാൽഷ് അതിനെ തന്റെ അന്ത:കരണത്തിലെ വെളിപാടിലൂടെ സ്വതന്ത്രമായ സൗന്ദര്യമായി ആവിഷ്കരിക്കുന്നു.

'ദൈവത്തിന്റെ ജോലിയല്ല, നിങ്ങളുടെ സാഹചര്യങ്ങളും വ്യവസ്ഥകളും സൃഷ്ടിക്കുന്നതും സൃഷ്ടിക്കാതിരിക്കുന്നതും -ദൈവം നിങ്ങളെ സൃഷ്ടിച്ചു;ദൈവശക്തിയുപയോഗിച്ച് നിങ്ങൾ മറ്റെല്ലാം സൃഷ്ടിക്കുന്നു. ദൈവം നിങ്ങൾക്ക് സ്വതന്ത്രമായി തിരഞ്ഞെടുക്കാനുള്ള ശക്തി നൽകിയിട്ടുണ്ട്'.

ഒരസ്ത്രം പായുന്നത് വേറൊരു ആകാശത്തിലല്ല

നമ്മുടെ ചിന്തകളുടെ സൃഷ്ടിയായിട്ടാണ് നമ്മൾ തന്നെ രൂപാന്തരപ്പെടുന്നത്. സ്വതന്ത്രമായ വ്യക്തികളെന്ന നിലയിൽ നമ്മുടെ പെരുമാറ്റങ്ങളുടെ ഉത്തരവാദിത്വം നമ്മളിൽ തന്നെയാണ്. അതിന്റെ പ്രത്യാഘാതങ്ങൾ നമ്മുടെ തന്നെ ഭാഗമായി മാറുന്നു. തൊടുക്കുന്ന അസ്ത്രങ്ങൾ നമ്മളിലേക്ക് തന്നെ തിരിച്ചുവരുകയാണ്. കാരണം, തൊടുത്തതിന്റെ ഉത്തരവാദിത്വം നമുക്കാണല്ലോ. ഒരസ്ത്രം പായുന്നത് വേറൊരു ആകാശത്തിലല്ല; അത് തൊടുക്കുന്നവന്റെ സ്വാതന്ത്ര്യം എന്ന ആശയത്തിലാണ്.

'നിങ്ങൾ വിഭാവനം ചെയ്തു കൊണ്ടു നടക്കുന്ന ജീവിതത്തിൽ എനിക്കൊന്നും ചെയ്യാനില്ല'. ദൈവത്തിനു മാത്രമേ ഇത്രയും സത്യസന്ധമാകാനാകൂ. അസ്ത്രങ്ങൾ തൊടുക്കുന്നവന്റെ ഉത്തരവാദിത്തമാണ് അതിന്റെ പരിണാമത്തിൽ എന്തു സംഭവിച്ചു എന്നുള്ളത്. അവൻ മാത്രമാണ് അതേറ്റെടുക്കേണ്ടത്. ഒരാൾ തന്റെ ജീവിതത്തെ യഥാർത്ഥമായല്ലല്ലോ കൊണ്ടുനടക്കുന്നത്. അത് നിറയെ ഭാവനയാണ്. അയാൾ തന്നിൽ നിന്നു വേറിട്ട് നിർമ്മിച്ചെടുക്കുന്ന ഭാവനകൾ. അതിനെ അടിസ്ഥാനപ്പെടുത്തി അയാൾ സൃഷ്ടിക്കുന്ന വ്യാജവും പ്രലോഭനങ്ങൾ നിറഞ്ഞതുമായ ഛായകൾ അവനെ മറ്റൊരാളാക്കുന്നു. ഇതെല്ലാം ദൈവത്തിന്റെ ബുദ്ധികൊണ്ട്, അതായത് ബാഹ്യമായ ഒരു വ്യക്തിയുടെ തലത്തിലിരുന്നുകൊ

ണ്ട് ദൈവം തീരുമാനിക്കുന്നു എന്നു പറയുന്നതിലെ യുക്തിരാഹിത്യമാണ് വാൽഷിന്റെ പുസ്തകത്തെ ദീപ്തമാക്കുന്നത്.

'നിങ്ങളെ എപ്പോഴും ദൈവം ശ്രദ്ധിച്ചു കൊണ്ടിരിക്കുന്നുവെന്നുള്ള ധാരണയാണ് ഏറ്റവും വലിയ മിഥ്യ'.

കുട്ടികളെ കളിക്കാൻ വിടുമ്പോൾ അവർ ഏത് കളി തിരഞ്ഞെടുക്കുമെന്ന് പറയാനാവില്ല. എന്നാൽ അവർക്ക് വന്നുചേരുന്ന അനുഭവങ്ങളെപ്പറ്റി നിങ്ങൾ ബോധവാനാണ്. കളിയിൽ കുട്ടികളെ നയിക്കുന്നത് അവർ തന്നെയാണ്. അവരെ പുറമേ നിന്ന് വീക്ഷിക്കാനാവും മറ്റുള്ളവർ ശ്രമിക്കുക. ഉള്ളിൽ തന്നെയുള്ള ദൈവത്തിന്റെ കളിയാണ് മനുഷ്യൻ കളിക്കുന്നത്. ആ ദൈവത്തിന്റെ തിരഞ്ഞെടുപ്പ് ഓരോ വ്യക്തിയിലും നിക്ഷിപ്തമാണ്. അബോധത്തിൽ ദൈവം പ്രവർത്തിക്കുമ്പോൾ നമ്മൾ അതനുസരിക്കുകയാണ് ചെയ്യുന്നത്. എന്നാൽ ദൈവം എല്ലാത്തിന്റെയും അന്തിമഫലം നോക്കിയിരിക്കുന്നില്ല. കാരണം, അത് നേരത്തെ നിശ്ചയിച്ചതാണ്. അന്തിമഫലം സംശയാസ്പദമാണെന്ന് ചിന്തിക്കുന്നത് മറ്റൊരു വലിയ മിഥ്യയാണ്'.

അന്തിമഫലം നേരത്തെ നിശ്ചയിക്കപ്പെടാൻ കാരണമെന്താണ്? എത്രവട്ടം നാം സ്വയം തിരുത്തിയാലും നമുക്ക് എത്തിച്ചേരാനുള്ള ഇടം നേരത്തെ നിശ്ചയിച്ചതു തന്നെയാണ്. കാരണം, അബോധത്തെ മാറ്റാനാവില്ല. വീണ്ടും വീണ്ടും മനുഷ്യൻ നിയുക്തനാകുന്നത് അവന്റെ അബോധത്തിന്റെ, അല്ലെങ്കിൽ അവൻ എന്താണെന്നതിന്റെ പരിണാമത്തിലേക്ക് തന്നെയാണ്. അതുകൊണ്ട് വീണ്ടും വീണ്ടും തിരഞ്ഞെടുക്കപ്പെടുന്നത് അന്തിമമായ ഭുധികാലത്തെയാണ് നിശ്ചയിക്കുന്നത്.

'അന്തിമഫലത്തെക്കുറിച്ചുള്ള സംശയം ദൈവത്തെ സംശയിക്കാനിടയാക്കുന്നു. ദൈവത്തെ സംശയിച്ചാൽ നിങ്ങൾക്ക് ഭയത്തിലും കുറ്റബോധത്തിലും കഴിക്കേണ്ടി വരും'.

ദൈവത്തെ സംശയിക്കുന്നത് ഉദ്ദേശിച്ച ഫലം കിട്ടാതെ വരുമ്പോഴാണ്. ജിദ്ദു കൃഷ്ണമൂർത്തി പറയുന്നുണ്ട്, മനസിൽ നിന്ന് ഭയം മാറി നിന്നാലേ ദൈവത്തെ തേടാനാവൂ എന്ന്. ഉദ്ദേശിക്കപ്പെടുന്ന ഫലം ഒരു ഭാവനയായിരിക്കാം. പക്ഷേ, അവിടെ നമ്മളുണ്ടാകുന്നത് നമ്മുടേത് മാത്രം സമസ്യയാണ്. ഫലം തരാൻ വേണ്ടി സമ്മർദ്ദമനുഭവിക്കേണ്ട ആവശ്യം ദൈവത്തിനില്ല. അത് നമ്മുടെ ഉത്ക്കണ്ഠയാണ്. നമ്മൾ ഫലത്തിൽ മാത്രമാണ് വിശ്വസിക്കുന്നത്. ദൈവത്തെ സംശയിക്കുമ്പോൾ നമ്മുടെ പ്രവൃത്തികളെ തന്നെയാണ് സംശയിക്കുന്നത്. നാം തന്നെയാണല്ലോ ആ ദൈവത്തെ സൃഷ്ടിച്ചത്.

'ദൈവത്തെ സംശയിക്കുകയാണെങ്കിൽ, പിന്നെങ്ങനെ സമാധാനം കിട്ടും? '

ദൈവവുമായി അകലുന്നതിന്റെ സൂചനയാണ് സന്ദേഹവും ഭയവും. സ്വന്തം പ്രവൃത്തികളിലുള്ള ദൃഢനിശ്ചയങ്ങളും പ്രതീക്ഷ കളുമാണ് ദൈവത്തെ ഉറപ്പിക്കുന്നത്. നമ്മുടെ തെറ്റുകൾക്ക് മേൽ തീർച്ചയായും അതിനെ പിന്തുണയ്ക്കുന്ന ഒരു ദൈവമുണ്ടാകാം. അത് നമ്മുടെ ബോധങ്ങളുടെ ആകത്തുകയാണ്. പതിറ്റാണ്ടുക ളായി തെറ്റുകൾ ചെയ്ത്, ദ്രോഹം ചെയ്ത് അതിൽ അഭിരമിക്കു ന്നുവന് എങ്ങനെയാണ് അതിൽ നിന്ന് മാറി മറ്റൊരു ദൈവത്തെ മുഖാമുഖം കാണാനാവുക? പ്രാർത്ഥനകളിൽ തന്റെ പ്രവൃത്തികൾ ക്ക് പിന്തുണ നല്കിയ ദൈവത്തെയായിരിക്കും അവൻ വാഴ്ത്തുക. 'നിങ്ങൾ ഭയത്തിലും സംശയത്തിലും ജീവിക്കാതെ, ബുദ്ധനെ പോലെ, മറ്റ് പുണ്യവാളന്മാരെ പോലെ ജീവിക്കുക'. ഭയവും സംശയവും സ്വാർത്ഥമായ ചില ലക്ഷ്യങ്ങളിൽ നിന്നാണ് ഉണ്ടാവു ന്നത്. എന്നാൽ ദൈവത്തെ ഭയമില്ലാതെ ജീവിച്ച ബുദ്ധൻ, ക്രിസ്തു തുടങ്ങിയ മഹാമനസ്സുകൾക്ക് ദൈവത്തെ തങ്ങളുടെ തന്നെ ഒരു കണ്ണാടി ബിംബമാക്കാൻ കഴിഞ്ഞു. അവരിൽ നിന്ന് വേർപെട്ട് അവർക്ക് വേറൊരു ദൈവമില്ല. അതുകൊണ്ട് ദൈവത്തെ അവർ ഭയപ്പെടുന്നില്ല. സംശയിക്കാൻ ഒന്നും തന്നെയില്ല.

ചിതറി വീഴുന്ന മഞ്ചാടിക്കുരുക്കളിൽ

ജീവിതത്തിൽ നാം മുന്നോട്ട് പോകാനാണല്ലോ ആഗ്രഹിക്കു ന്നത്. ആരെയും ദ്രോഹിക്കാതെ രാഷ്ട്രങ്ങളും പുരോഗതി ആഗ്ര ഹിക്കുന്ന മതങ്ങളും സംഘടനകളുമുണ്ട്. അതിന് ആവശ്യമായ ഒരു ക്കങ്ങൾ സാധ്യമാക്കുന്നതിനാണ് തന്റെ പുസ്തകമെന്ന് വാൽഷ് പറയുന്നുണ്ട്.

God will not condemn us no matter what we choose എന്ന് പറയുന്നത് പ്രത്യേകം ശ്രദ്ധിക്കേണ്ടതാണ്. പക്ഷേ, എന്ത് തെര ഞ്ഞെടുക്കും? നമ്മൾ തിരഞ്ഞെടുക്കുന്ന വസ്തുവിന് എന്തെങ്കിലും മൂലമുണ്ടോ? എന്തെങ്കിലും ഉൾക്കാഴ്ച, ഉണർവ്വ് നവീകരിച്ച ആഗ്ര ഹങ്ങൾക്ക് വേണ്ടിയുള്ള ഒരു മിന്നൽ, ഈ ജീവിതത്തിൽ ഫലവ ത്തായ എന്തെങ്കിലും മാറ്റം അതു കൊണ്ടുവരുന്നുണ്ടോ എന്നാണ് നോക്കേണ്ടത്.

യഥേഷ്ടം തിരഞ്ഞെടുക്കാനുള്ള സ്വാതന്ത്ര്യമുള്ളപ്പോൾ അവന വന്റെ ബോധഘടനയനുസരിച്ച് പലതിലേക്ക് ആകർഷിക്കപ്പെടു ന്നു. സ്വാതന്ത്ര്യത്തിന്റെ ഫലം അനുഭവിക്കേണ്ടത് മറ്റാരുമല്ല. എന്ത് തിരഞ്ഞെടുക്കണമെന്ന് തീരുമാനിക്കപ്പെടുന്നത് ബോധഘടനയി

ലാണ്. അതിന്റെ സ്വാഭാവികമായ വഴികൾ മാത്രമേ തുറക്കപ്പെടുകയുള്ളൂ. ദൈവത്തെ നാം തന്നെ നിർവ്വഹിക്കുകയും പരിപാലിക്കുകയും ചെയ്യുന്നത് നമ്മുടെ മൂല്യബോധം അനുസരിച്ചാണ്. ആ മൂല്യം എന്താണ്? അത് ലോകത്തിന് എന്തെങ്കിലും പ്രയോജനം ചെയ്യുന്നതാണോ? അല്ലെങ്കിൽ ലോകത്തെ വെറുക്കുന്നതാണോ? വെറുപ്പു കൊണ്ട് വിജയങ്ങൾ ഉണ്ടാക്കാമെന്ന് തെളിയിക്കപ്പെടുകയാണെങ്കിൽ, അതിന് പറ്റിയ വിധത്തിൽ ദൈവം രൂപീകരിക്കപ്പെടുന്നു.

ഒരു കൈപ്പിടിയിൽ നിറച്ചു വച്ചിരിക്കുന്ന മഞ്ചാടിക്കുരുകൾ തുറസ്സായ ഒരിടത്തേക്ക് എറിഞ്ഞാൽ ഓരോന്നും എങ്ങനെ വിന്യസിക്കപ്പെടുമെന്ന് പറയാനാവില്ലല്ലോ. ഓരോ കുരുവും എത്ര അകലത്തിൽ വീഴുമെന്ന കാര്യത്തിൽ യാതൊരു നിയമവും ബാധകമായിരിക്കില്ല. ദൈവത്തിന് അതിന്റെ അകലം നിശ്ചയിച്ചു തരേണ്ടതില്ല. അത് ദൂരേക്ക് എറിഞ്ഞപ്പോൾ ഉണ്ടായിരുന്ന മാനസികാവസ്ഥയ്ക്ക് അനുസരിച്ചായിരിക്കും അതിലെ ഊർജ്ജം നിശ്ചയിക്കപ്പെടുക. അതിന്റെ അടിസ്ഥാനത്തിൽ കുരുക്കൾ ദൂരേക്ക് വീഴാം. അത് ആന്തരികമായ ഒരു പ്രാപഞ്ചിക വ്യവസ്ഥയുടെ ഭാഗമായി കണ്ടാൽ മതി.

'ഏറ്റവും എളുപ്പത്തിൽ ദൈവത്തെ അറിയാനുള്ള വഴി വാൽഷ് കണ്ടെത്തുന്നു. പരസ്പരം കണ്ടെത്തുക. നമ്മൾ പരസ്പരം ഒളിപ്പിക്കാതിരിക്കുക. അതോടൊപ്പം നമ്മളിൽ നിന്ന് തന്നെ സ്വയം ഒളിപ്പിക്കരുത്'.

പരസ്പരം കണ്ടെത്തുന്നതിന് മുൻപേ നാം സ്വയം ആരായണം. സ്വന്തം തെറ്റുകൾ കണ്ടെത്താൻ മാത്രമുള്ള വിവേകം എപ്പോഴെങ്കിലും നേടാനായോ? സ്വയം തൊടുത്തു വിട്ട ഒരു അമ്പ് എന്നതിനപ്പുറം? . എന്തിനാണ് അമ്പു തൊടുത്തത്? എവിടേക്കാണ് അത് സഞ്ചരിക്കുന്നത്, അതിന്റെ പരിണാമം എന്തായിരിക്കും തുടങ്ങിയ കാര്യങ്ങൾ ഒരിക്കലെങ്കിലും അന്വേഷിച്ചിട്ടുണ്ടോ? നമ്മുടെ വാക്കുകൾ എവിടേക്കാണ് അനാഥമായി സഞ്ചരിക്കുന്നത്? അമ്പും വാക്കും ഒരുപോലെയാണ്. തൊടുത്തു കഴിഞ്ഞാൽ പിന്നെ അത് അനാഥമായി സഞ്ചരിക്കുന്നു, തിരിച്ചു വിളിക്കാനാവില്ല. അതിന്റെ ലക്ഷ്യം തെറ്റുകയോ, ഉദ്ദേശ്യം അപകടകരമാകുകയോ ചെയ്യുമ്പോൾ മറ്റെവിടെയെങ്കിലും ഫലം അന്വേഷിച്ചു പോകേണ്ടതില്ല. അതിനെക്കുറിച്ച് വിചിന്തനം ചെയ്യുന്നത് തന്നെയാണ് ആത്മീയത. എന്തിനാണ് താൻ ഒരു വാക്ക് എടുത്ത് അസ്ത്രം പോലെ വിട്ടത് എന്ന് ചിന്തിക്കുന്നതോടെ, അതിന്റെ പേരിലുള്ള ദുഃഖം ഏറ്റെടുക്കുന്നതോടെ, സ്വന്തം തെറ്റുകളെക്കുറിച്ച് ബോധവാനാകുന്നതോടെ

കർമ്മത്തിന്റെ ആത്മീയമണ്ഡലമുണ്ടാകുന്നു. ഇങ്ങനെയാണ് ദൈവത്തെ സൃഷ്ടിക്കുന്നത്. സത്യം പറഞ്ഞാൽ നമുക്ക് സ്വയം ഒളിപ്പിക്കുന്നത് ഒഴിവാക്കാം'.

സത്യം പറയുന്നതോടെ ദൈവവും സത്യമുള്ളതാകും. ദൈവം നമ്മുടെ സത്യത്തെ ചക്രമായി ഉപയോഗിക്കുകയാണ്. ആ ചക്രത്തിൽ നമുക്കും ദൈവത്തിനും ഒരേസമയം സഞ്ചരിക്കാം. നമ്മുടെ ചക്രങ്ങളുടെ വേഗത കൂടിയാൽ ദൈവവും അതിനൊപ്പം നിൽക്കും. വേഗത കുറഞ്ഞാൽ അതിനൊപ്പവും. എന്തുകൊണ്ട് വേഗം വേണം എന്ന് ചിന്തിക്കുന്നിടത്തും നമ്മുടെ ദൈവമുണ്ട്. ആ ദൈവത്തെ വേറെന്താണ് ബോധ്യപ്പെടുത്താനാവുക? . സ്വയം സത്യം പറയുക. തന്നോടു തന്നെ സത്യം പറയുക. സ്വന്തം സത്യം എന്താണെന്ന് സംശയമുള്ളവർ എങ്ങനെ സത്യം പറയും? സത്യത്തെ അസത്യമായും അസത്യത്തെ സത്യമായും വ്യാഖ്യാനിക്കാൻ കഴിവുള്ള മനസ്സിൽ നമ്മൾ തന്നെയാണുള്ളത്.

മനസ്സിന്റെ സിദ്ധികൾക്ക് അപ്പുറത്താണ് മിക്കപ്പോഴും സത്യം നിലനിൽക്കുന്നത്. സത്യത്തെ വ്യക്തിഗതമായ ആഗ്രഹങ്ങൾ ചേർത്ത് വക്രീകരിക്കുകയാണ് ചെയ്യാറുള്ളത്. അതുകൊണ്ട് എല്ലാ സ്വകാര്യതകളും അസത്യമായി തീരുന്നു. ഭാവനകളായി മാറുമ്പോൾ അതിനു ചമൽക്കാരം കിട്ടുക സ്വാഭാവികമാണ്. ചമൽക്കാരമുള്ളതുകൊണ്ട് ഒന്നും സത്യമാകുന്നില്ല. കാണാൻ ഭംഗിയുള്ള ആകാശ ദൃശ്യങ്ങൾ ചിത്രകാരന്മാർക്കും കവികൾക്കും വേറിട്ട ആശയങ്ങളും വികാരങ്ങളുമാണ് നല്കുക. എന്നാൽ അതൊന്നും സത്യമാകണമെന്നില്ല. വൈകാരികമായ മുഹൂർത്തങ്ങൾ മാത്രമാണ്.

കാക്കകൾക്ക് തുടർച്ചയായി വെള്ളം വച്ചു നോക്കൂ

'സ്വാതന്ത്ര്യത്തിലേക്ക് അഞ്ചു വഴികളാണ്. 1) നിങ്ങളെക്കുറിച്ച് സ്വയം സത്യം പറയുക. 2) മറ്റൊരാളെക്കുറിച്ച് നിങ്ങളോട് നിങ്ങൾ സത്യം പറയുക. 3) നിങ്ങളെക്കുറിച്ച് മറ്റൊരാളോടു സത്യം പറയുക. 4) മറ്റൊരാളെക്കുറിച്ച് അയാളോട് സത്യം പറയുക. 5) എല്ലാറ്റിനെക്കുറിച്ചുമുള്ള സത്യം എല്ലാവരോടും പറയുക'.

സത്യത്തിലൂടെ സ്വതന്ത്രരാകാമെന്ന വലിയ മനുഷ്യത്വത്തിലേക്കാണ് വാൽഷ് എത്തുന്നത്. ഓഷോ പറഞ്ഞിട്ടുണ്ട്, ദൈവമില്ല, ദൈവികതയാണുള്ളതെന്ന്. എന്താണ് ദൈവികത? സ്നേഹം, സന്തോഷം, സൗന്ദര്യം, സർഗാത്മകത. പ്രകൃതിയിലുള്ള ഏതൊരു വസ്തുവിനെയും സ്നേഹിച്ചാൽ അത് തിരിച്ചു സ്നേഹിക്കാൻ തുടങ്ങും (മനുഷ്യനൊഴികെ) . ഒരു ചാമ്പച്ചെടിയിൽ മൃദുവായി ഒന്നു തലോടി നോക്കൂ. അത് വളരാൻ ഉത്സാഹിക്കും. കാക്കകൾക്ക് തുടർ

ച്ചയായി വെള്ളം വച്ചു നോക്കൂ. വെള്ളം നാം പിൻവലിച്ചാലും അവ നമ്മെ വിട്ടു പോകില്ല. എന്താണ് കാരണം? സ്നേഹം. എന്താണ് ഈ സ്നേഹം? ദൈവം തന്നെ. ജീവജാലങ്ങളെ കൂട്ടിയിണക്കുന്ന രസവിദ്യയാണത്. സത്യത്തെക്കുറിച്ചുള്ള അറിവ് നമ്മെ സ്വതന്ത്രരാക്കും. സത്യം കെട്ടുപാടുകളിൽ നിന്നാണ് മോചിപ്പിക്കുന്നത്.

ബുദ്ധിസ്റ്റ് സെൻ കഥകളിൽ പറയുന്നുണ്ട്, നിറഞ്ഞ ഒരു കപ്പിലേക്ക് വീണ്ടും വെള്ളമൊഴിക്കാൻ കഴിയാത്തതിനെപ്പറ്റി. മനസ്സ് നിറഞ്ഞിരിക്കുമ്പോൾ പുതിയതൊന്ന് സ്വീകരിക്കുന്നത് അസാധ്യമായിരിക്കും. മനസ്സിൽ കുറേഭാഗം ഒഴിച്ചിടേണ്ടതുണ്ട്. എന്തായിരിക്കും ഒഴിച്ചിടേണ്ടത്? എന്തും ഉൾക്കൊള്ളാനുള്ള ഇടം. അന്ധവിശ്വാസങ്ങളും പിന്തുടർച്ചകളും ഉറച്ച ബോധ്യങ്ങളും പാരമ്പര്യവുമെല്ലാമാണ് മനസ്സിൽ മറ്റൊന്നിനും ഇടം കൊടുക്കാത്ത വിധം വേലി കെട്ടി തടഞ്ഞു നിർത്തുന്നത്.

ഒരു വിശ്വാസസംഹിതയുടെ ഭാഗമാകുന്നതിനെ ആരും വിമർശിക്കേണ്ടതില്ല. എന്നാൽ മനസ്സിന് വളരേണ്ടതുണ്ട്. വേരുകൾ പടർത്താൻ മണ്ണ് വേണം. സൂര്യപ്രകാശം കിട്ടാനുള്ള ഇടം വേണം. ഒരു സ്വന്തം സൂര്യനെ ആവശ്യമാണ്. ചൂടും വെളിച്ചവും വായുവും വെള്ളവുമെല്ലാം മനസിനും വേണം. ഇരുണ്ട മുറികൾ ആപത്താണ്.

ദൈവവുമായി സംവാദം :'താങ്കൾ പറഞ്ഞു, ഇന്ന് നിങ്ങൾ എടുക്കുന്ന തീരുമാനം മിക്കപ്പോഴും നാളെ എടുക്കുന്ന തീരുമാനമായിരിക്കില്ല എന്ന്. അതുകൊണ്ടെന്താ, മനസിന് ഒരു മാറ്റവും വരുത്താതെ ജീവിക്കണമെന്നാണോ താങ്കൾ പറയുന്നത്? '

ദൈവം പറഞ്ഞു : നിങ്ങൾ മനസ്സിലെ ചിന്തകൾ ആവശ്യം പോലെ മാറ്റിക്കൊള്ളുക. ഓർക്കുക, മനസ്സിലെ ഓരോ മാറ്റവും ആകെ പ്രപഞ്ചത്തിന്റെ ഗതിയിൽ ഒരു മാറ്റം സൃഷ്ടിക്കുന്നുണ്ട്. നിങ്ങൾ മനസ്സിൽ ഒരുക്കം നടത്തുമ്പോൾ, പ്രപഞ്ചത്തെ ഒരു കർമ്മത്തിലേക്ക് ആകർഷിക്കുകയാണ്. നിങ്ങളുടെ ഗ്രഹണ ശേഷിക്കപ്പുറമാണത്. നിങ്ങളുടെ ഭാവനയ്ക്കപ്പുറത്താണത്. വളരെ സൂക്ഷ്മവും സജീവവുമാണത്. അതൊരു പ്രക്രിയയുടെ ധാരയാണ്. സങ്കീർണമായ ഒരു ഊർജ്ജബലതന്ത്രമാണത്. അത് നിങ്ങൾ മനസ്സിലാക്കി തുടങ്ങുന്നതേയുള്ളു. ഈ ശക്തികളും പ്രക്രിയകളും പരസ്പരം പ്രതിപ്രവർത്തിക്കുന്ന അസാധാരണമായ ഒരു ശ്രംഖലയുടെ ഭാഗമാണ് ;ഇതു കൂടി ചേരുന്നതാണ് അസ്തിത്വത്തിന്റെ സാകല്യത. അതിനെയാണ് നാം ജീവിതം എന്ന് വിളിക്കുന്നത് '.

അപാരമായ ഒരു അപഗ്രഥനമാണ് വാൽഷിന്റെ ദൈവം അവത

രിപ്പിക്കുന്നത്. പ്രപഞ്ചം ഒരു വ്യക്തിയെയോ സംഭവത്തെയോ പ്രതീക്ഷിക്കുന്നില്ല. പ്രപഞ്ചത്തെ നമ്മളാണ് വികസിപ്പിക്കുന്നത്. ഒരു മുട്ട താഴെയെറിഞ്ഞു പൊട്ടിച്ചാൽ, പിന്നീടത് മുട്ടയല്ല, വേറൊരു അവസ്ഥയാണ്. മുട്ടയായിരിക്കുന്ന അവസ്ഥയിൽ നിന്ന് അത് ചിതറിയ അവസ്ഥയിലേക്ക് രൂപാന്തരപ്പെട്ടു. അതോടെ പ്രപഞ്ചം വികസിച്ചു. കാലം വളർന്നു. കാരണം, ചിതറിയ മുട്ടയുടെ ഭാഗങ്ങൾക്ക് തിരിച്ചു മുട്ടയിലേക്ക് പോകാനാവില്ല, കാലത്തിന് പിന്നോട്ട് പോകാൻ ഭൗതികമായി കഴിയാത്തതുപോലെ. പ്രപഞ്ചം പിന്നെ മറ്റൊന്നാണ്. മുട്ടയായിരുന്ന അവസ്ഥയില്ല. ചിതറിയ അവസ്ഥയിൽ ലോകം മാറിയിരിക്കുന്നു. ഇതു തന്നെ മനസ്സിനും സംഭവിക്കുന്നു. ഒരാളെ പ്രേമിക്കുന്നതോടെ അതുവരെ ഉണ്ടായിരുന്ന പ്രപഞ്ചം വികസിക്കുകയാണ്. പുതിയൊരു ബന്ധം ഉണ്ടാവുകയാണ്. മനസ്സിൽ ഉണ്ടാകുന്ന മാറ്റങ്ങൾക്കനുസരിച്ച് നമ്മുടെ പ്രപഞ്ചം വളരുന്നു. പക്ഷേ, അത് നമുക്ക് തന്നെ എതിരാകാം.

'നിങ്ങൾ എടുക്കുന്ന തീരുമാനങ്ങൾ, ചലനങ്ങൾ നിങ്ങൾക്ക് തന്നെ പ്രയാസമുണ്ടാക്കാം. അതുകൊണ്ട് ഒന്നിൽ തന്നെ ശ്രദ്ധ കേന്ദ്രീകരിക്കുന്നതാണ് നല്ലത്'.

പല വിധ കാര്യങ്ങളിൽ ഒരുപോലെ ഇടപെടാനാവില്ല. പലതിൽ ശ്രദ്ധ വികേന്ദ്രീകരിക്കുമ്പോൾ ഒന്നിനോട് പ്രത്യേക ശ്രദ്ധ ഉണ്ടാവില്ല. അതോടെ എല്ലാം തുല്യ അകലത്തിലാകുന്നു. അടുത്ത് നില്ക്കുന്നത് ഇല്ലാതാകുന്നത് ശൂന്യതയാണ്. അത് നിർവ്വികാരതയും അകൽച്ചയുമാണ്. ലോകം ചുരുങ്ങുകയാണപ്പോൾ. ലോകത്തിന്റെ ഏതു ധാരയിലേക്ക് നമ്മൾ ആകർഷിക്കപ്പെടും? ഗതിമാറാൻ സ്വയം ഒരുക്കുന്ന വഴികൾ തന്നെയാണത്. മനസ്സിലെ ചിന്തകൾ മാറുന്നതിനനുസരിച്ച് പുതിയ കർമ്മങ്ങൾക്കു ഉത്തരവാദിയാവുകയാണ്.

എന്താണോ നാം എന്ന പ്രശ്നം, അത് നിർവ്വചിക്കപ്പെടാനാവാത്ത വിധം കുഴഞ്ഞുമറിയുകയാണ്. 'നിങ്ങൾ എന്തെങ്കിലും തിരഞ്ഞെടുക്കുകയാണെങ്കിൽ, അതിൽ പൂർണമായി അർപ്പിക്കുക. സിംഗിൾ മൈൻഡഡ് (Single Minded) ആകുക'.

ഒരു കാര്യത്തിൽ തന്നെ പരമാവധി ശ്രദ്ധയും ശക്തിയും വിനിയോഗിക്കുകയാണെങ്കിൽ ഒരു നിയന്ത്രണാധികാരം മനസ്സിൽ വന്നുചേരും. മനസ്സിന്റെ ശക്തിയാണത്. മനസ്സ് ഈ പ്രപഞ്ചത്തിന്റെ ഒരു കേന്ദ്രമാണ്. ഒരു തുള്ളി വെള്ളത്തിൽ ഈ ഭൂമി എങ്ങനെയാണോ നിറഞ്ഞിരിക്കുന്നത്, അതുപോലെ മനസ്സിൽ ഈ പ്രപഞ്ചമാകെയുണ്ട്. മനസ്സുകൊണ്ട് നാം എന്തു ചെയ്യുമെന്നതാണ് പ്രശ്നം. മനസ്സിന് ഒരു വഴി തെളിഞ്ഞു കിട്ടാത്തത് അനേകം

വഴികൾ സന്ദിഗ്ധത സൃഷ്ടിക്കുന്നതുകൊണ്ടാണ്. പല വഴികൾ കൂടിച്ചേരുന്ന ഒരു കവലയാണ് മനസ്സെങ്കിൽ, അതിന്റെ സന്ദിഗ്ധതകൾ ഏറെയായിരിക്കും. പല വഴികൾ ചിന്തകളായി ബുദ്ധിമുട്ടിക്കും. സംശയങ്ങൾ വർധിക്കും. ഒന്നും തന്നെ തിരഞ്ഞെടുക്കാനാവാതെ, ചിലപ്പോൾ, പരിക്ഷീണമാകാം. അത് പലരെയും തകർക്കുന്നു. അതിൽ നിന്ന് രക്ഷപ്പെടാനാണ് വിപാസന ധ്യാനം, അതരാക്സിയ (അലട്ടലിൽ നിന്നു അകലെ (Ataraxia) തുടങ്ങിയ സങ്കേതങ്ങൾ വികസിപ്പിച്ചിട്ടുള്ളത്.

എല്ലാത്തിൽ നിന്നും വിട്ടു മാറി തന്നിലേക്കു തന്നെ കേന്ദ്രീകരിക്കുക. പുറത്തുള്ളതെല്ലാം പിന്തിരിപ്പിക്കുകയും ഭണ്ഡിപ്പിക്കുകയും ചെയ്യുകയാണ്. അതിൽ നിന്ന് രക്ഷ നേടാൻ എല്ലാ വിഷ, വിഷാദ ജ്വരങ്ങളിൽ നിന്നും അകലം പാലിക്കുക.

വ്യക്തി നിർമ്മിക്കുന്ന ട്രാഫിക്ക്

'എന്തുകൊണ്ടാണ് തീരുമാനങ്ങളെടുക്കാൻ കൂടുതൽ സമയം വേണ്ടി വരുന്നത്? ദൈവം പറയുന്നു: ഏറ്റവും നല്ലത് ഏതെന്ന് കണ്ടുപിടിക്കാൻ നിങ്ങൾ കൂടുതൽ സമയം പാഴാക്കുന്നു. തിരച്ചിൽ സമയം പാഴാക്കുകയാണ്. സമയം കളയാതെ വേണം ചെയ്യാൻ. അതിനു നിങ്ങൾ മനസ്സിൽ നിന്നു പുറത്തു കടക്കണം. പെട്ടെന്ന് തീരുമാനങ്ങൾ എടുക്കാനാവും. തിരഞ്ഞെടുപ്പുകളും അങ്ങനെതന്നെ. കാരണം, നിങ്ങളുടെ ആത്മാവ് വർത്തമാനത്തിന്റെ നിമിഷത്തിലും അനുഭവത്തിൽ നിന്ന് തിരഞ്ഞെടുക്കുന്ന പഴയകാലത്തിന്റെ പുനരാലോചനയോ വിശകലനമോ വിമർശനമോ ഒഴിവാക്കുന്നു. ഓർക്കുക, നിങ്ങൾ സൃഷ്ടിക്കുന്ന മനസ്സ് അതിനോട് പ്രതികരിക്കുന്നു'.

മനസ്സ് അതിന്റെ തന്നെ കർമ്മങ്ങളുടെ ഗുണിതങ്ങളിലേക്ക് എടുത്തെറിയപ്പെടുകയാണ്. അതിന്റേതായ യുക്തിയല്ലാതെ വേറൊന്നുമില്ല. ആ യുക്തി മിക്കപ്പോഴും സ്വയം ചതിക്കുന്നതാണ്. മനസിലെ യുക്തിക്ക് ഒരു കൂടാരത്തിലേ ജീവിതമേയുള്ളൂ. അത് മറ്റൊരു മനസ്സിന്റെ യുക്തിയുമായി പൊരുത്തപ്പെടുന്നില്ല. യുക്തിക്ക് വ്യക്തികളുടെ സ്വഭാവമാണുള്ളത്. അത് സ്വയം ധ്വംസിച്ചു കൊണ്ട് നിലനിൽക്കാൻ നോക്കുകയാണ്. ഒരാൾ സൃഷ്ടിക്കുന്ന സ്വന്തം പ്രതിബോധത്തെയാണ് അയാൾ തന്റേതെന്ന നിലയിൽ പിന്തുടരുന്നത്.

അതുകൊണ്ട് തനിക്ക് എവിടെവച്ചാണ് തെറ്റ് പറ്റിയതെന്ന് വേർതിരിച്ചെടുക്കാനാവില്ല.

'ഈ നിമിഷം എന്നത് ദൈവം നിങ്ങൾക്ക് തന്നതാണ്. അതിനെക്കുറിച്ച് നിങ്ങൾ നേരത്തെ ഒരറിവ് നേടിയിട്ടില്ല. ഇതാണ് തൽസമയ

അനുഭവമെന്ന് പറയുന്നത്. നിങ്ങൾ അതിനെ തേടുകയായിരുന്നെങ്കിലും അത് നിങ്ങളിലേക്കുള്ള യാത്രയിലായിരുന്നു'.

ഒരാളിലേക്ക് ദൈവം എത്തുന്നത് അയാൾ നിർമ്മിച്ച ട്രാഫിക്കിലൂടെയാണ്. അത് പലതരം കർമ്മശക്തികളാൽ നിശ്ചയിക്കപ്പെട്ടതാണ്. എന്നാൽ അതിൽ തന്നെ ഒരു വൈരുദ്ധ്യമുണ്ട്. തത്സമയ നിമിഷം നമ്മുടെ ചിന്തയിൽ ഉണ്ടായിരുന്നില്ല; നമ്മുടേതായിരുന്നെങ്കിൽ പോലും. നിങ്ങൾ ശരിക്കും ആരാണ്, തെറ്റുകളിൽ എന്തെല്ലാമാണ് എന്നുള്ള തിരച്ചിലിന്റെ പാതയിൽ ആത്മാവ് ഉൾക്കാഴ്ചയിൽ ശരിയായ സാഹചര്യവും സന്ദർഭവും തേടുകയാണ്. ആത്മാവ് അതിന്റേതായ ചില അന്വേഷണങ്ങളിൽ ഏർപ്പെടുന്നു.

അതിന്റെ ശുദ്ധവും പ്രാചീനവുമായ ഉറവിടത്തിലേക്ക് മടങ്ങുന്നതിനെക്കുറിച്ചറിയാൻ. അതിന്റെ ചില സൂചനകൾ നമുക്ക് ലഭിക്കുന്നുണ്ട്, തിരിച്ചറിയാറില്ലെങ്കിൽ പോലും. വലിയ തീരുമാനങ്ങളിലും ചിന്തകളിലും ഇടപെടുമ്പോൾ സ്വയമൊന്നു തിരയുന്നത് നല്ലതായിരിക്കും. ആത്മാവ് നിങ്ങളോടു വികാരങ്ങളിലൂടെ സംസാരിക്കുന്നുണ്ട്. വികാരങ്ങളെ ശ്രദ്ധിക്കൂ. എല്ലായിടത്തും ദൈവികതയുടെ ശബ്ദം മുഴങ്ങുകയാണെന്ന് എമേഴ്സൺ പറഞ്ഞത് പ്രസക്തമാണ്.

'ആത്മാവ് നിങ്ങൾക്ക് നല്കപ്പെട്ടിരിക്കുന്ന അപൂർവമായ നിമിഷം (ദൈവം നല്കിയത്) തിരിച്ചറിയുമ്പോഴാണ് ദൈവവുമായി ഒരു സംവാദമുണ്ടാക്കുന്നത്'.

വികാരങ്ങളെ വകവയ്ക്കാതെയും ജീവിക്കാം. മനസ്സിന്റെ യന്ത്രസംവിധാനത്തിലൂടെ എല്ലാത്തിനെയും ആരിച്ചുനോക്കി വികാരങ്ങളെ ഒഴിവാക്കാം. സാഹചര്യങ്ങളെ മനസ്സ് എങ്ങനെ വിശകലനം ചെയ്യുന്നുവെന്ന് മനസ്സിലാക്കി മുന്നേറാം. പക്ഷേ, സന്തോഷത്തിനു ശ്രമിക്കരുത്. കാരണം, അത് യന്ത്രസമാനമായ ഒരു ജീവിതമാണ്. നിങ്ങൾ ശരിക്കും ആരാണ്? (Who you truly are) എന്ന ചിന്തയുടെ ആഘോഷം അവിടെയുണ്ടാവില്ല. ദൈവം ഓർമ്മിപ്പിക്കുന്ന ആഘോഷങ്ങൾക്ക് മനസ്സില്ല. യാഥാർത്ഥ്യം എന്താണെന്നറിയാൻ കൂടുതൽ സമയം എടുക്കേണ്ടി വരുന്നത് സത്യത്തെക്കുറിച്ച് അറിയാത്തതുകൊണ്ടാണ്. സത്യം നിങ്ങളെ സ്വതന്ത്രരാക്കാതിരിക്കില്ല. ചിന്തകളെ മനസ്സ് സൃഷ്ടിക്കുന്നതാണ്. എന്നാൽ വികാരങ്ങൾ യഥാർത്ഥമാണ്. വികാരങ്ങൾ ഒരിക്കലും നെഗറ്റീവല്ല, നാശോന്മുഖമല്ല. ശരിയായ പ്രേമം പുറത്ത് പറയുകയാണെങ്കിൽ പ്രതിലോമകരമായ, വീഴുന്ന ഫലങ്ങൾ ഉണ്ടാകുന്നത് വിരളമാണ്.

'നിങ്ങൾക്ക് ലോകത്തെ മാറ്റണമെന്ന് ആഗ്രഹമുണ്ടോ?

നിങ്ങളുടെ ലോകത്ത് മാറ്റങ്ങൾ ഉണ്ടാവണമെന്നുണ്ടോ? ഹിറ്റ്ലർ നിങ്ങൾക്ക് സുവർണ്ണമായ ഒരവസരം തന്നു. ഹിറ്റ്ലർ അനുഭവം, ക്രിസ്തു അനുഭവം -അതിന്റെ സൂചനകളിൽ അഗാധമാണ്, നിങ്ങളെക്കുറിച്ച് അത് പകർന്നു തരുന്ന സത്യങ്ങളിലും. ബൃഹത്തായ ബോധങ്ങൾ - ഹിറ്റ്ലറുടെ, ബുദ്ധന്റെ, കൃഷ്ണന്റെ, യേശുവിന്റെ, ചെങ്കിസ് ഖാന്റെ - നിലനിൽക്കുന്നത് അവരെക്കുറിച്ചുള്ള നിങ്ങളുടെ ഓർമ്മകൾ ജീവനോടെയിരിക്കുമ്പോൾ മാത്രമാണ്.

സ്വന്തം വഴിയിൽ ദൈവത്തെ സൃഷ്ടിക്കുമ്പോൾ

സത്യം പറയുമ്പോൾ മറ്റുള്ളവർ അത് എങ്ങനെ സ്വീകരിക്കുമെന്നതിന്റെ ഉത്തരവാദിത്വം നിങ്ങൾക്ക് ഏറ്റെടുക്കാനാവില്ല. വിനിമയം ചെയ്യുന്നത് ശരിയായിരിക്കണം. ദയയോടെ, പ്രേമത്തോടെ, വൈകാരിക ക്ഷമതയോടെ ധീരമായി വികാരങ്ങൾ കൈമാറുകയാണ് വേണ്ടത്. യഥാർത്ഥ വികാരങ്ങളും ചിന്തകൾ ഉത്പാദിപ്പിക്കുന്ന വികാരങ്ങളുമുണ്ട്. ആദ്യത്തേത് ആത്മാവിൽ നിന്നു വരുന്ന വികാരങ്ങളാണ്. അതാണ് സത്യമായിട്ടുള്ളത്. ദൈവം ഇങ്ങനെ പറഞ്ഞു:'മനുഷ്യജീവികളുടെ ഏറ്റവും വലിയ വെല്ലുവിളി ഈ സമയത്ത് ഇവിടെ ആയിരിക്കുക (Be here now) എന്നുള്ളതാണ്. വേറെ യാതൊന്നും സൃഷ്ടിക്കരുത്. ഒരു നിമിഷത്തെക്കുറിച്ച് ഒരു ചിന്ത നിർമ്മിക്കാതിരിക്കുക, '.

ഒരു ചിന്ത മനസ്സിൽ വരുന്നതിനു മുന്നേ നിങ്ങൾ നിർമ്മിച്ച ചിന്തയുണ്ടല്ലോ, അതാണ് ഒഴിവാക്കേണ്ടത്. ഈ നിമിഷത്തിലായിരിക്കുക. ഈ നിമിഷം വരുമ്പോൾ അതിന്റെ സ്വാഭാവികമായ സത്യത്തെ അറിയുന്നതിന് പകരം മുൻകൂട്ടി തീരുമാനിച്ച ചിന്തകളെ ആശ്രയിക്കുന്നത് തെറ്റ്.

'ഹിറ്റ്ലറുടെ ഒരു കണം നിങ്ങളിൽ എല്ലാവരിലുമുണ്ട് ;അതിന്റെ അളവിലേ വ്യത്യാസമുള്ളു '.

എങ്ങനെ അത് ഒഴിവാക്കും? ശരിയായ പാതയെക്കുറിച്ച് ബോധമുണ്ട്; പക്ഷേ, അതിലെ സഞ്ചരിക്കുകയില്ല. എന്നിട്ട് ദൈവത്തോട് പരാതി പറയുന്നു. സ്വയം സൃഷ്ടിക്കുന്ന മിഥ്യയാണിത്. ഓരോ വ്യക്തിക്കും സ്വന്തം നിർമ്മിതിയുണ്ട്. ഓരോ വ്യക്തിയും സ്വന്തം വഴിയിൽ ദൈവത്തെ സൃഷ്ടിക്കുന്നു. ചിലർക്ക് ദൈവം ശക്തിയാണ്, വികാരമാണ്, പ്രേമമാണ്.

'ദൈവം പറയുന്നു: ഞാനാണ് നിങ്ങളുടെ ആദ്യത്തെ ചിന്തയുടെ ആരംഭം. ഞാനാണ് നിങ്ങളുടെ ചിന്തയുടെ അവസാനം. ഹിറ്റ്ലറെ ആരും അയച്ചതല്ല ;ഹിറ്റ്ലർ നിങ്ങളാൽ സൃഷ്ടിക്കപ്പെട്ടതാണ്. നിങ്ങളുടെ സമഷ്ടിയായ ബോധത്തിൽ (Collective Consciousness)

നിന്നാണ് ഹിറ്റ്ലർ വരുന്നത്; അല്ലാതെ ഹിറ്റ്ലർക്ക് നിലനിൽക്കാനാവില്ല. അതൊരു പാഠമാണ്. '

ജീവിതം ഒരു തുടർപ്രക്രിയയാണ്. ചിന്ത മാറ്റാതിരിക്കാനുള്ള കഴിവാണ് ഗുരുക്കന്മാരുടെ രഹസ്യം. ഒരേ കാര്യത്തിൽ തന്നെ പിടിച്ചുനിർത്തുക. ചിന്തിക്കുന്നത്, വികാരം കൊള്ളുന്നത്, പറയേണ്ടത് പുറത്തു കൊണ്ടു വരിക. ജീവിതം സൃഷ്ടിയുടെയും പുനസൃഷ്ടിയുടെയും പ്രക്രിയയാണ്. ആത്മാവ് സൃഷ്ടിക്കുന്നു, മനസ്സ് പ്രതികരിക്കുന്നു. മനസ്സിനു ഉൾക്കൊള്ളാനാവാത്തത് ആത്മാവ് മനസ്സിലാക്കുന്നു. എന്താണ് ഏറ്റവും നല്ലത്, ജയിക്കേണ്ടത് ആഗ്രഹിക്കേണ്ടത് തുടങ്ങിയവയൊക്കെ മാറ്റിവയ്ക്കുക. എന്താണോ നിങ്ങൾ, അത് ഫീൽ ചെയ്യുക. Start going with what feels like who you are. മനസ്സിൽ നിന്ന് പുറത്ത് കടന്ന് ഇന്ദ്രിയങ്ങളിലേക്ക് മടങ്ങുക. സത്യം അറിയാനിടവന്നാൽ അതിനൊപ്പം ജീവിക്കുക. മുൻകാല അനുഭവങ്ങൾ സത്യത്തിന്റെ സൂചകമല്ല. അവിടെയുമിവിടെയും സത്യം സൃഷ്ടിക്കപ്പെടുന്നു. അത് വീണ്ടും അവതരിപ്പിക്കാവുന്നതല്ല. ഭൂതവും ഭാവിയും ചിന്തയിലേയുള്ളൂ. ഈ നിമിഷം മാത്രമേ യഥാർത്ഥത്തിലുള്ളു.

'വേർപെടുത്തലിന്റെ, തനിച്ചാകലിന്റെ, മേധാവിത്വത്തിന്റെ ബോധമാണ് 'ഹിറ്റ്ലർ അനുഭവ'മുണ്ടാക്കുന്നത്'. ഞങ്ങൾ എന്നത് അവർ ആകുന്നതാണ് കുഴപ്പം. കാലം നമ്മുടെ മനസ്സിന്റെ ഭാവനയാണ്. സംഭവിച്ചത് എന്താണോ അത് വീണ്ടും സംഭവിക്കുകയാണ്; അത് വീണ്ടും വീണ്ടും സംഭവിക്കും. ഇപ്പോൾ സംഭവിച്ചുകൊണ്ടിരിക്കുന്നു.

'കാലം ഒരു തുടർ പ്രക്രിയയല്ല. അത് ആപേക്ഷികതയുടെ ഘടകമാണ്. അത് നിലനിൽക്കുന്നത് ലംബമായാണ്, തിരശ്ചീനമായല്ല'.

മഹത്തായ, ദിവ്യമായ സഹോദര്യം, ഐക്യം, ഒരുമ, നമ്മുടേതാണ്. നിങ്ങളുടേത്, എന്റേത് എന്നതിനേക്കാൾ 'ക്രിസ്തു അനുഭവ'

മുണ്ടാക്കുന്നത് ഇതാണ്. എന്താണ് ദേജാവു? ചിലരെ കാണുമ്പോൾ അവരെ നേരത്തെ കണ്ട് പരിചയമുള്ളതാണെന്നു തോന്നും. ദൈവം പറയുന്നു:

'അത് വളരെ അതിശയിപ്പിക്കുന്ന, മനോഹരമായ ഒരനുഭവമാണ്. സത്യമാണത്. നിങ്ങൾ എന്നും ഉണ്ടായിരുന്നു. ഇപ്പോഴുമുണ്ട്; എന്നുമുണ്ടായിരിക്കും. നിങ്ങൾ ഇല്ലാതിരുന്ന ഒരു സമയം ഒരിക്കലുമുണ്ടായിട്ടില്ല. അങ്ങനെയൊരു കാലം ഒരിടത്തുമില്ല'. വില്യം ബ്ളേക്ക് ഈ പ്രപഞ്ചത്തിൽ അറിഞ്ഞതിനും അറിയാത്തതി

നും ഇടയിൽ ധാരാളം വാതിലുകളുണ്ടെന്ന് എഴുതുന്നത് ഇതിനു കൂടുതൽ അർത്ഥവ്യാപ്തി നല്കുന്നു.

ഒരു വൃക്ഷവും വിത്തും ഒരുപോലെ സമ്പൂർണ്ണമാണ്. ഒരു കുട്ടിയും മുതിർന്നവനും ഒരുപോലെ പൂർണമാണ്. കാരണം, അതിനൊന്നും ചെയ്യാനാവില്ല; അതിനൊന്നും അറിയില്ല. അതുകൊണ്ട് അത് പൂർണ്ണമല്ലാതാകുന്നില്ല.

വേദന നമ്മുടേതാകുമ്പോൾ (നിങ്ങളുടേതല്ല) , സന്തോഷം നമ്മുടേതാകുമ്പോൾ (എന്റേതല്ല) , ജീവിതാനുഭവമാകെ നമ്മുടേതാകുമ്പോൾ, അന്തിമമായി ഇതാണ് സത്യം -ഇതാണ് സാകല്യമായ ജീവിതാനന്ദം.

ഈ ലോകത്തിന്റെ ഭ്രാന്തു പിടിച്ച സ്വഭാവം

'എന്റേത് ഒരു പാരമ്യാവസ്ഥയാണ്. അവിടെ ഒരു വസ്തു മറ്റൊന്നിനോട് ബന്ധം പുലർത്തി നിൽക്കുന്നില്ല. എല്ലാം സ്വതന്ത്രമാണ്. ജീവിതം തുടരുകയാണ് ;മരണമില്ല. ജീവിതമാണുള്ളത്; നിങ്ങൾ രൂപം മാറുന്നു '.

Life goes on forever and ever. Life is. You simply change form. രൂപം മാറുന്നോടെ അനന്തരഫലങ്ങൾ ഇല്ലാതാവുന്നു. പിന്നീട് അറിവ് മാത്രമേയുള്ളൂ. ഫലങ്ങൾ ആപേക്ഷികതയാണ്. അതിന് പരമാവസ്ഥയിൽ ഇടമില്ല. അത് രേഖീയ (Linear) മായ സമയത്തിലും അനുക്രമ (Sequential) മായ സംഭവങ്ങളിലുമാണ് ആശ്രയിക്കുന്നത്. അവസാനമാണ് നിങ്ങൾ അറിയുന്നത്, നിങ്ങളുടെ 'പിശാച്' നിലനിൽക്കുന്നില്ലെന്ന്. പുറംലോകം വിധി തീർപ്പിന്റെയും കുറ്റപ്പെടുത്തലിന്റെയും അനുഭവം നിറഞ്ഞതാണ്. നിങ്ങൾ ഭ്രാന്തമായി പെരുമാറാൻ കാരണം ഈ പുറംലോകത്തിന്റെ ഭ്രാന്തുപിടിച്ച സ്വഭാവമാണ്. നിങ്ങൾ എന്തെങ്കിലുമാണെന്ന ധാരണ ഉണ്ടായിരിക്കുന്നതിന് കാരണം ചുറ്റുമുള്ള ഭ്രാന്തുപിടിച്ച ലോകമാണ്.

'ക്രിസ്തുമാരും ഹിറ്റ്ലർമാരും ഇപ്പോഴുമുണ്ട്. ഇനിയും വരും. കരുതിയിരിക്കുക. ഉയർന്നതും തരംതാണതുമായ ബോധനിലവാരമുള്ളവർ നിങ്ങൾക്കിടയിലുണ്ട്. നിങ്ങളെപ്പോലെ അവരും സഞ്ചരിക്കുന്നു. നിങ്ങളോടൊപ്പം കൂട്ടുന്നത് ആരെയാണ്'.

പുറംലോകം നിങ്ങളെ മൂല്യവിചാരണ ചെയ്യുന്നു. അതുകൊണ്ട് നിങ്ങൾ നിങ്ങളെയും മൂല്യവിചാരണ ചെയ്യുന്നു. പിന്നീട് ദൈവത്തോട് നിങ്ങളെ വിലയിരുത്തണമെന്ന് പറഞ്ഞാൽ ദൈവം അതിന് തയ്യാറാവുകയില്ല. കാരണം, മനുഷ്യനെപ്പോലെ പെരുമാറാത്ത ഒരു ദൈവത്തെ നിങ്ങൾക്ക് മനസ്സിലാക്കാൻ കഴിയുന്നില്ല. ദൈവശാസ്ത്രം എപ്പോഴും നിങ്ങളെ കണ്ടെത്താനുള്ളതാകണം.

ജീവിതം എന്താണ്, എന്തിനാണ് ജീവിക്കുന്നത് എന്നൊക്കെയുള്ള ചിന്തകളാണ് നിങ്ങളെ മാറ്റിക്കൊണ്ടിരിക്കുന്നത്. ലക്ഷ്യങ്ങൾക്ക് വേണ്ടി പ്രവർത്തിക്കുമ്പോൾ വിജയം ഉണ്ടാകണമല്ലോ. അപ്പോൾ നിങ്ങൾ ആ ലക്ഷ്യത്തിന്റെ ജീവിതമാണ് യാഥാർത്ഥ്യമാക്കാൻ തുനിയുന്നത്.

അവിടെ നിങ്ങൾക്ക് ഇടമില്ല. യഥാർത്ഥ ദൈവശാസ്ത്രമായി പിന്തുടരേണ്ടത് മറ്റൊന്നാണ്. ഈ ജീവിതം ഒരു വിചാരണയാണ്, പരീക്ഷണമാണ്. ഒരു ചെറിയ കാലത്തേക്ക് നിങ്ങളെ ചില ഘട്ടങ്ങളിലൂടെ കടത്തിവിടുന്നു, മൂല്യമുണ്ടോ എന്നറിയാൻ. ഈ രീതി അവലംബിച്ചാൽ ബോധമുണ്ടാകും.

'ഹിറ്റ്ലർ സ്വർഗ്ഗത്തിൽ പോയിട്ടുണ്ടാകുമോ? ദൈവം പറഞ്ഞു: മരണം ഒരു അന്ത്യമല്ല ;അതൊരു തുടക്കമാണ്. അത് ഭീതിയല്ല, സന്തോഷമാണ്. അത് അടച്ചുകെട്ടലല്ല, തുറന്നുപിടിക്കലാണ്'.

എന്നാൽ ജീവിതം ഒരവസരമാണ്; പ്രക്രിയയാണ്. അതിലൂടെ നിങ്ങൾ കണ്ടെത്തുകയാണ്, നിങ്ങൾക്ക് മൂല്യമുണ്ടെന്ന്. ദൈവത്തെ അഹന്ത നിറഞ്ഞ ദൈവമാക്കരുത്. ആ ദൈവത്തിനു സ്തുതിയോ, ശ്രദ്ധയോ, ആസ്വാദനമോ വാത്സല്യമോ വേണ്ട; ദൈവത്തിന് അഹന്തയോ, ആവശ്യമോ ഇല്ല. ജീവിതത്തിന്റെ ഉദ്ദേശ്യം ദൈവത്തെ പ്രസാദിപ്പിക്കാനല്ല. ജീവിതലക്ഷ്യം എന്നു പറയുന്നത് അറിയലാണ്;പുനരുജ്ജീവനമാണ് - നിങ്ങൾ ആരെന്നെന്ന്. ഇക്കാര്യത്തിൽ ദൈവത്തെ സ്തുതിക്കാം. നമ്മുടെ ഉള്ളിലുള്ളതല്ലാതെ വേറൊരു യാഥാർത്ഥ്യമില്ലെന്ന് ഹെർമ്മൻ ഹെസ്സെ പറഞ്ഞത് ഈ വിഷയത്തിലേക്കാണ് ആഴ്ന്നിറങ്ങി പോകുന്നത്. എന്തുകൊണ്ടാണ് ഹിറ്റ്ലർ സ്വർഗ്ഗത്തിൽ പോയി എന്ന് പറയുന്നത്? നരകം എന്നൊന്നില്ല. അതുകൊണ്ട് അയാൾക്ക് അങ്ങനെയൊരു സ്ഥലത്ത് പോകേണ്ടതില്ല. അയാളുടെ പ്രവൃത്തികൾ തെറ്റായിരുന്നു - ബുദ്ധി വികസിക്കാത്ത ഒരാളുടെ പ്രവൃത്തികൾ. എന്നാൽ തെറ്റുകൾക്ക് ശിക്ഷ കൊടുക്കാത്തതുകൊണ്ടായില്ല. തിരുത്താനുള്ള അവസരമുണ്ടാകണം. മാറാനുള്ള സമയം വേണം. ഹിറ്റ്ലർ മുഖേന മരിക്കാനിടയായവർക്ക് അയാളുടെ തെറ്റുകൾകൊണ്ട് ഒന്നും സംഭവിച്ചില്ല. അവരുടെ ആത്മാവുകൾ ഭൂമിയിലെ കെട്ടുപാടുകളിൽ നിന്ന് മോചിതമായി. അടച്ചുകെട്ടിയ ഒരു പാത്രം ഉടഞ്ഞ് ജലം അതിന്റെ ആദിമഗേഹത്തിലേക്ക് മടങ്ങുന്ന പോലെ.

'നിങ്ങളുടെ ജീവിതത്തിലെ ഏറ്റവും സന്തോഷകരമായ നിമിഷം അത് അവസാനിക്കന്ന നിമിഷമായിരിക്കും. കാരണം, അതവസാനിക്കുകയല്ല, മനോഹരമായ വഴികളിൽ മുന്നോട്ടു പോവുകയാണ്,

സമാധാനവും അറിവും സന്തോഷവുമായി. അത് നിങ്ങൾക്ക് വിശദീകരിക്കാനും മനസ്സിലാക്കാനും പ്രയാസമായിരിക്കും'.

ഏതൊരു സമയവും വിശുദ്ധമാണ്

ലോകത്ത് എന്തും നടക്കുന്നത് പൂർണ്ണതയോടെയാണ്. ദൈവം ഒരു തെറ്റും ചെയ്യുകയില്ല, ദീർഘകാലത്തിൽ. എല്ലാത്തിലും പരമമായ പൂർണത കാണാനാവുമെങ്കിൽ (നിങ്ങളുമായി ബന്ധമുള്ള കാര്യങ്ങളിലല്ല) , വിയോജിക്കാൻ തോന്നുന്ന കാര്യങ്ങളിലും, എങ്കിൽ നിങ്ങൾക്ക് ജ്ഞാനമുണ്ടെന്നു പറയാം.

ഏതൊരു സമയവും വിശുദ്ധമാണ്. ഏതൊരു മിനിറ്റും പവിത്രമാണ്. അതുകൊണ്ട് സമയത്തിന്റെ പ്രാധാന്യം മനസ്സിലാക്കുക. സമയം പാഴാക്കാതിരിക്കുക. സമയത്തെക്കുറിച്ചുള്ള അവബോധം നമുക്കില്ല. നമ്മുടെ ധാരണ സമയത്തിന്റെ ഒരു വലിയ ഖനി കൈയിലുണ്ടെന്നാണ്. എന്നാൽ ശുദ്ധവും പരിപാവനവുമായ സമയത്തിന് ഉറപ്പുമില്ല. പോൾ ബ്രണ്ടൻ കണ്ടെത്തിയത് ഇതാണ് :നമ്മൾ നൈമിഷികമായ ബോധത്തിലേക്ക് ചിതറിത്തെറിച്ച മനസിന്റെ ശകലങ്ങളാണ്.

മനുഷ്യൻ ദൈവശാസ്ത്രമായി വികസിപ്പിച്ചിട്ടുള്ളത് തെറ്റായ കുറെ കാര്യങ്ങൾ സ്ഥാപിക്കാനുള്ള പദ്ധതിയാണ്. ഭ്രാന്തമായ ബോധമുള്ള ഒരു ദൈവത്തെ വിശദീകരിക്കാൻ വേണ്ടി ഭ്രാന്തുപിടിച്ച മാനവരാശി കണ്ടുപിടിച്ചതാണത്. അങ്ങനെയൊരു ദൈവം നിലനിൽക്കുന്നില്ലല്ലോ.

സംഭവങ്ങളെ പിശാചിന്റെയോ ദൈവത്തിന്റെയോ തലയിൽ വയ്ക്കാൻ നോക്കരുത്. സംഭവങ്ങൾ, അനുഭവങ്ങൾ അതാതിന്റെ തലത്തിൽ മാത്രമാണുള്ളത്. ഒരു പന്ത് തറയിൽ ശക്തിയോടെ എറിഞ്ഞാൽ അതിന്റെ സഞ്ചാരപഥവും പരിണാമവും നിശ്ചയിക്കുന്നത് ദൈവമല്ല ; അവിടെ സൃഷ്ടിക്കപ്പെട്ട ഒരു വ്യവസ്ഥയുടെ ഫലമാണത്. ഓരോ സമയവും അതുല്യമാണ്. നമ്മൾ അതിനെക്കുറിച്ച് എന്ത് ചിന്തിക്കുന്നു എന്നത് പ്രധാനമാണ്. അതിനോട് പ്രതികരിക്കുകയാണല്ലോ ചെയ്യുക. അതാണ് അർത്ഥമുണ്ടാക്കുന്നത്. ബോധത്തിലൂടെ സൃഷ്ടിക്കുന്നതാണ് സംഭവങ്ങളും അവസരങ്ങളും. ബോധമാണ് അനുഭവമുണ്ടാക്കുന്നത്. നിങ്ങൾ ബോധത്തെ ഉണർത്താൻ നോക്കുകയാണ്. നിങ്ങളുടെ ലോകം അതിലെ അവസ്ഥകളും, അവിടെ ജീവിക്കുന്ന എല്ലാവരുടെയും സംയുക്ത ബോധത്തിന്റെ, സാകല്യമായ ബോധത്തിന്റെ പ്രതിഫലനവുമാണ്. ചാറ്റിനും നോക്കുക, പലതും പൂർത്തിയാക്കാതെ അവശേഷിക്കുന്നു എന്നു കാണുകയാണെങ്കിൽ നിങ്ങളിൽ എന്തോ മാറ്റാ

നുള്ള ഊർജം അവശേഷിക്കുന്നു എന്നാണർത്ഥം. നിലവിലുള്ള ലോകം കൊണ്ടു തൃപ്തിപ്പെട്ടാൽ അതിനെ മാറ്റാനാവില്ല. നിങ്ങൾ ദൈവത്തെ കണ്ടെത്തുന്നതിനായി ഈ ലോകത്തെ പരിവർത്തിപ്പിക്കേണ്ടതുണ്ട്. അതിലൂടെ നിങ്ങൾ ആരാണെന്ന് സ്വയം മനസ്സിലാക്കാം.

'ജീവിതം എന്നപോലെ എല്ലാറ്റിനെക്കുറിച്ചുമുള്ള അറിവ് ചാക്രികമാണ്. പ്രപഞ്ചത്തെക്കുറിച്ചുള്ള അറിവ് നിങ്ങളെ സഹായിക്കും, നിങ്ങളുടെയുള്ളിലെ പ്രപഞ്ചത്തെ അറിയാൻ'.

കൂടുതൽ പേരും തൃപ്തി നേടുന്ന ഈ ലോകത്ത് വ്യത്യസ്തതകളെ അംഗീകരിക്കുന്നു, ആദരിക്കുന്നു; എതിർ ശബ്ദങ്ങളെ എതിർത്തു തോല്പിക്കുന്നു. അധികാരമുള്ളവരും അവരെ ആശ്രയിക്കുന്നവരും തൃപ്തരായ ഒരു ലോകത്ത് ശക്തിയുള്ളവർക്ക് മാത്രമേ അതിജീവിക്കാനാവൂ. ശക്തിയാണ് ശരിയെന്ന് വരും. മത്സരം ആവശ്യമാകും. ജയിക്കുന്നതാണ് ഏറ്റവും വലിയ നന്മയെന്നു പറയും.

'ചാക്രികമായാണ് ജീവിതം നീങ്ങുന്നത്. എല്ലാം ചാക്രികമാണ്'.

കൂടുതൽ പേർക്കും തൃപ്തി ലഭിക്കുന്ന ഈ ലോകം തെറ്റുകാരെന്ന് വ്യാഖ്യാനിക്കപ്പെടുന്നവരെ കൊന്നുകളയുന്നു, പട്ടിണിക്കിടന്നു, നശിപ്പിക്കുന്നു. ഉപരിവർഗം ചൂഷണത്തെ ന്യായീകരിക്കുന്നു. ഓരോന്നും ചാക്രികമായി നീങ്ങുന്നു. ജീവിതത്തിന് സ്വാഭാവികമായ ഒരു താളമുണ്ട്. എല്ലാം ആ താളത്തിനനുസരിച്ച് ചലിക്കുകയാണ്. എന്നാൽ സ്വന്തം സമ്പത്ത്, ജീവിത രതി വികസിപ്പിക്കുക എന്ന ലക്ഷ്യത്തോടെ മാത്രം നീങ്ങുന്നവർ ഇത് അലങ്കോലപ്പെടുത്തുന്നു. അവർ കോടിക്കണക്കിനാളുകളെ ചൂഷണം ചെയ്യുന്നു. എല്ലാ പ്രവൃത്തികൾക്കും പിന്തുണ കൊടുക്കുന്നു. ഭൂമിയെ നശിപ്പിക്കാൻ അവർ കൂട്ടുനിൽക്കുകയാണ്. ചെറിയ കാലഘട്ടങ്ങളിലെ നേട്ടങ്ങൾ ദീർഘകാലത്ത് നഷ്ടമായിത്തീരുമെന്ന് അവർ അറിയുന്നില്ല.

സ്ത്രീയിലെ സംഗീതത്തിന്റെ ലയം

'സ്ത്രീകൾക്ക് ജീവിതത്തിൽ താളത്തിനൊത്ത് നീങ്ങാനാവുന്നു, പുരുഷനേക്കാൾ. ആണുങ്ങൾ തിരിമറികൾ നടത്താനും ചെറുക്കാനും ഒഴുക്കിനെ നിയന്ത്രിക്കാനും ശ്രമിക്കുന്നു'.

യാതനകൾ അവസാനിക്കുന്നില്ല. എന്താണ് കാരണം? ലോകത്തെ സംഘടിതമായ ബോധം ഭീഷണിപ്പെടുത്തി നിർത്തിയിരിക്കുകയാണ്, കുറച്ച് ആളുകളുടെ ക്ഷേമത്തിനു വേണ്ടി. വാൽഷിനോടു ദൈവം ഇങ്ങനെ പറഞ്ഞു :The inability to experience the suffering of another as one's own is what allows such suffering to continue. മറ്റൊരുവന്റെ യാതന മനസ്സിലാക്കാൻ കഴിവില്ലാതിരിക്കുന്നതുകൊണ്ട് അത് തുടരുക തന്നെ. വേർപെടുത്തി നിർത്തുന്നത് അസ്വാസ്ഥ്യമുണ്ടാക്കുന്നു. തെറ്റായ ഉൽക്കർഷതയാണ് നല്കുന്നത്. ഒരുമ, ഐക്യം എന്നിവ അകന്നു നിൽക്കുകയാണ്. തെറ്റായ സംഘടിത ബോധമാണ് ഹിറ്റ്ലറെ സൃഷ്ടിക്കുന്നത്.

'സ്ത്രീകൾ ജീവിതത്തെ അതിന്റെ സ്വാഭാവികമായ ഒഴുക്കിൽ അനുഭവിക്കുന്നു. അതിന്റെ രമ്യതയ്ക്കായി ജീവിതത്തെ വാർത്തെടുക്കുന്നു'. സരളവും സംയുക്തവുമായ പ്രകൃതിയാണ് സ്ത്രീയിൽ നിറയുന്നത്. അമിതമായ ശക്തിയോ, കഠിനമായ പ്രതികരണമോ ഇല്ലാതെ തന്നെ സ്ത്രീക്ക് പ്രകൃതിയുടെ താളം പെട്ടെന്ന് മനസ്സിലാക്കാനാവുന്നു. അവളിൽ സൃഷ്ടിയും പരിപാലനവും സജീവമാണ്. അവൾ സകല വികാരങ്ങളുടെയും ഒരു സൃഷ്ടി വ്യവസ്ഥയാണ്. മഹാശക്തികളെ എതിർത്ത് തോല്പിക്കാൻ ശ്രമിക്കാതെ അതിനോട് സ്ത്രൈണമായ ലയം സാധ്യമാക്കുന്നു. സ്ത്രീയിലെ സംഗീതത്തിന്റെ ലയം പ്രപഞ്ച സംഗീതവുമായി ഒത്തു പോവുകയാണ്.

'ഒരു സ്ത്രീ കാറ്റിൽ പൂക്കളുടെ രാഗം ശ്രദ്ധിക്കുന്നു. അദൃശ്യമായതിന്റെ സൗന്ദര്യം, അവൾ കാണുന്നു. ജീവിതത്തിലെ പിടിയും വലിയും ശാഠ്യങ്ങളും അവൾ മനസിലാക്കുന്നു. ഓടേണ്ടത് എപ്പോഴാണെന്ന് അവൾക്കറിയാം. അതുപോലെ വിശ്രമിക്കുന്നതും ചിരിക്കുന്നതും കരയുന്നതും പിടിക്കുന്നതും അയച്ചു കൊടുക്കുന്നതും എപ്പോഴാണെന്ന് അവൾക്കറിയാം. അവൾ പ്രപഞ്ചയുക്തിയെക്കുറിച്ചാണ് എപ്പോഴും ചിന്തിക്കുന്നത്. വാക്കുകൾക്കോ ഭാഷകൾക്കോ വഴങ്ങാത്ത ആ യുക്തി സ്ത്രീയിൽ സ്ത്രൈണതയായി ഒഴുകുന്നു. എല്ലാത്തിന്റെയും യുവത്വവും മൃദുത്വവും ആകർഷകത്വവുമാണ് സ്ത്രീ. ഈ ലോകത്ത് ആകർഷകമായതിനെയെല്ലാം സ്ത്രൈണത എന്ന വിചിത്രരഹസ്യത്തിൽ പ്രകൃതി സമ്മേളനം ചെയ്തിരിക്കുന്നു.

'മിക്കവാറും സ്ത്രീകൾ സ്വന്തം ശരീരത്തെ കാത്തുസൂക്ഷിക്കുന്നു. പുരുഷന്മാർ ശരീരത്തെ ഭീകരമായാണ് സമീപിക്കുന്നത്. ജീവിതത്തോടുള്ള സമീപനത്തിനും ഇത് കാണാം'. സ്ത്രീക്ക് ഭാഷാതീതമായ സാരള്യതയാണുള്ളത്. അതവരുടെ ശരീരത്തിൽ വിലയം പ്രാപിച്ചിരിക്കുകയാണ്. ഒഴുകുന്ന നദിയുടെ അടിയിൽ തെളിഞ്ഞു കാണാവുന്ന ചരൽക്കല്ലുകൾ പോലെ സകലതിനെയും അവൾ ഉള്ളിൽ ദൃശ്യമാക്കുന്നു. അതിനെ ഇളക്കാനോ അസ്ഥിരമാക്കാനോ അവൾ തുനിഞ്ഞേക്കില്ല. ചോദ്യങ്ങൾ ചോദിക്കുന്നതിന് മുമ്പേ ദൈവം ഉത്തരം നല്കിയിരിക്കുന്നു. ഒരു കാലം ഒരിടത്തുമില്ല. എല്ലാം ഒരേസമയത്ത് നിലനിൽക്കുകയാണ്. എല്ലാ സംഭവിക്കുന്നത്

ഒരേ സമയത്താണ്. All things exists simultaneously. എല്ലാം ഈ ലോകത്ത് ഉണ്ടായിരുന്നു. എപ്പോഴുമുണ്ട്, ഉണ്ടായിരിക്കും.

'നിങ്ങൾക്ക് നിങ്ങളിൽ തന്നെ ഒതുങ്ങാനാവില്ല. കാരണം, നിങ്ങൾ പ്രപഞ്ചത്തെ പോലെ അനന്തമാണ്. നിങ്ങളുടെ അനന്തമായ ആത്മാവിനെക്കുറിച്ച് ഒരാശയം കണ്ടുപിടിക്കാനാവും, ഭാവനയിലൂടെ'.

കാലത്തെക്കുറിച്ചുള്ള ശരിയായ ധാരണ ഉണ്ടാകണമെന്നാണ് ഉദ്ബോധനം. എങ്കിൽ സമാധാനത്തോടെ ജീവിക്കാം; നമ്മുടെ ആപേക്ഷികതയുടെ യാഥാർത്ഥ്യത്തിനുള്ളിൽ. അവിടെ കാലം ഒരു ചലനമാണ്. അവിടെ ഒരു നിമിഷമേയുള്ളൂ. ഒരൊഴുക്കാണത്, സ്ഥിരമായതല്ല. It is you who are moving, no time. നമ്മളാണ് ചലിക്കുന്നത്, കാലമല്ല. കാലത്തിനു ചലനമില്ല. ഒരേയൊരു നിമിഷമേയുള്ളു. ഇതാണ് നിങ്ങളെ അറിയാനുള്ള മാർഗം. നമ്മുടെ കൈയിൽ ഉള്ളത് മാറുന്ന ഒരു നിമിഷമാണ്. ഭൂതകാലം നഷ്ടപ്പെട്ടു. ഭാവി അനിശ്ചിതമാണ്. വർത്തമാനമാകട്ടെ അതിവേഗം കൊഴിയുകയാണ്.

'അതിർത്തികളില്ലാത്ത നിങ്ങൾ ഒരിടത്തും നിലനിൽക്കുന്നില്ല. കാരണം, ആത്മാവ് എല്ലായിടത്തുമുണ്ട്. അത് എല്ലായിടത്തുമുണ്ടെങ്കിൽ അത് എവിടെയും ഭൗതികമായില്ല. കാലം നിലനിൽക്കുന്നില്ല, നിങ്ങളുടെ മനസ്സിന്റെ നിർമ്മിതി എന്ന നിലയിലല്ലാതെ. സംഭവിച്ചതെല്ലാം, ഇനി സംഭവിക്കാൻ പോകുന്നതും, ഇപ്പോൾ സംഭവിക്കുകയാണ്'

ഇതു മനസ്സിലാക്കാനുള്ള സിദ്ധി മാനസിക ഘടനയെ ആശ്രയിച്ചിരിക്കുന്നു. മനുഷ്യനു അതറിയാനുള്ള കഴിവുണ്ട്. ദൈവം അത് സാക്ഷ്യപ്പെടുത്തുന്നു:

'നിങ്ങളൊരു ദിവ്യജീവിയാണ്, ഒരേ സമയത്ത് തന്നെ ഒന്നിൽ കൂടുതൽ അനുഭവങ്ങൾ ഉൾക്കൊള്ളാനാവും. നിങ്ങളുടെ മനസ്സിനെ എത്ര വ്യക്തികളായും വിഭജിക്കാൻ കഴിയും'.

സെക്സ് എന്താണ്?

ദിവ്യമായ അതിശയങ്ങൾ എല്ലാ വ്യക്തികളിലും നിലീനമാണ്. ഒരേ ജീവിതം വീണ്ടും വീണ്ടും ജീവിക്കാനാവും, വിവിധ രീതികളിൽ. വിവിധ കാലങ്ങളിൽ വിവിധ ജീവിതങ്ങൾ ജീവിക്കാനും നിങ്ങൾക്കാവും. നമ്മൾ രേഖീയമായ യാഥാർത്ഥ്യത്തിൽ മാത്രം ജീവിക്കുന്നതുകൊണ്ടാണ് ഭൂതകാലം, വർത്തമാനകാലം, ഭാവികാലം എന്നിങ്ങനെയുള്ള അനുഭവങ്ങൾ ഉണ്ടാകുന്നത്. നിങ്ങൾക്ക് ഒരു ജീവിതമാണുള്ളതെന്ന് ഭാവന ചെയ്യുക ;അല്ലെങ്കിൽ പലതുണ്ടെന്ന്. പക്ഷേ, ഒരു സമയത്ത് ഒരു ജീവിതമേയുണ്ടാകൂ. 'ദൈവത്തിനു അസാധ്യ

മായ ഒരേയൊരു കാര്യമുണ്ട് - ദൈവമല്ലാതിരിക്കുക എന്നതാണത്. ദൈവത്തിനു അതല്ലാതായിരിക്കാനാവില്ല. ദൈവത്തെ പോലെയല്ലാതെ അതിനു നിലനില്പില്ല. ദൈവമല്ലാതെ അതിനു നിലനില്പില്ല. ഞാൻ എല്ലായിടത്തുമുണ്ട്. അതുകൊണ്ട് എവിടെയുമില്ല. ഒരിടത്തല്ലാത്തതിനാൽ ഞാൻ എവിടെയാ? '. ഈ നിമിഷം പാഴാക്കരുത്. ഇത് അസുലഭമായ ഒരു നിമിഷമാണ്. ജീവിതത്തിന്റെ എല്ലാ രഹസ്യങ്ങളും അനാവരണം ചെയ്യാൻ ഈ നിമിഷത്തിനാവും. നമ്മൾ ആരാണെന്ന് തീരുമാനിക്കുന്നിടത്താണ് നമ്മളെ ബാധിക്കുന്ന സത്യങ്ങൾ വേർതിരിക്കപ്പെടുന്നത്. നമ്മുടെ മൂല്യങ്ങളും അങ്ങനെതന്നെ. പാപത്തിൽ നിന്നു സന്തോഷം ലഭിക്കുകയാണെങ്കിൽ ആ മൂല്യമായിരിക്കും പ്രാബല്യം നേടുക.

'നല്ലത്, ചീത്ത തുടങ്ങിയ കാഴ്ചപ്പാടുകൾ മാറിക്കൊണ്ടിരിക്കുകയാണ്, എപ്പോഴും. വിവിധ സംസ്കാരങ്ങളിൽ, കാലങ്ങളിൽ, മതങ്ങളിൽ, ഇടങ്ങളിൽ അത് തന്നെ സംഭവിച്ചിട്ടുണ്ട്. കുടുംബങ്ങളിലും വ്യക്തികൾക്കിടയിലും ഇതു സംഭവിക്കുന്നു. ഒരു കാലത്ത് ആളുകൾ ശരിയാണെന്ന് വിശ്വസിച്ചിരുന്ന ആചാരങ്ങൾ ഇന്ന് അങ്ങനെയല്ല'. ഭൂതകാലത്തെക്കുറിച്ചോ, ഭാവിജീവിതത്തെക്കുറിച്ചോ, നിങ്ങൾക്ക് ലഭിക്കുന്ന സന്ദേശങ്ങളെ എങ്ങനെ വിശുദ്ധമായ ആത്മാവിന്റെ അറിവിനും സൃഷ്ടിക്കും പുനർജീവനത്തിനും ആവിഷ്കാരത്തിനും അനുഭവത്തിനുമായി ഉപയോഗിക്കാമെന്ന് ആലോചിക്കുക. എല്ലാവരും എല്ലാം സൃഷ്ടിക്കുകയാണ്. എല്ലാ അനുഭവങ്ങളും നമ്മളിലുണ്ട്. അതുകൊണ്ട് നമ്മൾ എല്ലാവരും ഒന്നാണ്. നമ്മുടെ ഏകത -There is only one of us.

സെക്സ് എന്താണ്? ദൈവത്തിന്റെ വിശദീകരണം : ആകർഷണത്തിന്റെ അനശ്വരമായ പ്രകൃതിയാണത്. ജീവിതത്തെ നിറയ്ക്കുന്ന ഊർജത്തിന്റെ താളമാണത്. എല്ലാ വസ്തുക്കളിലും ദൈവം ഒരു ഊർജ്ജം സന്നിവേശിപ്പിച്ചിട്ടുണ്ട്. അതിന്റെ സിഗ്നലുകൾ പ്രപഞ്ചമാകെ പരക്കുകയാണ്. ഏതൊരു മനുഷ്യനും മൃഗത്തിനും സസ്യത്തിനും കല്ലിനും മരത്തിനും - ഏതൊരു ഭൗതിക വസ്തുവിനും - ഇതു ബാധകമാണ്. ഈ വസ്തുക്കൾ ഊർജം പുറത്തു വിടുന്നു; റേഡിയോ ട്രാൻസ്മിറ്റർ പോലെ. നിങ്ങൾ ഇപ്പോൾ ഊർജം പ്രവഹിപ്പിക്കുന്നു, നിങ്ങളുടെ അസ്തിത്വത്തിന്റെ കേന്ദ്രത്തിൽ നിന്ന് എല്ലാ ദിശകളിലേക്കും. ഈ ഊർജം തരംഗങ്ങളായി മുന്നോട്ടു കുതിക്കുന്നു. ഊർജം നിങ്ങളെ വിട്ടു ഭിത്തികളിലൂടെയും മലകളിലൂടെയും ചന്ദ്രനിലൂടെയും കടന്നു പോകുന്നു. അതവസാനിക്കുന്നില്ല. നിങ്ങളുടെ എല്ലാ ചിന്തകളും ഈ ഊർജത്തെ സ്വാധീനിക്കുന്നു.

നിങ്ങൾ ചെയ്യുന്നതെന്തും ഇതിനെ ബാധിക്കും.

'ദൈവം പറഞ്ഞു :നിങ്ങൾ ചിന്തിക്കുന്നുണ്ടോ ഭൂമിയിലെ ജീവിതം സ്വർഗ്ഗത്തിലെ ജീവിതത്തേക്കാൾ നല്ലതാണെന്ന്.? നിങ്ങളുടെ മരണസമയത്ത് ഏറ്റവും വലിയ സ്വാതന്ത്ര്യവും സമാധാനവും സന്തോഷവും പ്രേമവും മനസിലാക്കും'. നിങ്ങളുടെ എതിർവശത്ത് നിൽക്കുന്ന വ്യക്തിയും ഇതുപോലെ ഊർജം പ്രവഹിപ്പിക്കുന്നു. നിങ്ങൾക്കിടയിൽ നിറയെ ഊർജമാണ്. നിങ്ങളുടെ രണ്ടുപേരുടെയും ഊർജകണങ്ങൾ കെട്ടുപിണയുന്നു. നിങ്ങൾ ആഗ്രഹിക്കുന്നിടത്ത് മാത്രമേ സൗന്ദര്യം കാണൂ. വൃത്തികേടും അതുപോലെതന്നെ. ഓരോ വ്യക്തിയും തൊടുക്കുന്ന ഊർജം അന്തരീക്ഷത്തിൽ കെട്ടു പിണഞ്ഞ് മറ്റൊരു ഊർജമേഖല രൂപപ്പെടുത്തുന്നു. ഈ ഊർജ ശ്രംഖലകൾ അസംഖ്യമാണ്. അത് പരസ്പരം ആകർഷിക്കപ്പെടുന്നു. ഇതാണ് ആകർഷണനിയമം -Law of Attraction. ചിന്തകൾ ചിന്തകളെ ആകർഷിക്കുന്നു. ധാരാളം പേർ ഒരുപോലെ ചിന്തിക്കുമ്പോൾ അതിനു കനം കൂടുന്നു. കൂട്ട പ്രാർഥനകൾക്ക് ശക്തി കൂടുതലാണ്. ആഗോളാടിസ്ഥാനത്തിൽ ഭയത്തെയും കോപത്തെയും പുൽകുന്ന ബോധം നിലനിൽക്കുകയാണെങ്കിൽ അതിന്റെ പ്രത്യക്ഷാനുഭവങ്ങൾ ഉണ്ടാകും.

'നിങ്ങൾ ഇവിടെ ജനിച്ചത് എന്തെങ്കിലും പഠിക്കാനല്ല; ജീവിതം ഒരു പാഠശാലയല്ല. ഇവിടെ നിങ്ങളുടെ ജീവിതലക്ഷ്യം പഠനമല്ല. ഇത് ഓർക്കണം. വിശാലമായ ചിന്തയിൽ, ജീവിതം പല കാരണങ്ങളാൽ വെട്ടിച്ചുരുക്കപ്പെടുകയാണ്'. ഊർജത്താൽ ആകർഷിക്കപ്പെടുകയും വേർപെടുത്തപ്പെടുകയുമാണ് എപ്പോഴും സംഭവിക്കുന്നത്. ഇതാണ് ജീവിതത്തിലെ നൃത്തം. ജീവിതം ഇതിൽ തന്നെയാണ്. ഇതിൽനിന്ന് പുതിയ അനുഭവങ്ങൾ ഉണ്ടാകുന്നു. ആകർഷണങ്ങൾ വിവിധ തലങ്ങളിൽ മുന്നേറുന്നതുകൊണ്ടാണ് വികർഷണമുണ്ടാകുന്നത് ; ഋതുക്കളുണ്ടാകുന്നത്, നക്ഷത്രങ്ങൾ സഞ്ചരിക്കുന്നത്... എല്ലാം ഇങ്ങനെയാണ്.

ഇരുട്ടിലേക്കുള്ള വെളിച്ചമാകുക

'ദൈവം അനുവദിച്ചില്ലെങ്കിൽ നിങ്ങൾക്ക് ഒരു ചൂണ്ടുവിരൽ പോലും അനക്കാനാവില്ല'. ഇരുട്ടിന്റെ അഭാവത്തിൽ വെളിച്ചമില്ല. ചെറുതിന്റെ അഭാവത്തിൽ വലുതില്ല. വേഗത്തിന്റെ അഭാവത്തിൽ മന്ദതയില്ല. ദുഷിച്ചത് എന്ന് നിങ്ങൾ വിളിക്കുന്നത് ഇല്ലെങ്കിൽ നല്ലതുമില്ല. അതുകൊണ്ട് യാതൊന്നിനെയും വിധിക്കാതിരിക്കുക. ഇരുട്ടിലേക്കുള്ള വെളിച്ചമാകുക. നിങ്ങൾക്കുള്ളത് സ്വയം പ്രഖ്യാപിക്കാം. സ്വയം നിറയ്ക്കാം. നിങ്ങൾ യഥാർത്ഥത്തിൽ ആരാണെന്ന്

അറിയുക. മറ്റുള്ളവരെയും നിങ്ങൾ അങ്ങനെ സമീപിക്കുക. പ്രാപഞ്ചിക ലോകങ്ങളിലെല്ലാം ബോധേന്ദ്രിയങ്ങളുടെ ജീവികളുണ്ട്. അതിനെല്ലാം അവയുടെ യഥാർത്ഥ പ്രകൃതിയും തനിമയും പ്രകടിപ്പിക്കാനുള്ള ആഗ്രഹമുണ്ട്.

'ദൈവം പറഞ്ഞു: ഒരസുഖം മൂലം മരിക്കേണ്ടി വരുന്നത് 'തെറ്റാ'ണെന്ന് പറയാനൊക്കുമോ? 'പ്രാപഞ്ചിക ഉണ്മയുമായി ബന്ധം സ്ഥാപിച്ചിട്ടുള്ള വ്യക്തികളുണ്ട്. അവർ ഒരിക്കലും ആക്രമണത്തിന് കൂട്ടുനിൽക്കുന്നില്ല. അവർ സ്നേഹത്തിന്റെ ഭാഷയാണ് തേടുന്നത്. കാരണം, പ്രപഞ്ചത്തിലെ പരമമായ ഊർജം അതു തന്നെയാണ്. അവരെ Highly evolved beings എന്ന് വാൽഷ് വിളിക്കുന്നു. അവർക്ക് ചിന്തയിലോ പ്രവൃത്തിയിലോ അക്രമമില്ല. ഒരു ജീവിയെയും വേദനിപ്പിക്കുന്നതിനോട് അവർ യോജിക്കുന്നില്ല. അവരുടെ യാഥാർത്ഥ്യങ്ങളിൽ ആക്രമമില്ല. അവർക്ക് ദയയുള്ളവരായതുകൊണ്ട് ഒന്നും നഷ്ടപ്പെടാനില്ലെന്ന് മനസ്സിലാവുന്നു. ഓരോ നിമിഷവും നിസ്വാർത്ഥമാവുകയും ത്യജിക്കുകയും ചെയ്യുകയാണ്.

'എന്തുകൊണ്ടാണ് ചിലതെല്ലാം സംഭവിക്കുന്നതെന്ന്, ദൈവത്തിന്റെ മനസ്സിലേക്ക് കയറിയിരുന്ന് നമുക്ക് കാണാനൊക്കില്ല. അത് നമ്മൾ തിരയേണ്ടതില്ല'. ജീവിതമല്ലാതെ മറ്റൊരു മൂല്യമില്ല. അതാണ് നഷ്ടപ്പെടുത്തി കളയുന്നതെന്ന് അവർ അറിയുന്നു. സ്വന്തം ദൈവികത തിരിച്ചറിയുക എന്ന അനുഭവത്തിന് പിന്നാലെയാണ് അവർ സഞ്ചരിക്കുന്നത്. അതുകൊണ്ട് ആ വഴിയിൽ വേറൊന്നുമില്ല. സാക്ഷാത്കരിക്കേണ്ട ആഗ്രഹമുണ്ടെന്ന് നിങ്ങൾക്ക് തോന്നുന്നതാണ് എല്ലാ യാതനയുടെയും കാരണം. അക്രമത്തിന് കാരണം ഈ യാതനയാണ്. യാതനയെ ഉന്മൂലനം ചെയ്യുക; അതോടെ അക്രമം ഇല്ലാതാവും.

ആഗ്രഹങ്ങൾ നമ്മുടെ ഉൺമയെ തകർക്കുകയാണ് എപ്പോഴും. അതിൽ നിന്ന് രക്ഷ നേടുന്നതാണ് ദൈവികതയിലേക്കുള്ള വഴി. ആഗ്രഹങ്ങൾ പീഡയാകുമ്പോൾ അത് എല്ലാത്തിനും എതിരാകുന്നു. അതിന് അക്രമസ്വഭാവമുണ്ടാകുന്നു. ജീവിതം അനശ്വരമാണെന്ന് അറിഞ്ഞാൽ, അനുഭവിക്കാൻ ആഗ്രഹിക്കുന്ന എല്ലാത്തിനും അനശ്വരതയുണ്ടാകും. ഭൂതകാലത്തിലെ നല്ല അനുഭവങ്ങളെ പുന:സൃഷ്ടിക്കാനാവും. നിങ്ങൾക്ക് വളരെ കുറച്ചു സമയമേ ഉള്ളൂ എന്ന് കരുതുന്നുവെങ്കിൽ നിങ്ങൾ സകല സമാധാനവും ഉപേക്ഷിച്ച് ആഗ്രഹിച്ചത് നടപ്പിലാക്കാൻ ഓടിത്തുടങ്ങും.

ബോധേന്ദ്രിയങ്ങളുള്ള ഏതു ജീവിക്കും ജീവിതം അനശ്വരമായ അനുഭവമാണ്. ഇത് എല്ലാവർക്കും ബോധ്യപ്പെടുന്നില്ല. വൈകാരി

കമായ യാഥാർത്ഥ്യത്തിന് അപ്പുറമാണിത്. ഭൗതിക യാഥാർത്ഥ്യത്തിനു അനശ്വരതയല്ല.

'എന്റെ താൽപര്യപ്രകാരം നിങ്ങൾ ശിക്ഷിക്കപ്പെടുന്നതിനു കാരണം ഇതാണ്: നിങ്ങൾ എന്തായി തീരണമോ, അത് നിങ്ങൾ തിരഞ്ഞെടുക്കാതിരിക്കുമ്പോൾ സംഭവിക്കുന്നതാണത് '. അക്രമം അവസാനിപ്പിക്കാനുള്ള വഴി ഇതാണ്: വേർപെട്ട് ജീവിക്കുന്നതിൽ ഇന്ന് മാനവരാശി കാണിക്കുന്ന അഗാധമായ വിശ്വാസത്തിൽ നിന്ന് മാറി നിൽക്കുക. വേർപെടാനുള്ള കാരണങ്ങൾ തിരയുന്നത് നവനഗര കേന്ദ്രീകൃത ജീവിതത്തിന്റെ ഉപോൽപ്പന്നമാണ്. ഓരോരുത്തരും അവരവരുടെ സംതൃപ്തിയും സ്വകാര്യതയും വ്യക്തിത്വവും ആത്മരതിയും സ്വാഭിമാനവും വളരെ വലുതാണെന്ന് ചിന്തിക്കുന്നു. താൻ കൂട്ടത്തിലല്ല ഒറ്റയ്ക്കാണെന്ന് എപ്പോഴും സ്വയം വിശ്വസിപ്പിക്കുന്നു. ഇത് ഒറ്റപ്പെടലിന്റെ സംഘർഷവും രോഗവുമായി പരിണമിക്കുന്നു. ആരോടും കൂടിച്ചേരാനാവാതെ വരുമ്പോൾ സംവാദങ്ങൾ ഇല്ലാതാവുന്നു. പിന്നെ അവശേഷിക്കുന്നത് ആത്മഹത്യയാണ്. മുൻകാലങ്ങളിൽ ചെയ്ത തെറ്റിനെക്കുറിച്ച് ചിന്തിച്ച് പിൻവാങ്ങുന്നവരുണ്ട്. അവർ എപ്പോഴും കുറ്റബോധവുമായി നടക്കുന്നു. അപൂർണ്ണതയെക്കുറിച്ചുള്ള ഈ ബോധം നൂറ്റാണ്ടുകളായി മതപ്രചാരകന്മാർ കൊണ്ടുവന്നതാണ്. അത് നിങ്ങളെയും സ്വാധീനിച്ചിരിക്കുന്നു. യഥാർത്ഥ പാപം നിങ്ങളുടേതല്ല. ആദ്യത്തെ പാപം നിങ്ങളിലേക്ക് കടത്തിവിട്ടത് ഈ ലോകമാണ്. അതിനു ദൈവത്തെക്കുറിച്ച് ഒന്നുമറിയില്ലായിരുന്നു. ദൈവം എന്തിനെയെങ്കിലും അപൂർണമായി സൃഷ്ടിക്കുമോ? ആഗ്രഹിക്കുന്ന കാര്യങ്ങൾക്ക് വേണ്ടി നിങ്ങൾ സ്വതന്ത്രനാണോ? മനുഷ്യർക്ക് പ്രേമവും പരാജയപ്പെടാൻ ഒരു കാരണമാണ്. എന്തുകൊണ്ടു പരാജയപ്പെടുന്നു? തെറ്റായ ഒരു കാരണത്തിന്റെ പേരിലാണ് അവർ ബന്ധത്തിലേക്ക് വന്നത്. തെറ്റ് എന്ന് പറയുന്നത് അപേക്ഷികമാണെങ്കിലും ആ പ്രേമത്തിന്റെ കാരണം അവരുടെ അതിജീവനത്തിന് ഇണങ്ങുന്നതായിരുന്നില്ല. എന്തെങ്കിലും ഭൗതികമായ നേട്ടം മാത്രമാണ് പ്രേമത്തിന്റെ പിന്നിലെങ്കിൽ അതിന്റെ വഴിയടയും. എന്നാൽ പ്രേമത്തിലേക്ക് നമുക്ക് എന്ത് നല്കാനാവും എന്നാണ് നോക്കേണ്ടത്.

'ജീവിതത്തിൽ അവിശ്വസനീയമായ വിധം താൻ സ്വാർത്ഥനായിരുന്നിട്ടുണ്ട്. മറ്റുള്ളവർക്ക് എന്ത് സംഭവിക്കുമെന്ന് നോക്കാതെ, വാൽഷ് പറയുന്നു. ദൈവം പറഞ്ഞു: അതിലൊരു തെറ്റുമില്ല, നിങ്ങൾക്ക് സന്തോഷമുള്ള കാര്യങ്ങൾ ചെയ്യുന്നതിൽ. നിങ്ങളുമായി നിങ്ങൾ മൃദുലമായ ബന്ധത്തിലായിരിക്കണം. നിങ്ങൾ സ്വയം

വിലയിരുത്താൻ പോകണ്ട. മറ്റുള്ളവർ എന്തുപറയുന്നുവെന്ന് കരുതിയിരുന്നാൽ നിങ്ങൾ മറ്റുള്ളവരുടെ അധീനതയിലുള്ള ഒരാളായി തുടരും. ഒരു ബന്ധത്തിന്റെ ഉദ്ദേശ്യം എന്തായിരിക്കണം? വ്യക്തിത്വത്തിൽ നിങ്ങൾ കാണാനാഗ്രഹിക്കുന്ന ഘടകങ്ങൾ അപരനു കാണിച്ചുകൊടുക്കാനാകണം. അപരന്റെ വ്യക്തിത്വത്തിലെ ഘടകം കീഴടക്കാനാവരുത്. ബന്ധങ്ങൾക്ക് ഒരു ലക്ഷ്യമേ ഉണ്ടാവാൻ പാടുള്ളൂ, ജീവിതത്തിനും ;നിങ്ങൾ ശരിക്കും ആരാണെന്ന് തീരുമാനിക്കാനും അങ്ങനെ ആയിരിക്കാനും.

ഉള്ളിലുള്ള റഡാർ

വാൽഷ് ചൂണ്ടിക്കാട്ടുന്ന സ്പിരിച്വൽ ഗെയിം (Spiritual Game) ഇതാണ്: 'ദൈവത്തിനോടുള്ള സാമ്യതയിലും പ്രതിഛായയിലും നിങ്ങൾ സ്വന്തം ജീവാത്മാവിനെ സൃഷ്ടിക്കുക. ഓരോ നിമിഷത്തിലും ഇതാണ് ചെയ്യേണ്ടത്. ഇത് പരമബോധമാണ്. ജീവിതത്തിൽ നിങ്ങൾ സുരക്ഷിതരാണെന്ന ചിന്ത ലഭിക്കുന്നതും ഈ പ്രക്രിയയുടെ അടിസ്ഥാനത്തിലായിരിക്കും. നിങ്ങൾക്ക് മറ്റുള്ളവരെ നിന്ദിക്കാനും തോന്നുകയില്ല. അവരെ ഇതേ പാതയിലെത്തിക്കാൻ സഹായിക്കുകയാണ് പ്രധാനം.

'നിങ്ങൾ പഠിപ്പിക്കുന്നത് നിങ്ങൾ പഠിക്കാനാഗ്രഹിക്കുന്ന കാര്യങ്ങളാണ്. പൂർണതയെക്കുറിച്ച് സംസാരിക്കാൻ പൂർണത നേടണമെന്നില്ല. നൈപുണ്യത്തെക്കുറിച്ച് സംസാരിക്കാൻ നൈപുണ്യം നേടണമെന്നില്ല'. ദൈവത്തെ വേണ്ടെന്ന് മനസ്സിലാക്കുന്ന സമയമാണ് ദൈവത്തിന്റെ മഹനീയമായ നിമിഷം. എല്ലാത്തിന്റെയും വൈപരീത്യം ((Antithesis) ഇതാണ്. നിങ്ങളോട് പല പുരോഹിതന്മാരും പറഞ്ഞിട്ടുണ്ടാകും ദേഷ്യമുള്ള, അസൂയയുള്ള, നിറയെ ആവശ്യങ്ങളുള്ള ഒരു ദൈവത്തെക്കുറിച്ച്. അതൊക്കെ തെറ്റാണ്. ആരായിരിക്കണം ശരിയായ ഗുരു? കൂടുതൽ ശിഷ്യന്മാരെ സൃഷ്ടിക്കുന്നയാളല്ല; കൂടുതൽ ഗുരുക്കന്മാരെ സൃഷ്ടിക്കാൻ കഴിവുള്ളയാളാണ്. ഒരു നല്ല നേതാവ് കൂടുതൽ അനുയായികളെയല്ല സൃഷ്ടിക്കുന്നത്, നേതാക്കളെയാണ്. നല്ല രാജാവ് കൂടുതൽ പ്രജകളുടെയാളല്ല, രാജകീയതലേക്ക് കൂടുതൽ പേരെ നയിക്കുന്നവനാണ്. കൂടുതൽ അറിവുള്ളവനല്ല ഒരു നല്ല അധ്യാപകൻ ; ധാരാളം പേർക്ക് കൂടുതൽ അറിവുണ്ടാകാൻ കാരണക്കാരനായവനാണ്. ഒരു യഥാർത്ഥ ദൈവം കൂടുതൽ ഭൃത്യന്മാരുടെ ആളാകണമെന്നില്ല; കൂടുതൽ പേരെ നന്നായി സേവിക്കുന്നവനാണ്. അങ്ങനെ അവരെ ദൈവങ്ങളാക്കുന്നു (Serves the most, thereby making Gods of all others)

അപരാധവും ഭയവുമാണ് മനുഷ്യന്റെ ശത്രുക്കൾ. മനുഷ്യൻ മറ്റുള്ളവരെ ഭയക്കുന്നു. അതുകൊണ്ട് അവൻ പിൻവാങ്ങുന്നു. വലിയ പ്രതീക്ഷകൾ ബന്ധങ്ങൾക്ക് പോറലേൽപ്പിക്കുന്നു. നമ്മളിലുള്ളത് മറ്റുള്ളവരിലും തേടാൻ ശ്രമിക്കരുത്. മറ്റുള്ളവരെ അവരായി കാണുകയാണ് നല്ലത്. അവർ സ്വയം കാണാനും യാഥാർത്ഥത്തിൽ എന്താണെന്ന് മനസ്സിലാക്കാനും ശ്രമിക്കുന്നിടത്താണ് മറ്റൊരു മൂല്യമുള്ള ബന്ധം ഉണ്ടാകുന്നത്. അതിന്റെ ദുർഘടപാതകളെ തരണം ചെയ്യാൻ ഉള്ളിലെ ഏറ്റവും ഉച്ചത്തിലുള്ള ശബ്ദം ശ്രവിക്കുക. അത് എന്റെ ശബ്ദമാണ്. ഓരോന്നും ശരിയോ തെറ്റോ എന്ന് അത് പറഞ്ഞു തരും. അത് ഒരു റഡാർ പോലെയാണ്. സഞ്ചാരവഴിയെ അത് നിയന്ത്രിക്കും.

'അപരാധത്തിലൂടെ നമുക്ക് വളരാനൊക്കില്ല. നിങ്ങളുടെ ശരീരത്തിൽ നിങ്ങൾ അപരാധിയാണെങ്കിൽ അതുകൊണ്ട് ഒന്നും തന്നെ സൃഷ്ടിക്കാനാവില്ല. നിങ്ങളുടെ ആത്മാവാണ് സൃഷ്ടിക്കുന്നത്. ശരീരം ആത്മാവിന്റെ ഉപകരണമാണ്. ആത്മശക്തിയിലാണ് ശരീരം ചലിക്കുന്നത്. അറിവാണ് നിങ്ങൾ തേടുന്നത്. അറിവ് അപരാധമല്ല. പ്രേമം ഭയവുമല്ല'. അറിവ് ആത്മാവിന്റെ സ്വയം ബോധ്യമാണ്. അവിടെ അപരാധമില്ല. നിങ്ങൾക്കത് അന്വേഷിക്കേണ്ടതുണ്ട്. എങ്കിലേ കണ്ടെത്താനാവൂ. യാദൃശ്ചികമായ കൂട്ടിമുട്ടലുകൾ പ്രപഞ്ചത്തിലില്ല. ആധുനിക സർക്കാരുകൾക്കും രാഷ്ട്രീയ പാർട്ടികൾക്കും സ്വീകരിക്കാവുന്ന ഒരു തത്ത്വം വാൽഷ് തന്റെ ഗ്രന്ഥത്തിൽ വിവരിക്കുന്നുണ്ട്. ദൈവത്തെ നിങ്ങളിൽ നിന്ന് വേർപെട്ട ഒരാളായി കാണാതിരിക്കുക. നിങ്ങൾക്കിടയിൽ ഭിന്നതയില്ല. എല്ലാം അന്തരികമായി ബന്ധിപ്പിക്കപ്പെട്ടതാണ്. വേർപെട്ടതായി ഒന്നും ഈ ലോകത്തില്ല. ജീവിതത്തിന്റെ നൂലിഴകൾ കൊണ്ട്, നശിപ്പിക്കാനാവാത്ത വിധം എല്ലാം പരസ്പരം നെയ്ത് ചേർക്കപ്പെട്ടതാണ്. ഇതാണ് മാനവവംശത്തിന് രക്ഷപ്പെടാനുള്ള വഴി.

'ജീവിതം ഒരു ദ്വന്ദ്വമാണ്. ദൈവത്തിന്റെ തത്ത്വവും ദ്വന്ദ്വമാണ്. ഒരനുഭവത്തിൽ തന്നെ പ്രത്യക്ഷത്തിൽ പരസ്പര വിരുദ്ധമായ സത്യങ്ങൾ നിലനിൽക്കുന്നു. ഒരേ കാലത്തും ഒരേ സ്ഥലത്തും അത് നിലനിൽക്കുന്നു'.

മരണം നിങ്ങളെ എന്താണ് ബോധ്യപ്പെടുത്തുന്നത്? എന്താണോ യഥാർത്ഥമായുള്ളത് അതാണ് ജീവിതമെന്നാണ്. ജീവിതം എന്താണ് പഠിപ്പിക്കുന്നത്? ഒഴിവാക്കാനാവാത്തത് എന്താണോ അത് മരണമല്ല; എന്നാൽ അത് അസ്ഥിരതയാണ്. ഒന്നും സ്ഥിരമായിട്ടുള്ളതല്ല. എല്ലാം മാറുകയാണ്, ഓരോ നിമിഷത്തിലും.

സ്ഥിരത എന്ന ആശയം തന്നെ അസ്ഥിരതയിൽ നിലനിൽക്കുക യാണ്. അതുകൊണ്ട് സ്ഥിരതയും അസ്ഥിരമാണ്. ഇതാണ് ശാശ്വത തത്ത്വം. ഇതാണ് ധർമ്മം, ബുദ്ധൻ.

കുപ്പിയിലടച്ച ഭൂതം

'ഞാനും നീയും വേർപെട്ടു നിൽക്കുന്നു എന്നതാണ് ആ ദ്വന്ദം. അതേസമയം നീയും ഞാനും ഒന്നാണ്. നീയും മറ്റുള്ളവരുമായു ള്ള ബന്ധത്തിലും വ്യക്തമായ ഈ വൈരുദ്ധ്യം നിലനിൽക്കുന്നു'. പണവും വിജയവും ഉണ്ടാകണമെന്ന് ആഗ്രഹിക്കാത്തവരില്ല. എന്താണ് ദൈവം പറയുന്നത്? 'പ്രപഞ്ചത്തിൽ ഇക്കാര്യത്തിൽ ഒരു തിരഞ്ഞെടുപ്പില്ല. അതിനെക്കുറിച്ച് നിങ്ങൾക്കുള്ള ശരിയായ ബോധത്തിലേക്ക് നിങ്ങളെ കൊണ്ടുവരുക മാത്രമാണ് ചെയ്യുന്നത്. നിങ്ങൾ വിജയം വേണമെന്നു ആഗ്രഹിക്കുന്നു. നിങ്ങൾ അറിയുക, സർഗാത്മകമായ സിദ്ധി എന്നു പറയുന്നത് ഒരു കുപ്പിയിൽ അടച്ച ഭൂതമാണ്. വാക്കുകളാണ് അതിനെ നിയന്ത്രിക്കാനുള്ള ശക്തി. ഞാൻ എന്ന വാക്ക് ശക്തമാണ്. 'ഞാൻ ആകുന്നു ' എന്ന് പറയു മ്പോൾ അത് ആജ്ഞയ്ക്കുള്ള വാക്കുകളാണ്. മനുഷ്യജീവിത ത്തിൽ നമ്മൾ നമുക്ക് വേണ്ടി ഏറ്റവും പ്രധാനമായി തിരഞ്ഞെ ടുക്കുന്നത് അപരന്റെയും മികച്ച തിരഞ്ഞെടുപ്പുമായിരിക്കണം. അതുകൊണ്ട് നിങ്ങൾക്ക് മാത്രം ഏറ്റവും നല്ലത് തിരയുന്നതിലാണ് തെറ്റുള്ളത്. എന്താണ് നല്ലതെന്ന് അറിയാത്തതും പിഴവാണ്.

'ഞാൻ' എന്നതിനെ തുടർന്ന് എന്തു വാക്ക് വരുന്നുവോ അതിന നുസരിച്ച് മാറ്റമുണ്ടാകുന്നു. മറ്റൊന്നും സൃഷ്ടിക്കാനാവില്ല. വാക്കു കൾക്ക് ശക്തിയുണ്ട്. നിങ്ങൾ വിജയവും പണവും വേണമെന്ന് ആഗ്രഹിക്കുകയാണെങ്കിൽ ചിന്തയും പ്രവൃത്തിയും വാക്കും അതി നനുസരിച്ച് നീങ്ങാൻ തുടങ്ങും. തീർച്ചയായും അത് ലഭിച്ചിരിക്കും. കോപത്തിലോ സംഘർഷത്തിലോ ഇരുന്നുകൊണ്ട് ഇങ്ങനെ ആഗ്ര ഹിച്ചാൽ ഫലമുണ്ടാവില്ല. അപ്പോൾ ചിന്തകൾക്ക് യഥാർത്ഥ്യമാകാ നുള്ള കരുത്തുണ്ടാവില്ല. ഒരു വാക്ക് ഒന്നല്ല, നൂറല്ല, പതിനായിരം തവണ ആവർത്തിച്ചാൽ വലിയ ഫലങ്ങളുണ്ടാകും. ആവർത്തി ക്കപ്പെടുന്നതോടെ അത് യാഥാർത്ഥ്യമാകും. അത് പുറത്തേക്ക് വരികയാണ്. യാഥാർത്ഥ്യത്തെ മാറ്റുന്നതിന് അതിനു അനുകൂ ലമായ വിധം മനസ്സിനെ പരുവപ്പെടുത്തുക. ദൈവത്തിനു നന്ദി പറയുന്നതു കൊണ്ട് പ്രയോജനമുണ്ടെന്നാണ് വാൽഷിന്റെ പുസ്ത കത്തിൽ എഴുതിയിരിക്കുന്നത്. അതൊരു അറിവിൽ നിന്നാണ് ഉണ്ടാകുന്നത്. ഒരു ഫലം കാംക്ഷിച്ചില്ലെങ്കിലും ഫലമുണ്ടാകുന്നു. യേശുവിനു ആ ഗുണമുണ്ടായിരുന്നു. എല്ലാ മഹത്തായ കർമ്മങ്ങൾ

ക്കും ശേഷം യേശു ദൈവത്തിനോട് നന്ദി പറഞ്ഞു. വികാരമാണ് നമ്മെ പലതിലേക്കും ആകർഷിക്കുന്നത്.

മൃഗങ്ങളെക്കുറിച്ച് പൊതുവേ കരുതുന്നത് അവ താഴ്ന്ന നിലയിലുള്ള ജീവികളെന്നാണ്. എന്നാൽ അതിനു നമ്മുടെ ഭയം തിരിച്ചറിയാനാവും. പലപ്പോഴും മൃഗങ്ങൾ മനുഷ്യരേക്കാൾ സ്വഭാവ ദാർഢ്യമുള്ളവരും സ്ഥിരമായ നിലയുള്ളവരുമാണ്. അതുപോലെ സസ്യങ്ങൾ അവയെ സ്നേഹിക്കുന്നവരോട് പ്രതികരിക്കാറുണ്ട്, അവയെ ശ്രദ്ധിക്കാത്തവരേക്കാൾ. ഇതൊന്നും യാദൃശ്ചികമായി സംഭവിക്കുന്നതല്ല. പ്രപഞ്ചത്തിനു യാദൃച്ഛികതയില്ല. മഹത്തായ ഒരു ഡിസൈനാണത്.

'നിങ്ങൾക്ക് ബുദ്ധിപരമായി ഏറ്റവും നല്ലത് ഏതാണെന്ന് തിരഞ്ഞെടുക്കാനാവില്ല;നിങ്ങൾ ആരാണ്, എന്താണ് എന്നു ബുദ്ധിപരമായി മനസ്സിലാക്കുന്നതു വരെ'. വികാരമാണ് ചലിക്കുന്ന ഊർജമായിട്ടുള്ളത്. നിങ്ങൾ ഊർജത്തെ പ്രവഹിപ്പിക്കുമ്പോൾ ഒരു ഫലമുണ്ടാക്കുന്നു. മതിയായ അളവിൽ ഊർജമുണ്ടെങ്കിൽ അത് ദ്രവ്യമുണ്ടാക്കുന്നു, ആശയങ്ങളുണ്ടാക്കുന്നു. ഊർജത്തെ വരുതിയിലാക്കി ദീർഘകാലം കൈകാര്യം ചെയ്താൽ ആവശ്യമുള്ള ചിന്താവസ്തു, പ്രമേയം, ദ്രവ്യം ലഭിക്കും. ഇത് മഹാഗുരുക്കന്മാരെല്ലാം മനസിലാക്കിയിട്ടുണ്ട്. ഇതാണ് പ്രപഞ്ചത്തിന്റെ രസവാദവിദ്യ. ഇതാണ് എല്ലാ ജീവിതത്തിന്റെയും രഹസ്യം. ചിന്ത ശുദ്ധമായ ഊർജമാണ്. എല്ലാ ചിന്തകൾക്കും സർഗാത്മകശക്തിയുണ്ട്. നിങ്ങളുടെ ചിന്തയുടെ ശക്തി ക്ഷയിക്കുന്നില്ല. അത് നിങ്ങളെയും കടന്നു പ്രപഞ്ചത്തിലേക്ക് വ്യാപിക്കുന്നു. അത് അനശ്വരമാണ്. ഇതിനോട് പൊരുത്തപ്പെടാത്ത ഊർജമാണ് നിങ്ങൾക്ക് നേരിടാനുള്ളതെങ്കിൽ പ്രമേയത്തെ ഇല്ലാതാക്കും. സമാന ചിന്താഗതിയുള്ളവ ഒരുമിച്ചു വന്നാൽ ഫലം കൂടുതലാണ്.

'എന്താണ് ദൈവത്തിന് ഏറ്റവും മികച്ച തായിട്ടുള്ളത്? ദൈവം പറഞ്ഞു: ' ദൈവത്തിന് ഏറ്റവും പ്രിയങ്കരമായുള്ളത് നിങ്ങൾ നല്ലതെന്ന് കരുതുന്നതിന് നിങ്ങൾക്ക് നല്കുന്നതാണ്. കാരണം, ഞാൻ ഞാനായിരിക്കുന്നത് പ്രകടമാക്കാനാണ് ഇഷ്ടപ്പെടുന്നത്. നിങ്ങളിലൂടെയാണ് ഞാൻ നിലനിൽക്കുന്നത്'. സ്നേഹമാണ് ദൈവത്തിന്റെ പരമമായ അവസ്ഥ. ഭയമാണ് അതിനെതിരായിട്ടുള്ളത്. ആപേക്ഷിക ലോകത്തിന്റെ പരിധിയും പരിമിതിയും മനസ്സിലാക്കുന്നതാണ് മഹാഗുരുക്കന്മാരുടെ പ്രത്യേകത. ആപേക്ഷികമായ ലോകം ക്ഷയിക്കുകയാണ് എപ്പോഴും. അത് നിരാകരിക്കപ്പെടേണ്ടതാണ്. അതുകൊണ്ടാണ് മഹാഋഷികൾ സ്നേഹത്തെ മാത്രം

തിരഞ്ഞെടുക്കുന്നത്. ഓരോ നിമിഷത്തിലും അതല്ലാതെ മറ്റൊന്നും പ്രാമുഖ്യം നേടുന്നില്ല. അവരെ കൊല്ലുമ്പോഴും ആ കൊല ചെയ്യുന്നവരെ സ്നേഹിച്ചത് അതുകൊണ്ടാണ്. എല്ലായിടത്തും ഈ സന്ദേശം ഉൽഘോഷിക്കപ്പെട്ടു. ഇതാണ് മഹത്തായ സത്യം. കവിതകളിലും കലകളിലും ഇതാണ് നിറയുന്നത്. സ്നേഹത്തിന്റെ തത്ത്വശാസ്ത്രം എവിടെയും കാണാം. എല്ലാ മനുഷ്യാനുഭവങ്ങളുടെയും ഇടനാഴികളിൽ ഈ സത്യത്തിന്റെ പ്രതിധ്വനിയാണുള്ളത്. സ്നേഹമാണ് ഉത്തരം. നിങ്ങൾ അത് ശ്രദ്ധിച്ചിട്ടില്ല.

'എന്റെ ആത്മാവിന്റെ അംശത്തെ എനിക്ക് അനുഭവിക്കാനാകില്ല, അതിനെ പൂർണ്ണമായി അനുഭവിക്കാതെ'. നിങ്ങൾ എന്റെ ശബ്ദം കേൾക്കുക. നിങ്ങൾ അടുത്ത് കേൾക്കാൻ പോകുന്ന ഗാനം, ലേഖനം, കഥ, അടുത്തൊരു സുഹൃത്തിന്റെ ഭാഷണം, തൊട്ടടുത്തുള്ള നദിയുടെ ശബ്ദം, സമുദ്രത്തിന്റെ ശബ്ദം, കാതുകളിൽ വന്ന് മന്ത്രിക്കുന്ന കാറ്റിന്റെ ശബ്ദം... ഇതെല്ലാം എന്റെ ഉപകരണങ്ങളാണ്. ശ്രദ്ധിക്കുകയാണെങ്കിൽ ഞാൻ നിങ്ങളോട് സംസാരിക്കും. എന്നെ ക്ഷണിച്ചാൽ ഞാൻ നിങ്ങളിലേക്ക് വരും'.

സ്വന്തം സത്യങ്ങളെ വഞ്ചിക്കാതിരുന്നാൽ

ദൈവം ഒരേയൊരു മാർഗത്തിലൂടെ മാത്രമാണ് ഇടപെടുന്നതെന്ന് കരുതുന്നത് അപക്വമാണ്. അത് നിങ്ങളെ ദൈവത്തിൽ നിന്ന് മറച്ചു പിടിക്കും. ജീവിതകാലമത്രയും അന്വേഷിച്ചാൽ, ഈ രീതിയിൽ ദൈവത്തെ കാണാനൊക്കില്ല. അശുദ്ധിയിലും നിഗൂഢതയിലും ദൈവത്തെ കാണാൻ കഴിയുന്നില്ലെങ്കിൽ നിങ്ങൾക്ക് കാര്യം എന്താണെന്ന് വ്യക്തമായില്ലെന്നാണ് അർത്ഥം.

'ദൈവം പറഞ്ഞു: നിങ്ങൾ എന്നെ ഒരാളാക്കാൻ നോക്കുന്നു, മറ്റൊന്നും ആകാതിരിക്കാൻ. ഉന്നതമായതും പതിതമായതും ഞാനാണ്. ചോദ്യവും ഉത്തരവും ഞാനാണ്. ഇരുട്ടും വെളിച്ചവും ഞാനാണ്. നന്മയും തിന്മയും ഞാനാണ്. ഞാൻ എല്ലാമാണ്. എന്നാൽ എന്നെ നീ ഉയർന്നത് മാത്രമാക്കുന്നു, താഴ്ന്നതാക്കുന്നില്ല. നല്ലതു മാത്രമാക്കുന്നു, തിന്മയെ ഒഴിവാക്കുന്നു. എന്നെ പകുതി നിഷേധിക്കുന്നതിലൂടെ നീ നിന്റെ ആത്മാവിന്റെ പാതിയാണ് ഉപേക്ഷിക്കുന്നത്. അങ്ങനെ ചെയ്താൽ നിനക്ക് ഒരിക്കലും നീ യഥാർത്ഥത്തിൽ എന്താണോ അതാകാൻ സാധിക്കില്ല'. ദൈവം ദുഃഖത്തിലും ചിരിയിലുമുണ്ട്. കയ്പിലും മധുരത്തിലുമുണ്ട്. എല്ലാത്തിനും മറ്റൊരു ഉദ്ദേശമുണ്ട്. എല്ലാ പ്രക്രിയകളുടെയും പിന്നിൽ മറ്റൊരു ലക്ഷ്യമുണ്ട്. അതുകൊണ്ട് എല്ലാത്തിന്റെയും അടിയിൽ വെറൊരു സാന്നിധ്യമാണുള്ളത്. ദൈവം ചൂടും തണുപ്പമാണ്.

ഇടതും വലതുമാണ്. ബഹുമാനവും ബഹുമാനക്കുറവുമാണ്. ദൈവത്തിനു നന്മയോടോ തിന്മയോടോ പ്രത്യേക സ്നേഹമില്ല.

സന്തോഷം എന്താണ്? സന്തോഷം ഒരു മാനസികാവസ്ഥയാണ്, മറ്റേതൊരു മാനസികാവസ്ഥയും എന്നപോലെ. അത് ഭൗതികരൂപത്തിൽ പ്രത്യുൽപ്പാദിപ്പിക്കപ്പെടുന്നു. ഏതൊരു മാനസികാവസ്ഥയും ഇങ്ങനെ പ്രത്യുൽപ്പാദിപ്പിക്കപ്പെടുന്നുണ്ട്. നന്മ, തിന്മ എന്നൊക്കെ വിളിക്കുന്നത് നിങ്ങളുടെ ആശയങ്ങൾ മാത്രമാണ്. ആ ചിന്തകളാണ്, നിങ്ങൾ ആരാണെന്നതിനു നിർണയമായിട്ടുള്ളത്. ഇത് മാറ്റാൻ ഒരു കാരണമേയുള്ളൂ: എന്തായിരിക്കുന്നുവോ അതിൽ നിങ്ങൾ സന്തോഷിക്കുന്നില്ലെങ്കിൽ അത് മാറ്റാനുള്ള കാരണമാണ്. നിങ്ങൾ എന്താണോ സൃഷ്ടിക്കുന്നത്, അതിൽ സന്തോഷമുണ്ടെങ്കിൽ അതാണ് നിങ്ങളുടെ ശരി.

'എന്ത് തിരഞ്ഞെടുക്കുമ്പോഴും അത് മറ്റുള്ളവർക്കും കൊടുക്കുക. സന്തോഷമായിരിക്കുകയാണെങ്കിൽ മറ്റൊരാൾക്കും സന്തോഷമുണ്ടാകട്ടെ. ജീവിതത്തിൽ കൂടുതൽ സ്നേഹം വേണമെന്ന് ആഗ്രഹിക്കുമ്പോൾ മറ്റൊരാൾക്കും അത് കിട്ടട്ടെ. ഇത് ചെയ്യുന്നത് വ്യക്തിപരമായ നേട്ടത്തിനല്ല; മറ്റൊരാൾക്കും സന്തോഷമുണ്ടാക്കാൻ വേണ്ടിയാണ്. കൊടുക്കുന്നതെല്ലാം നിങ്ങളിലേക്ക് തന്നെ തിരിച്ചുവരും'. മൂല്യങ്ങൾ നമ്മുടെ തന്നെ നിർമ്മിതിയായിരിക്കെ, ആ മൂല്യങ്ങളിൽ തുടരാൻ പറയുന്നതിന്റെ യുക്തി എന്താണ്? നിങ്ങളുടെ മൂല്യങ്ങൾ തെറ്റാണെന്ന് ദൈവം പറഞ്ഞിട്ടില്ല. അത് ശരിയുമല്ല. അതെല്ലാം വെറും നിർണയങ്ങൾ മാത്രമാണ്. മിക്കപ്പോഴും ആ നിർണയങ്ങൾ നിങ്ങളെടുത്തതല്ല; മറ്റൊരുടേതോ ആണ്. ചിലപ്പോൾ മാതാപിതാക്കളാകാം; മതങ്ങളാകാം; അധ്യാപകരാകാം; ചരിത്രകാരന്മാരോ, രാഷ്ട്രീയക്കാരോ ആകാം. അനുഭവങ്ങളുടെ അടിസ്ഥാനത്തിൽ ഉണ്ടാക്കിയ നിർണയങ്ങളാണ് ചിലതെല്ലാം. മറ്റുള്ളവരുടെ അനുഭവങ്ങളിൽ നിന്നാണ് നിങ്ങൾ നിങ്ങളെത്തന്നെ സൃഷ്ടിച്ചിട്ടുള്ളത്.

നിങ്ങൾ ചെയ്ത പാപം എന്താണ്? മറ്റുള്ളവരുടെ അനുഭവത്തിന്റെ അടിസ്ഥാനത്തിൽ നിങ്ങൾ അങ്ങനെയാകാൻ തയ്യാറായതാണ്. സ്വന്തം അനുഭവത്തിന് വേണ്ടി കാത്തുനിന്നില്ല. അപ്പുറത്തുള്ളവരുടെ അനുഭവങ്ങൾ സ്വീകരിക്കുകയാണ് ചെയ്തത്. അനുഭവങ്ങൾക്ക് പാടുപെടുമ്പോൾ മാത്രമാണ് ഇതിനെ മറികടക്കാവുക.

'എന്തെങ്കിലും മറ്റൊരാൾക്ക് കൊടുക്കുമ്പോൾ അത് നിങ്ങൾക്കുള്ളതാണെന്ന നല്ല ബോധം ഉണ്ടാകുന്നു. കൊടുത്തില്ലെങ്കിൽ ആ ബോധമില്ല. ഒരു പുതിയ ചിന്തയാണത്. നിങ്ങൾക്ക് ഇതുണ്ടാ

യിരിക്കണം; അല്ലെങ്കിൽ കൊടുക്കാനാകില്ല'. പലരും ചിന്തിക്കാൻ പറഞ്ഞ വഴിയിലൂടെ ചിന്തിച്ചതുകൊണ്ടാണ് നിങ്ങളുടെ അനുഭവം നഷ്ടപ്പെട്ടത്. ലൈംഗികതയുടെ കാര്യത്തിൽ ഇത് വ്യക്തമാണ്. ലൈംഗികാനുഭവം ഏറ്റവും അതിശയകരവും ഊർജ്ജദായകവും ഏറ്റവും അടുപ്പമുണ്ടാക്കുന്നതുമാണ്. ഈ സത്യം അറിഞ്ഞശേഷവും നിങ്ങൾ മറ്റുള്ളവരുടെ അഭിപ്രായങ്ങൾ നിങ്ങളുടേതായി സ്വീകരിക്കുന്നു. നിങ്ങൾ എങ്ങനെ ചിന്തിക്കണമെന്ന കാര്യത്തിൽ ഇക്കൂട്ടർക്കെല്ലാം ന നിക്ഷിപ്ത താല്പര്യങ്ങളുണ്ട്. 'ഈ പുതിയ ചിന്ത നിങ്ങളുടെ അനുഭവമാകുകയാണ്. നിങ്ങൾ ഒരു വസ്തുവിന്റെ ഭാഗമാണെന്ന് ചിന്തിക്കുന്നതോടെ പ്രപഞ്ചത്തിലെ സൃഷ്ടിയുടെ യന്ത്രം പ്രവർത്തിക്കാൻ തുടങ്ങുന്നു. അതാണ് നിങ്ങളുടെ ഡിവൈൻ സെൽഫ് (Divine Self) .

Whatever you are being you are creating. പലരുടെ അഭിപ്രായങ്ങളും നിർണയങ്ങളും ഈ അനുഭവങ്ങൾക്കെതിരാണ്. സ്വന്തം സത്യങ്ങളെ വഞ്ചിക്കാതിരുന്നാൽ ഭയം ഉണ്ടാവുകയില്ല. ദൈവത്തെക്കുറിച്ച് അധ്യാപകർ പറഞ്ഞതന്ന പാഠങ്ങൾ ദൈവം ചീത്തയാണെന്നും പ്രതികാരദാഹമുള്ള വ്യക്തിയാണെന്നും സൂചിപ്പിക്കുന്നുണ്ട്. അതുകൊണ്ട് ദൈവത്തെ ഭയന്നു കഴിയേണ്ടി വരുന്നു. ദൈവം ക്ഷമയും ദയയുമാണെന്ന് അറിയണമെങ്കിൽ അതിനനുസരിച്ച് ഇന്ദ്രിയങ്ങൾ സജ്ജമാക്കണം. ആന്തരികമായ ആഗ്രഹങ്ങളെ ദൈവം ശരിവയ്ക്കുകയാണ് ചെയ്യുന്നത്.

'മരണപ്പെടാവുന്ന കാര്യമാണ് ചെയ്യുന്നതെങ്കിൽ പോലും അത് അഗാധമായ ആഗ്രഹമാണെങ്കിൽ, അതായിരിക്കും നിങ്ങൾക്ക് കിട്ടുക; മരണത്തിന്റെ ആനന്ദം'. ചെറുപ്പകാലം മുഴുവൻ ദൈവത്തിന്റെ പ്രീതിക്കുവേണ്ടി ആരാധനയും അനുസരണയും പാലിക്കുന്നു. ഇതിന്റെ വൈരുദ്ധ്യമെന്താണ്? ദൈവത്തിന് നിങ്ങളുടെ ആരാധന ആവശ്യമില്ല. ഈ പെരുമാറ്റം ചരിത്രത്തിലെ രാജാക്കന്മാർ സൃഷ്ടിച്ചതാണ്. അവരുടെ നിലനിൽപ്പിന് ഇതാവശ്യമായിരുന്നു. ഇതൊന്നും ദൈവികതയുമായി ബന്ധമുള്ള കാര്യമല്ല.

'നിങ്ങൾ സ്വയം മുറിവേൽപ്പിച്ചെങ്കിൽ, അത് നിങ്ങളുടെ ആഗ്രഹമായിരുന്നു'. ദൈവത്തിന്റെ ആഗ്രഹം എന്ന് പറയുന്നത് സൃഷ്ടിയാണ്. സ്വയം അറിയാനാണ് ആ ആഗ്രഹം. ഞാൻ നിന്നെ സൃഷ്ടിക്കുന്നതിനു മുമ്പ് അതുപോലൊന്ന് ഞാൻ ആലോചിച്ചിരുന്നില്ല. ഓരോ വ്യക്തിക്കും താനാരാണെന്ന് അറിയാനുള്ള ആഗ്രഹമുണ്ട്. അതിനുള്ള ശക്തി വ്യക്തിയിലുണ്ട്. അത് സ്വയം അറിയേണ്ടതാണ്. സ്വയം തിരഞ്ഞെടുക്കുന്ന മാർഗത്തിൽ. ജീവിതം സന്തോ

ഷത്തിലായിരിക്കുന്നതാണ് ദൈവത്തിന്റെ നിലയിനമായ പദ്ധതി. അത് ഓരോ വ്യക്തിയിലുമുണ്ട്; ആരായപ്പെടുന്നില്ലെന്നു മാത്രം. ഓരോ നിമിഷത്തിലും നിറവാണ് പ്രതീക്ഷിക്കപ്പെടുന്നത്.

ജീവിതത്തിന്റെ മൂന്നു തലങ്ങൾ

'ദൈവം:എല്ലാ സംഭവങ്ങളും നിങ്ങൾ അബോധത്തിലൂടെ സൃഷ്ടിക്കുന്നതാണ്. നിങ്ങളുടെ ജീവിതത്തിലേക്ക് വരുന്ന ഓരോ വ്യക്തിയും സ്ഥലവും സംഭവവും നിങ്ങൾ സൃഷ്ടിക്കുന്നതാണ്'. ദൈവത്തിന്റെ സമ്പൂർണമായ വ്യവസ്ഥയുടെ അദൃശ്യവലയ്ക്കുള്ളിലാണ് നമ്മൾ. ജീവിതത്തിന് മൂന്നു തലങ്ങളുണ്ട്. ശരീരം, മനസ്, ആത്മാവ്. അല്ലെങ്കിൽ ഭൗതികം, ഭൗതികേതരം അതിഭൗതികം. ഇതാണ് പരമമായ ത്രിത്വം (Holy Trinity) . മനശാസ്ത്രത്തിൽ ബോധം, ഉപബോധം, അതീതബോധം എന്നു പറയുന്നതും ഇതുതന്നെ. ചിന്തയും വാക്കും പ്രവൃത്തിയും ഇതുപോലെ തന്നെ. ഇതിൽ നിന്നാണ് അനുഭവം ഉണ്ടാകുന്നത്. നിങ്ങളുടെ ആത്മാവ് ഉപബോധമനസ്സാണ്, ഭൂതകാലമാണ്. അതിലാണ് വികാരങ്ങളെല്ലാം. ഇതിനെക്കുറിച്ചുള്ള അറിവാണ് ഓർമ്മ. ഓർക്കുമ്പോൾ മനസ് വികസിക്കുകയാണ്. വിട്ടുപോയ ഭാഗങ്ങളെല്ലാം കൂട്ടി യോജിപ്പിക്കുമ്പോൾ നിങ്ങൾക്ക് ജ്ഞാനമുണ്ടാകും. സർഗപ്രക്രിയ ആരംഭിക്കുന്നത് ചിന്ത, ആശയം, കൽപ്പന, ദൃശ്യാനുഭവം എന്നിവ ഏകോപിപ്പിക്കുമ്പോഴാണ്.

'എന്തെങ്കിലും സാന്ത്വനം പകരാനോ, സൃഷ്ടിക്കാനോ, അനുഭവിക്കാനോ അല്ലാതെ യാതൊന്നും നിങ്ങളുടെ ജീവിതത്തിൽ സംഭവിക്കുന്നില്ല. നിങ്ങൾ അതിനെല്ലാം ആഗ്രഹിച്ചിരുന്നു'. നാം കണ്ടെത്തുന്നതെല്ലാം ഒരിക്കൽ മറ്റൊരാളുടേതായിരുന്നു. നിങ്ങളുടെ ലോകത്തിൽ ശുദ്ധമായ ചിന്ത എന്ന നിലയിൽ നിലനിന്നിട്ടില്ലാത്ത വിധത്തിൽ ഒന്നുമില്ല. ചിന്തയാണ് സൃഷ്ടിയുടെ ആദ്യപടി. പിന്നീട് വരുന്നതാണ് വാക്ക്. നിങ്ങൾ പറയുന്നതെന്തും ഒരു ചിന്തയുടെ പ്രകടനമാണ്. അത് സർഗാത്മകമാകയാൽ പ്രപഞ്ചത്തിലേക്ക് പ്രവഹിപ്പിക്കുന്നത് ഊർജമാണ്.

www.ingramcontent.com/pod-product-compliance
Lightning Source LLC
LaVergne TN
LVHW090350051026
849518LV00006B/2089